இது ஒரு நிதம் வெளியீடு

மறைக்கப்பட்ட

மருத்துவம்

- மருத்துவர் யுவபாரத்

இந் நூல்

என் பெற்றோர்கள்

திரு.வி. பத்மராஜா - திருமதி.ப. ரூபாவதி

அவர்களுக்கு சமர்ப்பணம்

புத்தகத்தின் பெயர்	:	மறைக்கப்பட்ட மருத்துவம்
Name of the book	:	Maraikkappata Maruthuvam
பக்கங்கள் / Pages	:	192
புத்தகத்தின் அளவு / Book Size	:	1/8 Demy
பக்கங்கள் தரம் /Paper Quality	:	NS Maplitho
வெளியிட்ட வருடம் /Year of Publication	:	2018
பதிப்பு / Edition	:	1st
ஆசிரியர்	:	மருத்துவர் **யுவபாரத்**
Author	:	Dr. Yuva Bharat, yuvavpr@gmail.com No.50A, Seethammal Road Alwarpet, Chennai - 600 018 Phone: 044 24348364
உரிமை / Copyright	:	ஆசிரியர் /Author
வெளியீட்டாளர்	:	**ரிதம் நூல் பகிர்வாளர்கள்** ஜீனீஸ் சாலை, சைதாப்பேட்டை, சென்னை - 600015
Published by	:	Rhythm Book Distributors, New No.58, Old No.26/1, 1st Floor, Alandur Road, Saidapet, Chennai - 600 015, Tamil Nadu, INDIA Phone: +9144 2381 0888, +91 44 2381 1808, +91 44 4208 9258 E-mail : senthil@rhythmbooks.in Web : www.rhythmbooksonline.
comபதிப்பாசரியர் / Publishing Editor	:	**தி. செந்தில் குமார்**
புத்தக வடிவம், பக்க அமைப்பு / Design & Layout	:	**சு. உதயகுமார்,** தேனாம்பேட்டை சென்னை - 600 018.
அச்சிட்டோர் / Printed at	:	Sekar Graphics, Bells Road, Triplicane, Chennai - 600 005
புத்தகத்தின் விலை / Price of Book	:	Rs. 190/-
ISBN	:	978-81-935114-0-4

அணிந்துரை

நம்முடைய வாழ்வில் வந்து போகக்கூடிய மனிதர்கள் எண்ணற்றவர்கள். அவர்களுள் சிலரால் நமக்கு நட்டம் வரும்; சிலரால் நமக்குத் துன்பம் வரும்; சிலரால் மட்டுமே மகிழ்ச்சியும் மனநிறைவும் கிடைக்கும். அப்படி நமக்கு மகிழ்ச்சியையும் மனநிறைவையும் தரக்கூடிய மனிதர்களை இறப்பு நம்மை தழுவும் இறுதிநாள் வரை எளிதில் மறக்க முடியாது. நமக்கு அறிமுகம் ஆகும் சில நல்ல மனிதர்கள் மிகச்சிறந்த மருத்துவர்களாகவும் அமைந்து விட்டால் அது நமக்கு இறைவன் வழங்கிய வரம். வணிக மயமாகிவிட்ட மருத்துவ உலகில் சேவை செய்வதற்காகவே மருத்துவத் தொழிலை மேற்கொண்டிருப்பவர்கள் அங்கும் இங்குமாக சிலர் இருக்கத்தான் செய்கிறார்கள். அத்தகைய அரிதினும் அரிதான மருத்துவர்களுள் திரு.யுவபாரத் குறிப்பிடத்தக்கவர்.

திரு.யுவபாரத் ஓர் இனிய இளைஞர்; எப்போதும் மலர்ந்த முகத்துடன் காட்சி தருபவர்; வார்த்தைகளுக்கு வலிக்காதபடி மிக மென்மையாக வாய் திறந்து உரையாடக்கூடியவர்; நாடிவரும் நோயாளிகளிடமிருந்து எவ்வளவு பணத்தை எத்தனை விதமாகப் பொய்களைச் சொல்லிப் பறிக்கலாம் என்று எள்ளளவும் எண்ணாமல் அவர்களை நோயிலிருந்து பூரணமாக விடுவிப்பது குறித்து தீவிரமாகச் சிந்தித்துத் தீர்வினைத் தரக்கூடிய மருத்துவர்தான் நண்பர் யுவபாரத். இந்த மனிதரை நான் நண்பராக அடைய நேர்ந்ததே சற்றும் எதிர்பாராத நிலையில் முன்னாள் மேயர் சைதை துரைசாமி உருவாக்கிய சந்திப்பினால்தான்.

புத்தர் சுய அனுபவத்தின் மூலம் தான் ஞானத்தைப் பெற்றார். மகாத்மா காந்தி தன்னுடைய வாழ்வில் நேர்ந்த சொந்த அனுபவங்களைக் கொண்டே சத்திய சோதனை நடத்தினார். பிறர் மூலம் நாம் பெறக்கூடிய அறிவைவிட நம் சொந்த அனுபவத்தின் மூலம் நாம் அடையக்கூடிய ஞானம் தான் உன்னதமானது. மருத்துவர் யுவபாரத் எழுதியிருக்கும் "மறைக்கப்பட்ட மருத்துவம்" என்ற இந்த நூலுக்குள் நீங்கள் நுழைவதற்கு முன்பு என் சுய அனுபவத்தை அறிந்து கொள்வது நலம் பயக்கும்.

கல்லூரிக் காலந்தொட்டு இன்று வரை ஐம்பது ஆண்டுகளுக்கு மேல் இடையறாது பொதுவாழ்வில் இயங்கிக் கொண்டிருப்பவன் நான். இந்த ஐம்பது ஆண்டுகளில் ஆயிரக்கணக்கான மேடைகளில் சமூக நலன் சார்ந்த என் சிந்தனைகளை உரத்த குரலில் நான் முழங்கி வந்ததன் விளைவாக என் உடல் நலம் ஓராண்டுக்கு முன்பு மிகக் கடுமையாக பாதித்தது. ஒரு நிகழ்ச்சியில் நான் பங்கேற்கச் சென்ற

போது என் உடம்பிலிருந்து இரத்தம் வாய் வழியாக ஊற்றாகக் கொட்டியது. அதை நேரில் கண்டவர்கள் என் உடல் நிலை குறித்து மிகுந்த அச்சத்திற்குள்ளானார்கள். ஒரு வாகனத்தில் அவசரம் அவசரமாக என்னைச் சென்னைக்கு அழைத்து வந்து வீட்டில் சேர்த்தார்கள். இரண்டு முறை மிகப் பெரிய அளவுக்கு இரத்த வாந்தி எடுத்ததனால் என் முகம் முழுவதும் சவக்களை படர்ந்து கிடந்தது. என் மனைவியும் என் மகளும் ஓர் புகழ் பெற்ற ஆங்கில மருத்துவரிடம் அழைத்துச் சென்றார்கள். என் உடம்பில் அவர் பல்வேறு பரிசோதனைகளை நடத்தினார். காலையில் எட்டு மாத்திரைகளும், இரவு எட்டு மாத்திரைகளும் நான் ஏற்க வேண்டும் என்றார். மொத்தத்தில் 60000 ரூபாய் இழப்பு ஏற்பட்டதுதான் மிச்சம். உடல்நிலையில் எந்த மாற்றமும் இல்லை. அளவுக்கதிகமான மாத்திரைகளை உட்கொண்டதால் உடலின் இயக்கமே ஒழுங்கு நிலை தவறியது. இந்த நிலையில் நண்பர் சைதை துரைசாமி அவர்கள் என்னைச் சந்திக்க வந்தார். சவக்களை படர்ந்த என் முகத்தைப் பார்த்து அதிர்ச்சியுற்றார். என்ன நேர்ந்தது என்று அவர் கேட்ட போது மருத்துவ பரிசோதனை முடிவுகளை எல்லாம் விளக்கினேன். அவர் உடனே இந்த ஆங்கில மருத்துவத்திலிருந்து முதலில் விடுபட்டு வெளியே வாருங்கள். உரிய மருத்துவர் ஒருவரை உங்கள் முன் நான் கொண்டு வந்து நிறுத்துகிறேன். அவர் தரும் சிகிச்சையால் நீங்கள் பூரண நலம் பெற்று விடுவீர்கள் என்று உறுதிப்படக் கூறினார்.

அடுத்த நாள் மருத்துவர் யுவபாரத் என் வீட்டிற்கு வருகை தந்தார். என் உடல் நோய் குறித்து அவர் எதையும் கேட்கவில்லை. ஆங்கில மருத்துவர் மேற்கொண்ட பரிசோதனைகள் குறித்தும் அவர் அறிந்து கொள்ள ஆர்வப்படவில்லை. இரண்டு நிமிடங்கள் தன்னுடைய விரலால் என் உள்ளங்காலை அழுத்திப் பிடித்தார். அறுபதாயிரம் ரூபாய் செலவு செய்து என் உடல் தொடர்பாக நான் அறிந்து கொண்ட பிரச்சினைகளை இரண்டே நிமிடங்களில் அவர் என்னிடம் விளக்கினார். ஒரு தேர்ந்த சோதிடரைப் போன்று அவர் என் கண் முன்னால் காட்சி தந்தார். உண்மையில் நான் வியப்பின் எல்லைக்கே சென்று விட்டேன். “ஒரு மாதம் நான் சொல்வதற்கேற்ப நீங்கள் நடந்து கொண்டால் உங்கள் உடல் சார்ந்த பிரச்சினைகள் அனைத்தையும் நான் முழுமையாகத் தீர்த்து விடுவேன்” என்று அவர் கூறியதும் மறுநாள் அவர் மருத்துவமனைக்கு வருவதாகத் தெரிவித்தேன். அதற்குப் பின்பு நடந்தது அனைத்தும் என்னுள் ஓர் அதிசயமாகவே இன்று நினைத்தாலும் தோன்றுகிறது. வாரத்தில் இரண்டு நாட்கள் என் உள்ளங்கால் நரம்புகளை வருடிக் கொடுத்தார்; நீராவிக் குளியலில் ஈடுபடச் செய்தார்; எவற்றை நான் உண்ண வேண்டும் என்று பட்டியல் போட்டுக் கொடுத்தார். அவரிடம் என்னுடைய

சிகிச்சை முடிந்து ஓராண்டு முழுமையாகக் கடந்துவிட்டது. ஒரு மாத்திரையையும் கடந்த ஓராண்டில் நான் பயன்படுத்தவே இல்லை. என் உடம்பிலிருந்த சர்க்கரை, உயர் இரத்த அழுத்தம் சம்பந்தப்பட்ட பிரச்சினைகள் காணாமற் போய்விட்டன.

தமிழகத்தில் மிகப் புகழ் பெற்ற ஓர் ஆங்கில மருத்துவர் எனக்கு நெருங்கிய நண்பர். அவரும் மருத்துவத்தை ஓர் உன்னத சேவையாகவே மேற்கொண்டு வருபவர். ஒரு மாத்திரையையும் பயன்படுத்தாமல் நான் பூரண நலம் பெற்றுவிட்டதை அவரிடம் சொன்ன போது அதை அவரால் நம்ப முடியவில்லை. சர்க்கரை, இரத்த அழுத்தம் போன்ற பிரச்சினைகளில் ஒருமுறை நீங்கள் பாதிக்கப்பட்டால் இறுதி நாள் வரை மாத்திரைகளைப் பயன்படுத்துவதுதான் முறையானது. எதற்கும் நீங்கள் 15 நாட்களுக்கு ஒரு முறையாவது உங்கள் சர்க்கரை அளவையும் இரத்த அழுத்தத்தையும் பரிசோதித்துப் பாருங்கள் என்று அவர் அறிவுறுத்தினார். அவருடைய அறிவுரைக்கேற்பவே இன்று வரை நான் நடந்து வருகிறேன். சர்க்கரை, இரத்த அழுத்தம் இரண்டுமே ஒரு மாத்திரையும் ஏற்காத நிலையில் மிக இயல்பாகவே எனக்குள் கட்டுப்பட்டுக் கிடப்பதற்கு மருத்துவர் யுவபாரத்தின் மருந்தில்லா மருத்துவச் சிகிச்சையே அடித்தளம் அமைத்தது.

'மருந்தில்லா மருத்துவம்' என்ற இந்த நூலை நோயுற்றவர்கள் அனைவரும் வரி வரியாய் ஆழ்ந்து வாசிக்க வேண்டும். இந்த நூலில் வழங்கப்பட்டிருக்கும் பரிந்துரைகளை அப்படியே வாழ்வில் பின்பற்ற வேண்டும். முதலில் மருத்துவர் யுவபாரத்தை நம்புங்கள். அவர் வழங்கும் சிகிச்சையை முறையாக ஏற்றுக் கொள்ளுங்கள். அவர் வழி காட்டும் பாதையில் உங்கள் உணவுப் பழக்கத்தை உருவாக்கிக் கொள்ளுங்கள். நோயற்ற வாழ்வு உங்களுக்கு வாய்த்துவிட்டதை சொந்த அனுபவத்தில் நீங்கள் உணர்ந்து சுகம் கொள்வீர்கள்.

சில புத்தகங்களை பொழுது போக்குக்காகப் படிக்கலாம். சில புத்தகங்களை மனநலம் பேணுவதற்காகப் படிக்கலாம். சில புத்தகங்களை உடல்நலன் பராமரிப்பதற்காகப் படிக்கலாம். நண்பர் யுவபாரத் வழங்கியிருக்கும் இந்தப் புத்தகத்தைப் படிப்பதன் மூலம் உடல்நலனையும், மனநலனையும் ஒரு சேரப்பெற்று நோயற்ற மனிதர்களாய் பேரின்பப் பெருவாழ்வை இந்த மண்ணில் நீங்கள் வாழ முடியும். இது சத்தியம்.

தமிழருவி மணியன், *M.A., B.L., M.Ed.,*

தலைவர், காந்திய மக்கள் இயக்கம்

பதிப்புரை

பேரன்பு மிக்க வாசக பெருமக்களே! மாறிவரும் காலச் சூழ்நிலையில் மனித சமூகம் தனது இயக்கத்தைப் பலமடங்கு வேகத்துடன் பயணித்துக் கொண்டிருக்கும் இத்தருணத்தில் அதிகப்படியான நோய்பிணிகளுக்கும் ஆளாகிவருகிறார்கள். ஒவ்வொரு நாளும் புதிய நோய்களை அறிந்தும், அனுபவித்தும் வரும் அதே நேரத்தில் அதன் பாதிப்புகளிலிருந்து அதைவிட வேகமாகக் குணமாக வேண்டும் என்ற நோக்கத்தில் மருத்துவரை அணுகி அவர் பரிந்துரைக்கும் மருந்தைப் பரிந்துரைக்கும் காலத்திற்குப் பிறகும் நாமே அம்மருந்தை அதிகப்படியாக உட்கொண்டு, அதே நோய் சூழலில், அதே உபாதைகளுடன் வாழ்ந்துகொண்டிருக்கிறோம். நீண்ட கால பாதிப்புகள் பற்றி அக்கரையின்றியும் இருக்கின்றோம்.

இச்சூழலில் மருந்தின்றி நம் உணவுப் பழக்கத்தை மாற்றியமைத்தே நோய்களைக் குணப்படுத்தும் மருத்துவர் யுவபாரத் பற்றி எமது நண்பர் மதிப்பிற்குரிய திரு. தமிழருவி மணியன் அவர்கள் மூலம் கேள்விப்பட்டு அறிமுகம் ஏற்படுத்திக்கொண்டோம். அவர் ஆற்றும் அந்த அரிய பணி மூலம் எல்லா தரப்பு மக்களும் பயனுறுவதை நேரடியாகப் பார்த்த பிறகு மிகுந்த வியப்புக்குள்ளாகி அந்த பயன் எல்லா மக்களையும் சென்றடைய வேண்டும் என்ற நல்லெண்ணத்தில், மக்கள் மனதில் நிலவும் நோய் பற்றிய குழப்பத்தையும், அச்ச உணர்வையும் நீக்கும் வகையில் அவர் ஆற்றும் தொண்டினைப் புத்தக வடிவில் மக்களிடம் கொண்டு போய் சேர்க்க நாம் வைத்த வேண்டுகோளை ஏற்று இப்புத்தகத்தை எழுத்துருவாக்கிக் கொடுத்துள்ளார் மருத்துவர் யுவபாரத்.

இன்றைய சூழ்நிலையில் மிகப்பெரிய சவாலாக நாம் எதிர்கொள்ளும் பிரச்சனை நீரிழிவு நோயாகும். இந்நோய்க்காக வாழ்நாள் முழுவதும் மருந்து உட்கொள்ளும் நிலையில் மக்கள் தள்ளப்பட்டுள்ளனர். இப்படிப்பட்ட நீரிழிவு நோய்க்குக் குணப்படுத்தும் வகையில் நமது மருத்துவர் யுவபாரத் அவர்கள் புதிய பாதையை ஏற்படுத்தியுள்ளார். அவருடைய அணுகுமுறை நீரிழிவு நோய் என்பது ஒரு நோய்ப்பிணி அல்ல என்றும், உணவு உட்கொள்ளும் முறை மட்டுமே என்பதேயாகும். எப்படி ஒரு தாய் தன் மழலைக்கு உணவை ஊட்டி உண்பதைக் கற்றுக் கொடுக்கிறாளோ அதை போல் அவரிடம்

வரும் நிரிழிவு நோயாளிகளுக்கு அறிவுறுத்தி அவர்களுடைய உணவு உட்கொள்ளும் முறையை அவரவர்க்கு ஏற்ப மாற்றி நோய்பிணியை குணப்படுத்தி வருகிறார், எனவே இவரை இரண்டாம் தாய் எனக் கூறுவது மிகையாகாது.

இந்நூலை மக்கள் பயனுற எங்களது வேண்டுகோளுக்கு இணங்க பதிப்பிற்கு உதவிய நூல் ஆசிரியர் மருத்துவர் யுவபாரத் அவர்களுக்கும், அணிந்துரை வழங்கிய அறிவுப் பகலவர் ஐயா திரு தமிழருவி மணியன் அவர்களுக்கும் மற்றும் புத்தக வடிவமைப்பிற்கு உதவிய திரு. சு. உதயகுமார் அவர்களுக்கும் எனது நன்றியைத் தெரிவித்துக் கொண்டு, மக்கள் அனைவரும் இந்நூலை வாங்கிப் படித்து தங்களின் வாழ்வை நோயற்ற வாழ்வாக மாற்றிக்கொள்ள வாழ்த்துகிறேன்.

தி. செந்தில் குமார்
பதிப்பாசிரியர்

முன்னுரை

அன்பார்ந்த சகோதர சகோதரிகளே

இந்த நூலினை எழுதுவதற்கு எனக்குக் கிடைத்த வாய்ப்பினை மிகப்பெரும் மகிழ்ச்சியாகக் கருதுகிறேன். ஏனென்றால், இந்த சமுதாயமும் ஒட்டுமொத்த மக்களின் உடல் நலமும் மேம்படுவதற்கு இது உதவும் என்ற நம்பிக்கை எனக்கு இருக்கிறது. டாக்டர் என்ற சொல்லின் உண்மையான பொருளாவது ஆசிரியர் என்பதே. நம்முடைய இலக்கு என்னவென்றால், ஒருவரைக் கவனிப்பதற்கு இன்னொருவர் தேவையில்லை. அவர்கள் வாழ்க்கை முழுவதும் மருத்துவர் என்ற ஒருவரின் உதவி இல்லாமலேயே மக்கள் மகிழ்ச்சியாக வாழ வேண்டும். ஆனால், அதற்கு மாறாக, இன்றைய காலக்கட்டத்தில் நோய்களைச் சார்ந்து மருத்துவர்கள் இருக்கிறார்கள். உடல் நலத்தைப்பற்றி அவர்கள் மிகக் குறைந்த அளவே படித்து அறிவைப் பெறுகிறார்கள். இன்னும் சொல்லப் போனால் மருந்துகளின் வழியாக நோய்களுக்கு சிகிச்சை அளிப்பதற்கு மட்டுமே மருத்துவர்கள் பயிற்றுவிக்கப் படுகிறார்கள். ஓர் அதிர்ச்சியளிக்கும் தகவல் என்னவென்றால் மருத்துவர்களில் 6% பேர் மட்டுமே உடலுக்குரிய சத்துணவு அல்லது உணவின் வாயிலாக முழு உடல்நலம் என்பதை அறிந்து இருப்பவர்கள்.

ஒரு பழமொழி உண்டு. "நீங்கள் உண்ணும் உணவின் ஒரு கால் பங்கு உங்களை வாழ வைக்கிறது. எஞ்சிய முக்கால் பங்கு உங்கள் மருத்துவரை வாழ வைக்கிறது." இது கவனிக்கத்தக்க உண்மையாகும், ஏனென்றால், பெரும்பாலோர் என்ன உணவை உண்ண வேண்டும், எப்போது உண்ண வேண்டும், எப்படி உண்ண வேண்டும். எதை எப்படிக் குடிக்க வேண்டும் என்பதைப் பற்றி அறிந்திருக்கவில்லை. இன்றைய நிலையில் 98% நோய்கள் மன அழுத்தம் மற்றும் வாழ்முறை சார்ந்ததாகவும் இருக்கின்றன. உங்கள் வாழ்வின் அன்றாட செயல்பாடுகள், உணவு உண்ணும் பழக்க வழக்கங்கள் ஆகியவற்றை மாற்றாமல் அவற்றைச் சார்ந்த அணுகுமுறையை மாற்றிக் கொள்ளவில்லை என்றால், தவறான

வாழ்க்கை முறையினால் பல நோய்கள் வந்து கொண்டே இருக்கும். நோய் அறிகுறிகளை வைத்து அவற்றை அடையாளம் கண்டு அந்த அறிகுறிகளை அழுத்துவதற்குரிய மருந்துகள் கண்டுபிடிக்கப்பட்டு அவை நன்கு விற்கப்படுகின்றன. ஆக நோய்களின் வேர், அதாவது அதன் மூல காரணம் எங்கு உள்ளது என்பதை அறிந்து அந்த நோயை முழுவதுமாகத் தீர்ப்பதற்கான மருத்துவம் அல்லது சிகிச்சை மேற்கொள்ளப் படுவதில்லை. இதில் வேடிக்கை என்னவென்றால், எங்கே உடலில் நோய் அறிகுறி தெரிகிறதோ அதனை மட்டும் நாம் கவனிக்கிறோம். அது எதனால் உண்டாகிறது என்பதைப் பற்றிய சிந்தனை வருவதில்லை. ஒரு வீடு பற்றி எரிகிறது என்றால் அதிலிருந்து புகை சன்னல்களின் வழியாக வெளிப்படுகிறது. அந்தப் புகையை மட்டும் அணைத்தால் தீயை அணைத்து விடமுடியுமா? சாளரங்களை (சன்னல்களை) மட்டும் மூடிவிட்டால் தீ அணைந்து விடுமா? அதுபோல் தான் தற்போதைய மருத்துவ சிகிச்சைகள் அளிக்கப்படுகின்றன. ஆக, புகையை வெளியே வராமல் அடைத்து விட்டால் தீ நின்றுவிடும் என்று எண்ணுவதுபோல, நோய் தோன்றும் இடத்தில் அதன் அறிகுறியை வைத்து மருந்து கொடுப்பதும் அப்படித்தான். எனவே நோய் எதனால் வருகிறது அதன் வேர் மூலம் எங்கே இருக்கிறது என்று அறிந்து அதற்கான மருத்துவ சிகிச்சையை மேற்கொள்ள வேண்டும். ஒவ்வொரு நோய்க்கும் அதைச் சார்ந்த வாழ்முறை மாற்றம் செய்வதுதான் சிறந்தது. மருத்துவரைப் பார்ப்பதற்கு முன்பும் மருந்துகளை எடுத்துக்கொள்ளும் முன்பும் வாழ்முறையில் மாற்றம் செய்வது மிகவும் சரியான முறையாகும்.

மருத்துவர்களில் மிகச் சிறந்த மருத்துவர் யார் என்று கேட்டால், மருந்துகளே தேவையில்லை என்று மக்களுக்குக் கற்பிக்கும் மருத்துவர்தான் சிறந்த மருத்துவர் ஆவார். இதன் மூலமே நலவாழ்வு வாழ முடியும். என்னைப் பொருத்தவரை வாழ்நாள் முழுவதும் மருந்துகள் சாப்பிடவேண்டும் என்று சொன்னால் அந்த மருந்து உங்களைக் கொல்லுமே தவிர, நீங்கள் வாழ்வதற்கு அந்த மருந்து உதவுவதில்லை. இப்போது ஒரு நல்ல மாற்றம் மக்கள் மனங்களில் வருவதை உணர முடிகிறது. நவீன மருத்துவ முறை என்பது *Modern System of Medicine* என்பது *Money*

System of Medicine என்று சொல்லத்தக்க அளவுக்குப் பணம் சம்பாதிக்கும் தொழிலாகவே மருத்துவத் தொழில் மாறிவிட்டது என்பதை மக்கள் இப்பொழுது புரிந்துகொண்டு வருகிறார்கள். இதற்கு மாற்றாக இயற்கை மருத்துவமானது உடலில் சேரும் நச்சுகளையும், தேவையில்லாத பொருள்களையும் அடையாளம் கண்டு அவைதான் நோய்களை உருவாக்குகின்றன என்று அறிவிக்கிறது. எனவே நச்சுகளை நீக்குவதுதான் நோய் தீர்க்கும் முறையாகும். எனவே உள்ளும் புறமும் உடலையும் மனத்தையும் தூய்மையாக வைத்துக் கொணடால், நீண்ட நல வாழ்வினை நீங்கள் பெற்று மகிழலாம். வள்ளுவன் கூற்றுப்படி வையத்துள் வாழ்வாங்கு வாழலாம். நூறாண்டு உயிர் வாழ்க்கையினைச் சுமையின்றி சுகமாக வாழலாம்.

இந்த நூலிற்கு அணிந்துரை எழுதி கௌரவித்த ஐயா திரு. தமிழருவி மணியனுக்கும், பதிப்பிற்கு ஏற்பாடு செய்து நூலை வெளியிட்ட ரிதம் நிறுவனத்தாருக்கும் என் உளமார்ந்த நன்றியினை தெரிவித்துக் கொள்கிறேன்.

உள்ளடக்கம்

1

நோய்களை உருவாக்குபவர்கள் மருத்துவர்களே!

இன்றைய நிலையில் பெரும்பாலான மனிதர்கள் உடல் அளவிலும், மனத்தளவிலும் பல்வேறு வகையான நோய்கள் அல்லது துன்பங்களுக்கு உள்ளாகிறார்கள்; இந்த நோய்களுக்கெல்லாம் மூலகாரணம் என்ன? நோய்களுக்கு மருந்துகள் சாப்பிட்டுத்தான் தீரவேண்டுமா? மருந்துகள், அறுவை சிகிச்சைகள், வாழ்நாள் முழுதும் சாப்பிடும் மருந்து, மாத்திரைகள் இல்லாமல் நாம் நலமான வாழ்க்கையை வாழ முடியும் என்பது மக்களிடையே வியப்பை ஏற்படுத்துவதாக உள்ளது.

மற்ற உயிரினங்கள், குறிப்பாக காடுகளில் வாழும் விலங்குகள் அவை இறக்கும் வரை எவ்விதமான மருத்துவ சிகிச்சைக்கும் உட்படுவதில்லை. இதனை நாம் நன்கு கருத்தில் கொள்ள வேண்டும். ஏனென்றால், இத்தகைய விலங்குகள் இயற்கையோடு இயைந்து வாழ்கின்றன. இயற்கையில் கிடைக்கும் பொருள்களையே உண்கின்றன. மனிதர்களைப் போல் சமைத்த உணவுகளை அவை தேடுவதில்லை. சுத்திகரிக்கப்படாத, பல்வேறு தயாரிப்பு முறைகளுக்கு உட்படாத, இயற்கை உணவை அப்படியே அவை உண்கின்றன. விலங்குகளின் உள்ளுணர்வு என்ன சொல்கின்றதோ, அதன்படியே அவை உண்ணும் பழக்கத்தைக் கொண்டிருக்கின்றன.

எடுத்துக்காட்டாக, மாடுகள் புல்லைத் தின்கின்றன. பறவைகள் தானியங்களைக் கொத்தித் தின்கின்றன. பூனை, நாய் ஆகிய பிராணிகள் கறி, மீன் போன்றவற்றைச் சாப்பிடுகின்றன.

அந்தந்த விலங்குகளும், பறவைகளும் அவற்றின் உள்ளுணர்வு என்ன கட்டளையிடுகின்றதோ அதை மீறி எதையும் உண்பதில்லை. ஆனால், மனிதர்களாகிய நாம் என்ன செய்கிறோம்? நம்முடைய உள்ளுணர்வு சொல்வதை நாம் கேட்கிறோமா?

ஒரு பழப்பண்ணைக்குச் செல்கிறோம், நமக்குப் பசி எடுக்கிறது, உடனே அங்கு என்ன பழங்கள் இருக்கின்றனவோ அவற்றைப் பறித்து, சுவைத்து சாப்பிடுகிறோம். ஆனால், ஒரு நெல் வயலுக்குச் செல்லும்போது அங்கு இருக்கும் புல்லையோ, நெற்பயிரையோ அப்படியே பறித்துத் தின்பதில்லை. ஒரு கோழிப்பண்ணைக்குச் செல்கிறோம். அங்கு கோழிகளைப் பார்த்தவுடன் அவற்றை துரத்திப் பிடித்து அவற்றின் கழுத்தை முறித்து அதன் குருதியைக் குடிக்க முற்படுகிறோமா? இல்லை.

பழங்களைப் பார்த்தவுடன் நம்முடைய உள்ளுணர்வு அவற்றை சாப்பிடச் சொல்கிறது. அவற்றைப் பார்த்தவுடன் நம் வாயில் உமிழ்நீர் சுரக்கிறது. ஆனால், நாகரிகம் மிகுந்த இந்தக் காலத்தில் மனித உணவை மறந்து சிங்கம், புலிக்குரிய உணவையும், ஆடு, பூனைக்குரிய உணவையும், மாடு, மான், யானை, பறவைகளுக்குரிய உணவையும் நாம் உண்கிறோம். இது சரியா?

இப்பொழுது புரிகிறதா? ஆயிரக்கணக்கான நோய்கள் ஏன் இந்த மனித குலத்தை வாட்டுகின்றன என்று..

ஆறறிவுபெறாத விலங்கினங்களுக்கு நன்றாகத் தெரிகிறது, எதை உண்டால் நோய் வராது என்று. ஆனால், ஆறறிவுள்ள மனிதர்கள் மட்டும் எதைச் சாப்பிடவேண்டும், எப்பொழுது சாப்பிட வேண்டும் என்பதை அறிய முற்படுவதில்லை. எனவே, ஆயிரக்கணக்கான நோய்கள் அவர்களை மண்டுகின்றன. அவற்றால் மனிதர்கள் மாண்டு போகிறார்கள்.

நவீனமயம், நாகரிகம் என்ற பெயரிலும், நகரமயமாதலாலும் உணவு முறை மாற்றங்களுக்கு மனிதன் உள்ளாகிறான். உணவு சமைப்பதில் ஏற்பட்டுள்ள மிகப் பெரிய மாற்றங்களால்

உணவு தானியங்களில் உள்ள உயிர் சத்துக்கள் இழப்புக்கு உள்ளாகின்றன. நம் உயிரணுக்களுக்கு மிகவும் முக்கியமாக உயிர் சத்து தேவைப்படுகிறது. உணவிலிருந்து கிடைக்கும் மாவுச்சத்து, புரதம், கொழுப்பு ஆகியவற்றின் மூலம் உடல் செல்கள் சக்தியைப் பெறுகின்றன.

ஆனால் உடலின் பல்வேறு உறுப்புகள் பல ஆயிரக்கணக்கான பணிகளைச் செய்கின்றன. என்சைம்கள், ஹார்மோன்கள், உமிழ் நீர், குருதி, இன்சுலின். தைராய்டு சுரப்புகள் ஆகியவற்றைத் தயாரித்துக் கொடுக்கும் பணிகளை உடல் உறுப்புகள் செய்கின்றன. இவற்றுக்கு உயிர் சத்துகள், தாதுப்பொருள்கள் போன்ற நுண்ணுயிர் சத்துகள் தேவைப் படுகின்றன. இவற்றை நம் உடலுக்கு அளிக்கக்கூடிய இயற்கையான உணவை நாம் உண்பதில்லை. உடலுக்கு சரியான பயிற்சிகளைக் கொடுப்பதில்லை. சூரிய ஒளி உடலின் மீது படவிடுவதில்லை. இயற்கையான தாதுக்கள் நிறைந்த நீரைக் குடிப்பதில்லை. உயிர்த் தன்மை குறைந்துள்ள காற்றையே நாம் சுவாசிக்கிறோம். இந்த வகையிலெல்லாம் உடலுக்குத் தேவையானதைக் கொடுக்காமல் பற்றாக்குறை நிலையிலேயே உடலை வைத்துள்ளோம். இதனால், உடலில் உள்ள உயிரணுக்கள் தமது தேவைக்காக ஏங்கித் தவிக்கின்றன. இந்தத் தவிப்பின் விளைவுதான் நோய்கள். அவை பல்வேறு வடிவங்களில், பல்வேறு பெயர்களில் தம்மை வெளிக்காட்டுகின்றன.

இன்றைய அளவில் 97% நோய்கள் மனிதர்களின் வாழ் முறையினாலும், மன அழுத்தத்தாலும் ஏற்படுகின்றன. எதிர்மறை உணர்வுகள் இந்த நோய்களை உருவாக்கும் முக்கியக் காரணிகளாக விளங்குகின்றன. அவையாவன அச்சம், கோபம், கவலை, பொறாமை போன்றவை. இத்தகைய எதிர்மறை உணர்ச்சிகள் உள்ளுக்குள்ளேயே இருந்து மனிதனை ஆட்டுவிப்பதால் பல்வேறு நோய்கள் உண்டாகின்றன. இயற்கைக்கு மாறான உணவுப் பழக்கவழக்கங்கள் இவற்றுக்குத் துணை போகின்றன. எனவே, நோய்களின் வேர் எங்குள்ளது? அதற்கான மூலகாரணம் என்ன என்பதை நாம் அறிந்து அதன்படி வாழ்ந்தால் மாத்திரைகள், நீர்ம மருந்துகள், உர மருந்துகள் (டானிக்) ஆகியவற்றிலிருந்து முற்றாக

விடுபடலாம். அறுவை சிகிச்சைகளின்றி நாம் முழு நலத்துடன் வாழலாம். நோய்கள் வராமல் தடுப்பதிலும் வந்த நோய்களை நீக்குவதிலும் இயற்கை மருத்துவம் பெரும் பங்கு வகிக்கின்றது.

2
நோய்களின் வகைகள்

நோய்களை இரு வகையாகப் பிரிக்கலாம். உடனடி நோய்கள் மற்றும் நாள்பட்ட நீண்டகால நோய்கள். உடனடி நோய்கள் என்பவை திடீரென பாதிப்பை ஏற்படுத்துவன. சளி பிடித்தல், இருமல், தும்மல், தலைவலி, காய்ச்சல், மூட்டுவலி, வாந்தி, வயிற்றுப்போக்கு போன்ற தொந்தரவுகள் நோய்கள் அல்ல. அவை தானாகவே போகட்டும் என்று விட்டுவிடலாம். அந்த நோய்கள் தாமாக விலகுவதற்கு நாம் நம்முடைய உடலை அனுமதிக்க வேண்டும். அவ்வாறு விட்டுவிடுவது நம் உடலுக்குச் செய்யும் பெரும் உதவியாக இருக்கும்.

ஏன் உடலை அனுமதிக்க வேண்டும்?

நாம் சூழல் மாசு நிறைந்த ஒரு பகுதிக்குச் செல்கிறோம். அல்லது நீண்ட நாளாகப் பூட்டி வைக்கப்பட்ட அறைக்குள் செல்கிறோம் என்றால் அங்கு சென்றவுடன் ஒரு துணியை எடுத்துத் தூசி தட்டுகிறோம். உடனே நம்முடைய உடல் அதற்கு எவ்வாறு எதிர்வினை புரிகிறது? இருமல், தும்மல் என்று தன்னுடைய எதிர்ப்பாற்றலை உடல் வெளிப்படுத்துகிறது. ஏனென்றால், நம் சுற்றுச்சூழலில் உள்ள மாசு, தூசு, நச்சுப் பொருள்கள் நம் மூக்கின் வழியாக நம் உடலுக்குள் சென்று விடுகின்றன. இது நம் கண்களுக்குத் தெரிவதில்லை. ஆனால் அதனை நம் உடல் இயற்கையான தன்மையால் கண்டுபிடிக்கிறது. நம் உடலுக்குப் பொருந்தாத அந்நியப் பொருள் ஒன்று உள்ளே புகுந்து தூசு, மாசு ஆகியவற்றை ஒன்றாகத் திரட்டி மிக வலிமையான ஆற்றலுடன் மூக்கின் வழியாக அதனை வெளியேற்றுகிறது. அதனைத்தான் நாம் இருமல் என்றும், தும்மல் என்றும் சொல்கிறோம்.

இப்போது இருமலைப் பற்றிச் சற்றுக் கூர்ந்து ஆராய வேண்டுமென்று நான் கேட்டுக் கொள்கிறேன். இருமல், தும்மல் ஆகியவை நம் உடலில் புகுந்து நச்சானது வெளியேற்றப் படுகிறது. எனவே இருமல், தும்மல் என்பது சிகிச்சையே தவிர நோய் அல்ல.

இன்றைய மருத்துவ சூழலில் இத்தகைய குறி குணங்களை (அறிகுறிகளை) நோய்கள் என்றே கருதி அவற்றைப் போக்குவதற்கான மணப்பாகு சிரப்பு, மாத்திரைகள் போன்றவற்றை நாம் உட்கொள்கிறோம். இதனால் நமக்கு நோய்களில் இருந்து விடுதலைப் பெற்றதாக நாம் உணருகிறோம். ஆனால், உண்மை என்னவென்றால், இத்தகைய மருந்துகளை சாப்பிடும்போது நோய் அறிகுறிகள் அழுத்தப்பட்டுத் தடுக்கப்படுகின்றன. எனவே, உண்மையிலேயே நோய்கள் இப்பொழுதுதான் உடலில் ஆரம்பிக்கின்றன. எனவே நன்றாக நினைவில் கொள்ள வேண்டும், இருமல் என்றால் அது ஒரு சிகிச்சை; தும்மல் என்றால் அதுவும் ஒரு சிகிச்சையே.

ஆனால், இவற்றுக்கு மருந்து, மாத்திரை, மணப்பாகு (சிரப்) ஆகியவற்றை சாப்பிடும்போது நோய்களின் வீரியம் அதிகமாகிறது. அதன் இருப்பும் பரவலாகிறது. மருந்துகள், நோய்களுக்கான அறிகுறிகளிலிருந்து நம்மை விடுவிக்கலாமே தவிர நோய்களை முற்றாக அவற்றால் குணப்படுத்த முடியாது. எனவே இத்தகைய மருந்துகள் நம் உடம்பில் பல்வேறு வகையான நோய்கள் உருவாவதற்கு உதவி செய்கின்றன. இருமலுக்கும், தும்மலுக்கும் இத்தகைய மருந்து மாத்திரைகளை எழுதிக் கொடுக்கும் மருத்துவர்களை அடிக்கடி சந்திப்பதன் மூலம், நீங்கள் நிரந்தர நோயாளியாக ஆவது உறுதி. வேதிப் பொருள்களாலான மருந்து மாத்திரைகளை எழுதிக் கொடுக்கும் மருத்துவர்களிடமிருந்து சற்றே தள்ளி நில்லுங்கள். இல்லாவிட்டால், நிரந்தர நோயாளியாக மருத்துவர்கள் உங்களை ஆக்கிவிடுவார்கள்.

நம் உடல் மேற்கொள்ளும் சிகிச்சையை நாம் நம் அறிவைப் பயன்படுத்தி அவற்றை நோய்கள் எனக் கருதிச் செய்யப்படும் ஒவ்வொரு செயலும் நோய் எதிர்ப்புச் சக்தியை அழிப்பதாகும்.

எனவே, இருமல், தும்மல், சளி எனப் பலதரப்பட்ட தொந்தரவுகள், தங்கியுள்ள கழிவுகளை வெளியேற்றும் முயற்சியே தவிர நோய்கள் அல்ல.

இப்போது நாம் பொதுவாக ஏற்படும் காய்ச்சல் பற்றிப் பார்ப்போம்..

காய்ச்சல் என்பது நோய் அன்று. அது எவரும் கற்பனை செய்து பார்க்க முடியாத அளவிற்கு உடலுக்கு நன்மை செய்யும் ஒரு வழியாகும்.

உடம்பில் கழிவுகள், நச்சுப் பொருட்கள் அதிகமாகும் போது, அதை வெளியேற்றும் முயற்சியாக முதலில் உடலின் வெப்பத்தை அதிகரித்து, பசியை அகற்றிக் கட்டியாகச் சளியை நீர்மமாக மாற்றி முக்கின் வழியாக வெளியே வீசும் போது சளி பிடித்துவிட்டது என்றும், நோய் வந்துவிட்டது போல் உணர்கிறோம்.

ஆக, உடம்பினுள்ளே சேர்ந்துள்ள நச்சுப்பொருட்களை வெளியேற்றும் ஒட்டுமொத்த முயற்சியை காய்ச்சல் என்று பெயரிட்டு அழைக்கிறோம். அப்போது, நாக்கில் கசப்பு ஏற்பட்டு உணவுப்பொருட்களைப் பார்த்தால் ஒரு வெறுப்பு தோன்றுகிறது.

உடம்புக்கு உணவே தேவையில்லை என்ற உணர்வு ஏற்படுகிறது. ஏனென்றால் உடம்பின் மிக முக்கிய பணி என்பது உணவை செரிப்பதாகும், இந்த செரிமானத்திற்கு ஓய்வு கொடுக்கும் போது நம் உடம்பில் உள்ள சக்தி முழுவதும் நச்சுப்பொருட்களை எதிர்த்துப் போரிடுவதற்காகத் திருப்பி விடப்படுகிறது. இந்த ஒரு அழகான எதிர்விளைவை நாம் மதித்துப் போற்றவேண்டும். மருந்துகளைக் கொண்டு இதனை அழுத்திவிடக்கூடாது.

ஆனால், பொதுவாக காய்ச்சலை ஒரு நோயாகப் பார்ப்பதால் மருத்துவர்கள் மருந்துகளைக் கொடுத்து உடல் வெப்பநிலையைக் குறைக்க முற்படுகிறார்கள். இதனால், உடல் வெப்பநிலை குறைந்து இயல்பு நிலைக்குத் திரும்பி வழக்கம்போல் நமது வேலைகளைச்

செய்ய முடிவதாக நாம் நினைக்கிறோம். ஆனால் ஒன்றைப் புரிந்துகொள்ள வேண்டும். மருந்துகளைக் கொண்டு காய்ச்சலை இவ்வாறு தணிப்பதால், நம் உடல் மேற்கொண்ட நோய் எதிர்ப்புத் திறனை அழிப்பதாகும். நோய் எதிர்ப்புச் சக்தியானது நம் உடலின் வெப்பம் அதிகரிக்கும் போது ஓங்கி இருக்கும். மருந்துகள் மூலம் அந்த ஆற்றலைத் தடுக்கும் போது, நம் உடலைப் பேணிக்காக்க மேற்கொண்ட அனைத்து முயற்சிகளும் வீணாக்கப்படுகின்றன.

எனவே காய்ச்சல் என்பது நோயல்ல, நம் உடல் நமக்காக மேற்கொண்ட சிகிச்சை. இதற்காக நாம் வேதிப்பொருட்கள் பயன்படுத்தி தயாரிக்கப்பட்ட மருந்துகளை உட்கொள்ளும் போது உடல் மேற்கொண்ட சிகிச்சையானது தடுக்கப்பட்டு, உடலில் நோய்கள் வேகமாக அதிக வீரியத்துடன் பரவ ஆரம்பிக்கின்றது.

நாம் இப்போது இரண்டு முறை குணமாக வேண்டியுள்ளது. ஒன்று கழிவு தேக்கத்தினால் ஏற்பட்ட காய்ச்சல், இன்னொன்று வேதிப் பொருட்களான மருந்தின் பாதிப்பில் இருந்து. இதைத்தான் ஆங்கிலத்தில் கூறுவார்கள் "*You have to recover twice if you are on medication, once from illness, once from drug*".

நம் உடலில் கழிவுகள் அதிகரிக்கும் போது அவற்றை உட்கொள்ள கிருமிகள் நம் உடலிலே உருவாகி, அக்கழிவுகளை உண்டு, உடலிலே படிகின்றது. எடுத்துக்காட்டாக, நம் வீட்டில் நாள் கணக்கில் கோதுமை மாவு, மிளகாய் பொடி, தனியா தூள் பயன்படுத்தாமல் அடைத்து வைத்திருந்தோமேயானால், 3 அல்லது 6 மாதம் கழித்துப் பார்க்கும் போது கோதுமை மாவில் வண்டு இருக்கும், மிளகாய்த்தூளில் புழு இருக்கும். காற்று கூட நுழைய முடியாது அடைத்து வைத்திருந்த கலனில் வண்டு, புழு வரக் காரணம் என்ன? எந்த ஓர் உயிர்ச்சத்து உள்ள ஒரு பொருள் கழிவாக மாறும்போதும் அதை உண்ண, கழிவுக்கு ஏற்றாற்போல் கிருமிகள் உருவாக வேண்டும் என்பதுதான் இயற்கையின் விதி.

இன்னொரு எடுத்துக்காட்டு. நெடுஞ்சாலைகளில் விலங்கு விபத்துக்குள்ளாகி இறந்துவிட்ட பின், சில நாள் கழித்துப் பார்த்தோமேயானால், அதன் உடலிலிருந்து புழுக்கள் நெளிந்து

வரும், காற்று சுவாசிக்காத, தண்ணீர் பருகாத அந்த விலங்கினுள்ளே எப்படிப் புழுக்கள் உற்பத்தியாகும்? அந்த விலங்கு இறந்து, கழிவாக மாறியதால் அதை உட்கொள்ள அதற்கு ஏற்றவாறு புழுக்கள் உருவாகும். நாம் சற்றுக் கவனித்துப் பார்த்தால் கோதுமை மாவில் இருந்த கிருமி, மிளகாய்த் தூளில், தனியா தூளில் மற்றும் விலங்கின் உடம்பில் இருந்த புழுக்கள் ஒவ்வொன்றும் வேறுபட்டிருக்கும். நாம் இங்கு புரிந்துகொள்ள வேண்டிய விஷயம், அறிவைப் பயன்படுத்திச் சிந்திக்க வேண்டிய ஒன்று, எங்கு கழிவுகள் நிறைந்து இருக்கிறதோ, அதனை உட்கொள்ள அதற்கு ஏற்றவாறு கிருமிகள் வண்டுகளாக, புழுக்களாக உருவெடுக்கும்.

இப்போது நம் உடலில் கிருமிகள் இருந்தால் நாம் கிருமிகளை அழிக்க மருந்துகளை விட்டுவிட்டு கழிவுகளை வெளியேற்றும் முயற்சி மேற்கொள்ள வேண்டும். கிருமிகளால் நோய் ஏற்படும் என்ற எண்ணத்தினை உங்கள் மனதில் இருந்து தூக்கி எறியுங்கள். கிருமிகள் நமது நண்பன். பல இலட்சம் ஆண்டுகளுக்கு முன்னர் தோன்றிய முதல் உயிரினம் கிருமிகள். அவற்றில் இருந்து தான் பல உயிர்கள் பரிணாம வளர்ச்சி பெற்று இருக்கின்றன, எனவே நமது முன்னோர்கள் கிருமிகள் தான். கிருமிகள் இன்றி நாம் இல்லை. காற்று மூலம், நீர் மூலம், கொசுக்கடி மூலம் கிருமிகள் பரவும் என்பது பொய்யே. நம் உடலிலே பல கோடி கிருமிகள் இருக்கின்றன.

நாம் சாப்பிட்ட உணவு செரிக்காமல் கழிவாக மாறும்போது, நாள்பட்ட உணவில் உருவாகும் கழிவுகள் தேக்கம் பெறும்போது, மலச்சிக்கல் ஏற்படும் போது, கழிவுக்கு ஏற்றவாறு கிருமிகள் உருவெடுக்கும். இவற்றையே நாம் டைபாய்டு, மலேரியா, தட்டம்மை, அம்மை கிருமி எனப் பல வகையாக அழைக்கிறோம்.

கிருமிகளால் நோய் ஏற்படுவது உண்மையானால், வருடத்தில் எல்லா மாதங்களிலும் நோய்கள் சராசரியாக இருக்க வேண்டும். ஆனால், அவ்வாறு இல்லை. சற்றுக் கவனித்துப் பாருங்கள். குளிர்காலத்தில் மருத்துவமனைகளில் சளி, காய்ச்சல் என்று மக்கள் வரிசை கட்டி இருப்பார்கள். ஆனால் வெப்ப

காலங்களில் ஆரோக்கியமாக இருப்பார்கள். மிகக் குறைந்த மக்களே காய்ச்சலுக்கு உள்ளாவார்கள். நாம் புரிந்துகொள்ள வேண்டிய ஒன்று வெப்ப காலங்களில் அண்டமே பிண்டம் என்பதற்கு ஏற்றவாறு உடலின் வெப்ப சக்தி அதிகரித்து இருக்கும். அப்போது நாம் உட்கொண்ட உணவு நன்றாக செரித்து விடுவதால் அவை கழிவுகளாக மாறுவதற்கு வாய்ப்பு மிகவும் குறைவு, வெப்ப காலங்களில் இருந்த உணவுப் பழக்கத்தினை, குளிர் காலங்களிலும் நாம் கடைப்பிடிக்கும் போது உணவு சரியாகச் செரிக்கப்படாமல் கழிவுகள் தேக்கம் அடைகிறது.

எடுத்துக்காட்டாக வெப்பக் காலங்களில் மாமிசம், எண்ணெய் வகைகள் மற்றும் திடமான உணவு உண்ட போதும் அவை உடல் சூட்டினால் நன்றாக செரிக்கப்பட்டு வியர்வை மற்றும் சிறுநீர், மலம், சுவாசம் மூலம் கழிவுகள் வெளியேறும். ஆனால் அதே உணவுகளை நாம் குளிர்காலங்களில் சாப்பிடும் போது குளிர்ச்சி பெற்ற உடலானது திடமான உணவை செரிக்க முடியாமல், அது கழிவுகளாக மாறும்போது அவற்றை உண்ணக்கிருமிகள் நம் உடலில் இருந்தே உற்பத்தியாகும். ஆக கிருமிகளால் ஒருபோதும் நம் உடலில் நோய்கள் ஏற்படுவது இல்லை. கிருமிகள் நமது நண்பன். நாம் ஆரோக்கியமாக வாழ்வதற்குத் தேவை கிருமிகள்.

குளிர்காலங்களில் ஏற்படும் சளி, இருமல், காய்ச்சல் போன்ற தொந்தரவுகளுக்கு செய்ய வேண்டிய சிகிச்சை முறை ஓய்வு. ஆமாம்! உடம்பிற்கு ஓய்வு அளித்து பழச்சாறு உண்டு, தாகத்தின் போது தண்ணீர் பருகி, பசிக்கும் போது செரிமானம் ஆகக்கூடிய காய்கறி, பழம் நிறைந்த உணவு உட்கொள்ளும் போது, கழிவுகள் வேகமாக உடலிலிருந்து வெளியேறி உடல் சுத்தம் பெறும் போது தொந்தரவு நிற்கும். அதை விடுத்து நாம் ஆங்கில மருத்துவத்தில் கொடுக்கப்படும் கிருமி எதிர்ப்பி (Antibiotics) மருந்துகளை உட்கொள்ளும்போது, கழிவுகளை உண்டு, உடலைப் பேணிகாக்க இயற்கை உருவாக்கிய கிருமிகளைக் கொல்வது என்பது முட்டாள்தனம்.

எடுத்துக்காட்டாக, நாம் வாழும் பகுதியில் அன்றாடம் குப்பை அள்ளும் நகராட்சிப் பணியாளர்கள் சுத்தப்படுத்தும் போது எந்த தொந்தரவும் இல்லை. இதே சமயம் குப்பை அள்ளும் பணியாளர்கள் ஒட்டு மொத்தமாகச் சில நாட்களுக்கு விடுமுறையில் சென்றுவிட்டால் என்ன நிகழும்? அனைவரின் வீட்டில் இருக்கும் குப்பைகள் தெருக்களில் கொட்டப்படும். இவ்வாறு குப்பை அதிகமாக சேர்ந்து ஒருசில நாளில் அவை கழிவுகளாக மாறும் போது அவற்றை உண்ண எலி, கரப்பான், ஈக்கள் போன்ற ஜீவராசிகள் அங்கே வந்து சேரும். கழிவுகள் அதிகமாகும் போது இனப்பெருக்கம் மூலம் ஜீவராசிகளின் எண்ணிக்கை பெருகும். சற்று சிந்தியுங்கள். அங்கே அவை பெருகுவதற்குக் காரணம் என்ன? குப்பைகள் கழிவுகள் ஆனது தானே!

இப்போது நகராட்சிப் பணியாளர்கள் பணிக்குத் திரும்பி, குப்பையை அகற்றுவதை நிறுத்திவிட்டு எலி, கரப்பான், ஈக்களை விரட்டுவதற்கு பிளிச்சிங் பவுடர் அல்லது பூச்சிக் கொல்லி மருந்துகளைத் தெளித்துக் கொண்டே இருந்தால் அதனை நீங்கள் அனுமதிப்பீர்களே! எனவே குப்பையை அகற்றுவது தான் புத்திசாலித்தனமே தவிர, Antibiotics என்னும் பூச்சிக் கொல்லி மருந்துகளைத் தெளித்துத் தன் உடலுக்குச் சிகிச்சை என்னும் பெயரில் நீங்கள் மேற்கொள்ளும் ஒவ்வொரு முயற்சியும் நாள்பட்ட நோயாக்குவதுதான்.

சாதாரண சளி, இருமல், தும்மல், காய்ச்சலைப் பூச்சிக் கொல்லி மூலம் தடுக்கும் போது அவை கபவாதம் (Pneumonia) என்று நாள்பட்ட நோயாக மாறும். எனவே எந்த தருணத்திலும் கிருமிகளால் நோய்கள் ஏற்படுவதில்லை. சில தொந்தரவுகள் ஏற்படும். அவற்றிற்குக் காரணம் உடலில் தேங்கியுள்ள கழிவுகள் தானே தவிர கிருமிகள் அல்ல. கிருமிகளைக் கொல்ல ஒரு வைத்தியத்தை பார்க்காமல், கழிவுகளை வெளியேற்ற முயற்சி செய்யுங்கள். உடலில் தேங்கும் கழிவுகள் தான் நோய்களுக்கு முதல் காரணம். கழிவுகளை வெளியேற்றுவதுதான் முதல் சிகிச்சை.

எனவே, காய்ச்சலைத் தடுக்காமல் அதை மதித்துப் போற்றி ஒரு சில நாட்கள் அதனைத் தாங்கிக் கொள்ள வேண்டும். இதனால் உள்ளுறுப்புகள் தூய்மைப்படுத்தப்பட்டு, ஒருவகையான அகக் குளியல் நடைபெறுகிறது. ஆண்டிபயாடீக்ஸ் என்ற வகையிலான மருந்துகள், மருத்துவர்களால் கொடுக்கப்படுகின்றன. ஆண்டி என்றால் எதிரானது. பயோடீக் என்றால் உயிர் அல்லது வாழ்வு என்று பொருள். எனவே, உயிருக்கு எதிரான என்பது இதிலிருந்து புரிந்து கொள்ளப்பட வேண்டியதாகும்.

எனவே, இவ்வகை மருந்துகள் நோய் எதிர்ப்புத் திறனைக் கொன்று விடுகின்றன. இதன் விளைவாக நோய்க் கிருமிகளை எதிர்த்து நம் உடல் இயல்பாகவே போரிடும் தன்மையை இழந்துவிடுகிறது. உண்மையைச் சொல்லப்போனால் கிருமிகள் நோய்களை உருவாக்குவது இல்லை. நோய் எதிர்ப்புத் தன்மை இல்லாத போது கிருமிகள் பல மடங்கு அதிகமாகின்றன. இதனால் நச்சுப்பொருட்கள் உடலில் சேர்கின்றன. இந்த வகையில் தொடர்ந்து நாம் மருந்துகளை உள்ளே விழுங்கி காய்ச்சல், சளி, இருமல், தும்மல், வாந்தி, வயிற்றுப்போக்கு ஆகியவற்றைத் தணிக்க முற்படும்போது, நீண்ட நாள் நோய்களுக்கான இருப்பிடமாக நம் உடல் மாறுகிறது. மேலும், மேலும் இவற்றை அழுத்தித் தணிக்கும் போது அதுவே ஆஸ்துமா வீசிங் எனப்படும் மூச்சு இரைப்பு, நிமோனியா, காசநோய் ஆகியவை எதிர்காலத்தில் வருவதற்கு வாய்ப்பாக அமைகின்றன. காய்ச்சல், வாந்தி, வயிற்றுப்போக்கு, ஆகியவற்றை மாத்திரைகளைக் கொண்டு அடக்கும் போது அவையே எதிர்காலத்தில் டைபாய்டு, மலேரியா, எக்ஸிமா, சொரீயாசிஸ் போன்ற கடும் நோய்களாக உருவெடுக்கின்றன.

இதையடுத்துக் காசநோய், நிமோனியா, தோல் நோய்கள் தொடர் தலைவலி ஆகியவற்றை அழுத்தித் தடுக்கும் போது அவையே புற்றுநோய் போன்ற உயிர்க்கொல்லி நோய்களாக உருவெடுக்கின்றன. இந்த நிலை வரும் போது, புற்றுநோய்க்கு மருந்துகள் ஏதும் இல்லை என்று கைவிடும் நிலை ஏற்படுகிறது, பொதுவான எளிய உடனடி நோய்களை அவ்வப்போது மாத்திரை, மருந்துகள் இல்லாமல் இயல்பாக நாம் விட்டுவிடுவோமானால்,

நம் உடல் தூய்மையாகவும் நோய் எதிர்ப்புத் திறனுடனும் இருக்கும்.

தீர்வு

காய்ச்சல், தடுமன், இருமல், தும்மல் போன்ற நோய்கள் ஏற்பட்டால் நாம் என்ன செய்ய வேண்டும்? உடனடியாக நமது இரைப்பை மற்றும் குடலுக்கு ஓய்வு கொடுக்க வேண்டும். வழக்கமாக சாப்பிடும் தீட்டப்பட்ட அரிசி, மைதா அல்லது ரொட்டி சார்ந்த உணவுப்பொருட்கள் பால், தயிர், நெய், வெள்ளைச்சீனி, அயோடின் கலந்த உப்பு, வெண்ணெய், பாலாடைக்கட்டி இன்னபிற உணவுகளை உண்பதை நாம் நிறுத்த வேண்டும். இவ்வகை உணவுகள் உடல் தாமாகவே தம்மை குணப்படுத்திக் கொள்ளும் தன்மையை அனுமதிப்பதில்லை. காய்ச்சல் கண்ட பின்னர் பசி எடுக்கும் வரை எதையும் சாப்பிடக்கூடாது. பழங்கள், காய்கறிகள், காய்கறி சூப்புகள் போன்றவற்றை அப்போது சாப்பிட்டால் உடம்பில் உள்ள நச்சுப்பொருட்கள் வீண் பொருட்கள், ஆகியவை ஓரிரு நாட்களில் உடம்பில் இருந்து வெளியேறும்.

எனவே, காய்ச்சல் தணிந்து இயல்பு நிலை திரும்பும். இவ்வகையில், இயற்கையாக அதனைக் குணப்படுத்தும் போது உடல் முழுவதும் தூய்மை பெறும். நோய் எதிர்ப்புத் திறனும் உண்டாகும். எலுமிச்சை அல்லது சாத்துக்குடிச் சாறு குடித்தால் நமக்கு சளி பிடிக்கும், காய்ச்சல் வரும், தலைவலி உண்டாகும் என்று பலர் சொல்கிறார்கள். ஆனால், உண்மை என்னவென்றால் எலுமிச்சைச் சாறு உடம்பில் உள்ள நோய் எதிர்ப்புத் திறனைத் தூண்டிவிட்டு உடம்பில் புதைந்துள்ள நச்சுகளைச் சளி, காய்ச்சல், தும்மல் போன்றவற்றின் மூலம் வெளியேற்றுகிறது.

எனவே, இந்த நல்ல எதிர்விளைவுகளை ஏற்படுத்திய எலுமிச்சை சாற்றை நாம் குறை சொல்லக்கூடாது. மாறாக, தொடர்ந்து அதனைக் குடித்து வந்தால் உடம்பில் சேர்ந்துள்ள எல்லா நச்சுப்பொருட்களும் வெளியேற்றப்படும் என்பதை உணரலாம்.

உடம்பின் செரிமானப் பாதையை நாம் தூய்மையாக வைத்துக் கொள்ள வேண்டும். குடல் தூய்மையே உடல் தூய்மையாகும். எனவே, அதற்கு எனிமா அல்லது குடல் சுத்திகரிப்பு சிகிச்சை, ஈரத்துண்டு ஒத்தடம் மற்றும் சில இயற்கை மருத்துவ முறைகளைக் கையாண்டு நம் செரிமானப் பாதையை தூய்மைப்படுத்திக் கொள்ள வேண்டும்.

என் அனுபவம்

என்னுடைய சொந்த அனுபவத்தில் நான் கண்டதை இங்கு குறிப்பிட விரும்புகிறேன். 50 வயதுள்ள ஒரு பெண்மணி நுரையீரல் புற்றுநோயுடன் என்னிடம் வந்தார். அவருக்கு புகைப்பிடித்தல் பழக்கம் இல்லை. அவர் வீட்டிலும் யாரும் புகைப்பழக்கம் இல்லாதவர்கள். நல்ல கிராம சூழ்நிலையில் அவர் வசித்ததால் அவருக்குச் சுற்றுச்சூழல் கேடும் இல்லை. ஆனால், அவருக்கு நுரையீரல் புற்றுநோய் எவ்வாறு ஏற்பட்டது என்பதை அறிவதற்காக அவரது குடும்ப உறுப்பினர்களின் மருத்துவ வரலாற்றை நான் கேட்டறிந்தேன்.

அப்போது, கடந்த 4 ஆண்டுகளாக அவ்வப்போது, அவர் இருமல் மருந்தினை அடிக்கடி குடித்து வந்ததாகக் கூறினார். அந்த மருந்தில் அலுமினியம் மற்றும் பல்வேறு வேதிப்பொருட்கள் இருந்ததால் நோய் அறிகுறிகள் இதன் மூலம் அழுத்திக் கட்டுப்படுத்தப்பட்டதால் அது பின்னர் புற்றுநோயாக மாறியுள்ளது என்பதை அறிந்தேன். அவ்வாறு இருமல் வந்தபோது அதை இயற்கையாக குணமாக விட்டிருந்தால் அப்பெண்மணிக்கு இந்த நிலை வந்திருக்காது. இந்தவகையில், அநேக மக்கள் மிகச் சாதாரண நோய்களை பல்வேறு மருந்துகளால் நீண்டகால நோய்களாகவும் இறப்பை ஏற்படுத்தும் நோய்களாகவும் தாங்களே மாற்றிக் கொள்கிறார்கள் என்பதைக் கருத்தில் கொள்ள வேண்டும்.

3.

ஒற்றைத் தலைவலி

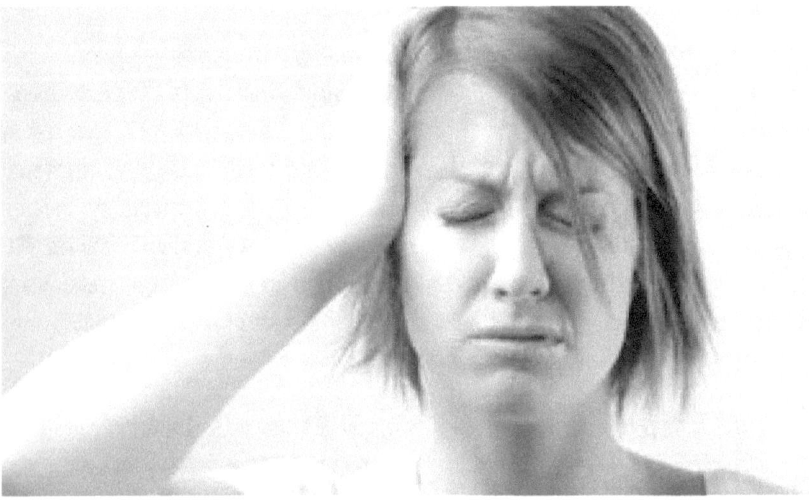

இன்றைய நாளில் பெரும்பாலான பெண்கள் ஒற்றைத் தலைவலியாலும் மனஅழுத்தத்தால் வரும் தலைவலியாலும் பெரும் துன்பத்திற்கு உள்ளாகின்றனர். அப்போது, அவர்கள் வலியைக் குறைப்பதற்கான மாத்திரைகளை விழுங்குகிறார்கள். மருத்துவர்களால் பரிந்துரைக்கப்படும் மாத்திரைகளையோ, தாமாகவே மருந்துக் கடைகளில் விற்கும் மாத்திரைகளையோ எடுத்துக் கொள்கின்றனர். இவ்வகையான மருந்துகள் நேரடியாக மூளையைச் சென்று தாக்குகின்றன. இதனால் நரம்பு மண்டலத்தில் ஏற்படும் வலியைக் குறைத்து, சில மணிநேரங்கள் தலைவலி தெரியாதவாறு மரத்துப்போகச் செய்கின்றன. இதன் மூலம் தற்காலிகத் தீர்வு கிடைக்கும், கிடைக்கிறது என்று நினைக்கிறோம்.

ஒன்றை நன்றாகப் புரிந்துகொள்ள வேண்டும்.

தலைவலி என்பது மூளை அல்லது தலையைச் சார்ந்தது அன்று, தலையில் ஏற்படும் நோயினால் ஏற்பட்டதும் அன்று. இதற்காக எக்ஸ்ரே, ஸ்கேன் ஆகியவற்றை எடுப்பது பயனற்றது. உண்மையிலேயே தலைவலிக்கான மூலக்காரணத்தை நாம் கண்டுபிடிக்க வேண்டும். இது உண்மையிலேயே வயிறு சார்ந்ததாகும். வயிற்றில் அமிலத்தன்மை அதிகமாகுதல், செரிமானக் கோளாறு, மலச்சிக்கல், அதிகமாக கணையநீர் சுரத்தல், குறைவாக தண்ணீர் குடித்தல் போன்ற பல காரணங்களால் தலைவலி உண்டாகிறது. இதுதான் தலைவலிக்கான உண்மையான காரணமாகும்.

எனவே, வயிறு சார்ந்த சிக்கல்களை சரி செய்யாமல் ஒற்றைத் தலைவலியை நிரந்தமாக குணமாக்க முடியாது. இவ்வகையான தலைவலிக்காக பலமாதங்கள், ஆண்டுகள் கணக்கில் மருந்து மாத்திரை சாப்பிடுவது அறிவுடைமையாகாது. உணவுப் பழக்க வழக்கங்கள் இதில் முக்கிய இடம் பெறுகின்றன. பசி இல்லாமல் சாப்பிடுதல், நன்றாக மென்று உண்ணாமை, இரவில் நெடுநேரம் கழித்துச் சாப்பிடுதல், குறிப்பாக புலால் உணவு அல்லது தயிர், நெய் அதிகமாக சேர்த்துக் கொள்ளுதல், உணவு சாப்பிடுவதற்கு இடைஇடையே தண்ணீர் குடித்தல் ஆகியவை தலைவலிக்கான காரணங்களாகும். எனவே, இவ்வாறான முறையற்ற பழக்க வழக்கங்களை மாற்றினால் ஒரு சில நாட்களிலேயே தலைவலி காணாமல் போய்விடும். இயற்கை மருத்துவ முறைகளான குடல் கழுவு சிகிச்சை, அக்குபஞ்சர் ஆகியவை தலைவலியைப் போக்குவதற்கான சிறந்த வழிமுறைகளாகும்.

என் அனுபவம்

என் சொந்த அனுபவத்தை நான் கண்ட ஒரு நோயரைப் பற்றிக் குறிப்பிட விரும்புகிறேன். உணவு குடல், வயிறு, சிறுகுடல், பெருங்குடல் ஆகியவற்றில் புற்றுநோயுடன் ஒருவர் என்னிடம் வந்தார். அந்த நோய் மெதுவாக கணையம், நுரையீரல் ஆகியவற்றிற்கும் அது பரவிக் கொண்டிருந்தது. அவரது மருத்துவக் குறிப்புகளைக் கேட்டபோது, *10* ஆண்டுகளாகத் தொடர்ந்து

ஒற்றைத் தலைவலிக்காக மருந்து சாப்பிட்டு வந்ததாக அவர் குறிப்பிட்டார். அவருடைய நிலையை எண்ணி வருத்தப்பட வேண்டியதாயிற்று.

வாழ்க்கை முறையில் சில மாற்றங்கள் செய்வதனாலும், உணவு பழக்க வழக்கங்களில் சில மாறுதல்களைச் செய்வதன் மூலமும் தலைவலியை அவர் குணப்படுத்திக் கொண்டிருக்கலாம். ஆனால், நீண்டகாலமாக அவர் வலி நிவாரண மாத்திரைகளைத் தொடர்ந்து சாப்பிட்டு வந்ததால் அவருடைய உடம்பு அந்த வேதிப்பொருட்களின் தாக்கத்தைப் பொறுத்துக்கொள்ள முடியவில்லை. அதனால், அவரைக் காப்பாற்ற முடியாத நிலை ஏற்பட்டது.

எனவே, மீண்டும் ஒரு முறை சொல்கிறேன். தலைவலி என்பது தலைக்கு மட்டுமே உரிய நோய் அன்று. அது உடலின் செரிமானப் பாதையைச் சார்ந்ததாகும். எனவே, அதன் மூலகாரணத்தை ஆராய்ந்து அதற்கு மருத்துவம் செய்தால் அந்த நோய் பறந்துவிடும்.

4

வலி

நம் உடம்பில் ஏதாவது வலி ஏற்படும் போது அதனை ஒரு நோய் என்று நினைத்து வலியைக் குறைப்பதற்கு மருந்துகளை விழுங்குகிறோம். அந்த மருந்துகள் வேதிப் பொருட்களால் ஆனவை. எதனால் அந்த வலி வந்தது என்பதைப் பற்றி ஆராயமல் உடனே மருந்துகளை உட்கொள்கிறோம்.

வலி என்பது ஓர் அறிகுறியாகும். நம் உடம்பில் ஏதோ ஒரு இடத்தில் கோளாறு ஏற்பட்டுள்ளது என்பதை வெளிக்காட்டுவதற்காக வலி ஏற்படுகிறது. உடம்பு தன் மீது கவனத்தை ஈர்ப்பதற்காக ஏற்படுத்தும் ஒரு வித உணர்ச்சியே வலி எனப்படுகிறது. நம் உடம்பில் எதாவது ஒரு இடத்தில் காயம் பட்டால் ரத்தம் வெளிவருவதைத் தடுக்கும் பொருட்டு நாம் எதாவது ஒரு வழியில் அதைத் தடுத்துப் பாதுகாக்கிறோம். ஆனால், நமக்கு அன்றாட வாழ்முறைகளில் ஏற்படும் மாற்றங்கள், மனஅழுத்தங்கள், உணவு முறைகள் ஆகியவற்றால் உள்ளுறுப்புகளில் சேதம் ஏற்படுகிறது. அந்த வகையில் வலி என்ற உணர்ச்சியின் வாயிலாக உடம்பு நமக்கு ஒன்றை தெரிவிக்க விரும்புகிறது. அதனை நாம் மதிக்க வேண்டும்.

ஆனால், வலி நிவாரணிகளைச் சாப்பிடுவதால் அந்தப் பிரச்சனை பெரிதாகிறது. அல்லது உள்ளுறுப்புகளில் சேதம் ஏற்படுகிறது. உடம்பில் எந்த நோயாக இருந்தாலும் அதற்குரிய மூலக்காரணத்தை ஆராய வேண்டுமே ஒழிய, நோய் அறிகுறிகளுக்கான சிகிச்சையை எடுத்துக் கொள்ளக்கூடாது. இன்றைய காலத்தில் நிறைய மருத்துவமனைகள் கட்டப்பட்டுள்ளன. மருத்துவ தொழில்நுட்பம் வளர்ந்து வருகிறது. சிறப்பு மருத்துவத்

துறைகளும் பெருகி வருகின்றன. நோய்களும் எண்ணிக்கையில் அதிகமாகின்றன. ஆனால், இன்றைக்கு இருப்பது போல் 100 ஆண்டுகளுக்கு முன்னர் அத்தனை விதமான நோய்கள் இல்லை.

உண்மையில் பார்க்கப்போனால் வளர்ந்து வரும் தொழில்நுட்பம், மருத்துவமனைகள், மருத்துவர்கள் ஆகியோர் உங்களை மகிழ்ச்சியாகவும் உடல்நலத்துடனும் வைத்துக் கொள்ளப் பயன்படவில்லை. ஒவ்வொரு நோயும் ஒரு பில்லியன் டாலர் தொழில் துறையாக உருவெடுத்துள்ளது. நீங்கள் முழு நலத்துடன் இருப்பதை யாரும் விரும்பவில்லை.

மளிகை சாமான்கள், காய்கறிகள், பழங்கள் வாங்குவது போன்று வாழ்நாள் முழுவதும் மருந்து தயாரிப்பாளர்களுக்கு உங்கள் வருமானத்தைக் கொடுத்துக் கொண்டே இருக்க வேண்டும் என்பதற்கான ஏற்பாடாகத்தான் அமைந்துள்ளது. உங்கள் உடம்பின் மீது நம்பிக்கை வைக்க வேண்டுமே தவிர, நோய் அறியும் கருவிகள் மீது நம்பிக்கை வைக்கக் கூடாது. நம் உடம்பு என்பதே நோயைக் குணமாக்கும் அதிசயத் தன்மை கொண்டது. மனிதனால் உருவாக்கப்பட்ட அறிவியலை நம்பத்தேவையில்லை. இந்த அறிவியல் என்பது உடலின் இயற்கைக்கு எதிரானது.

5
தோல் நோய்கள்

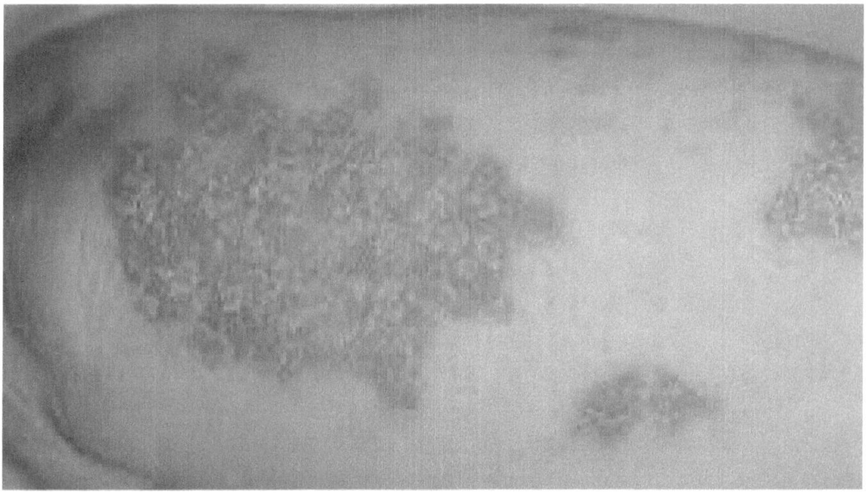

இன்றைய நிலையில் மக்கள் பல்வேறு தோல் நோய்களுக்கு உள்ளாகின்றனர். முகத்தில் ஏற்படும் பரு முதல் பல்வேறு வகையான கொப்புளங்கள் சொரியாசீஸ் எனப்படும் செதில் உதிர்வு நோய் ஆகியவையும் மக்களைப் பாதிக்கின்றன. இவை ஏன் ஏற்படுகின்றன என்பதை நாம் அறியவேண்டும். இத்தகைய நோய்கள் உடல் முழுவதும் பரவுவதைத் தடுப்பது எப்படி என்பதை அறிவது அவசியம்.

தோல் நோய் என்பது தோலை மட்டும் சார்ந்தது என்று கருதி அதற்கு சிகிச்சை அளிக்கக்கூடாது. உடலில் சேர்ந்துள்ள நச்சுப்பொருட்கள் அல்லது கழிவு பொருட்கள் முறையாக வெளியேற்றப்படாமல் இருந்தால் அவை தோல் வழியாக

வெளியேற்றப்படும். எடுத்துக்காட்டாக, நீண்ட நாள் மலச்சிக்கல் இருந்தால் அதில் தேங்கியுள்ள நச்சுகள் குருதி ஓட்டத்தில் கலந்து அவை தோலின் வழியாக வெளியேற்றப் படும். எனவே, இந்த நோயானது குருதி ஓட்டம் மற்றும் குடல் இரைப்பை சார்ந்ததாகும்; தோலை மட்டுமே சார்ந்தது அல்ல.

கம்பராமாயணத்தில் ராமனின் தோள் அழகைப் பற்றிக் கூறும்போது 'தோள் கண்டார் தோளே கண்டார்' என்பார் கம்பர். ஆனால் தோல் நோய் பாதிப்பு ஏற்பட்டவர்கள் 'தோல் கண்டார் தோலே கண்டார்' என்று கவலையுடன் காத்திருக்கத் தேவையில்லை. ஏற்கனவே உண்ட உணவு செரித்தபின்னர் அடுத்த வேளை உண்ணும் முறையைக் கைக்கொண்டால் தோல் நோய் பற்றிய கவலையைத் துரத்தி விடலாம். எனவேதான் திருவள்ளுவர்,

மருந்தென வேண்டாவாம் யாக்கைக்கு
அருந்தியது அற்றது போற்றி உணின்

என்று அறிவுறுத்தியுள்ளார்.

பொதுவாக, தோல் நோய்கள் ஏற்பட்டால் தோல் மீது கிரீம், லோசன் போன்றவற்றை பூசிக்கொள்கிறோம். அல்லது மருந்து மாத்திரைகளை சாப்பிடுகிறோம்.

எனவே, முதலில் பெருங்குடல், ரத்தம், நுரையீரல் ஆகியவற்றில் உள்ள நச்சுப்பொருட்களை வெளியேற்ற வேண்டும். அதன் பின்னர் நமது தோலில் ஏற்படும் நோய்கள் குணமாக ஆரம்பிக்கின்றன. ஆதலால், தோலில் ஏற்படும் நோய்களுக்கு அதற்கு மட்டுமே சிகிச்சை அளிக்காமல் அதன் மூல காரணத்தைக் கண்டறிந்து அதனை சரிசெய்ய வேண்டும். நம் உடலின் மிகப்பெரிய உறுப்பாக தோல் அமைந்துள்ளது. தோலின் மீது அழகு சிகிச்சைக்கான கிரீம்கள், வெப்பத்தின் தாக்குதலைக் குறைப்பதற்கான மருந்துகள், வியர்வையைக் குறைக்கும் மருந்துகள் ஆகியவற்றைப் பயன்படுத்தும் போது உடலுக்கு வெளியில் நடப்பவற்றை உடல் கண்டறிந்து கொள்ளும் தொடர்புப் பாதை துண்டிக்கப்படுகிறது.

நாம் உள்ளே இழுக்கும் மூச்சுக்காற்றில் 3% (விழுக்காடு) பிராண வாயுவை நமது தோல் வெளியிடுகிறது. சிறுநீரகத்தின் பணியினைத் தோல் இவ்வாறு பகிர்ந்து கொள்ளுவதால் சிறுநீரகத்தின் சுமை குறைக்கப்படுகிறது. எனவே, தோலைப் பாதுகாப்பதில் நாம் முறையான கவனம் செலுத்த வேண்டும். வேதிப்பொருட்கள் கொண்ட செயற்கைப் பூச்சுகளைப் பயன்படுத்துவதைத் தவிர்த்து தோலை நன்கு பாதுகாக்க வேண்டும்.

பருக்கள், கொப்புளங்கள், உதிர்வு நோய், ஈறு, பேன் ஆகியவற்றைப் போக்குவதற்குப் பல்வேறு வகையான மருத்துவ முறைகள் உள்ளன. முதலில் உடலில் உள்ள நச்சுப்பொருட்களை வெளியேற்ற வேண்டும். இவ்வாறு வெளியேற்றும் பணி செய்யும் உறுப்புகளான பெருங்குடல், சிறுநீரகம், நுரையீரல், தோல் ஆகியவற்றை முழுத்திறனுடனும் வலிமையுடனும் வைத்திருக்க வேண்டும். உடம்பு தன்னைத்தானே குணப்படுத்திக் கொள்கிறது என்பதில் நாம் நம்பிக்கை வைக்க வேண்டும். உடம்பில் புண் அல்லது காயம் ஏற்பட்டால் உடம்புதான் அதை குணப்படுத்திக் கொள்கிறதே தவிர மருத்துவர்கள் அல்ல. மருத்துவர்கள் அந்தக் காயங்களுக்குக் கட்டுப் போடுகிறார்கள். ஆனால், உடம்பு தானே அதனைக் குணப்படுத்திக் கொள்கிறது.

6
முழங்கால் வலி

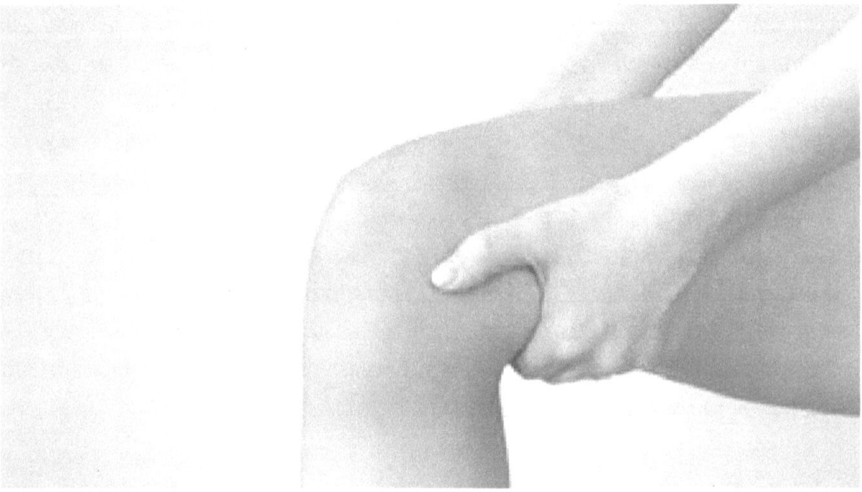

40 வயதுக்கு மேற்பட்ட பெரும்பாலான பெண்கள் கால்களை குறிப்பாக, முழங்கால் வலி அல்லது தொல்லைகளால் துன்பப் படுகிறார்கள். விருப்பம்போல் அவர்கள் நடக்கவும் இயங்கவும் முடியாமல் வலியால் துன்புறுகிறார்கள். தரையில் அவர்களால் உட்கார முடிவதில்லை. இவ்வாறு நீண்ட நாள் துன்புற்று பிறகு கடைசியாக மூட்டு மாற்று அறுவை சிகிச்சை அல்லது காலம் முழுவதும் மருந்துகள் கால்சியம் மாத்திரைகள் போன்றவற்றைச் சாப்பிடுகிறார்கள். இத்தகைய முழங்கால் வலி வருவதற்கு, கால்சியம் குறைபாடு அல்லது எலும்பு தேய்மானம் மட்டும்தான் காரணமா? இப்பொழுதாவது இதைப்பற்றி நாம் நன்கு சிந்திக்க வேண்டும். முழங்கால் வலி அல்லது கால்சியம்

சத்து குறைபாடு அல்லது எலும்பு தேய்மானத்தோடு மட்டுமே அல்ல என்பதைத் தெரிந்துகொள்ள வேண்டும்.

வயது ஏறஏற எல்லாருக்கும் எலும்புகள் தேயத்தான் செய்கின்றன. ஆனால் எல்லோருக்கும் மூட்டு வலி வருவதில்லை. யாருடைய முழங்கால் தசைகள், தசை நார்கள் ஆகியவை முழு வலிமையோடு இல்லையோ அவர்கள் மட்டுமே இத்தகைய வலியால் துன்புறுகிறார்கள். எனவே, முழங்காலைச் சுற்றியுள்ள தசைகளுக்கு வலிவு *(strength)* ஏற்றுவது பற்றி நாம் கவனம் கொள்ள வேண்டும். எலும்பை அல்லது மூட்டு மாற்றுவதால் எந்தப் பயனும் இல்லை. கால்சியம் குறைபாடு மற்றும் உயிர்ச்சத்து குறைபாட்டால் தசைகளும் தசை நார்களும் வலிவிழக்கின்றன. இவ்வாறு வலியால் துன்பப் படுகிறவர்கள் உடனடியாக அசைவ உணவைக் கைவிட வேண்டும்.

முட்டை, பால், தயிர், நெய், வெண்ணெய், பாலாடைக்கட்டி, மற்றும் வெள்ளை நிறத்திலான உணவுப்பொருட்களான தீட்டப்பட்ட அரிசி, வெள்ளைச்சீனி, அயோடின் கலந்த உப்பு, மைதா, ரொட்டி தயாரிப்புகள் பீட்சா, பர்கர் மற்றும் உப்பு அதிகமாக கலந்துள்ள பொருட்கள் பப்படம், ஊறுகாய் ஆகியவற்றை தவிர்க்க வேண்டும்.

ஏனென்றால் இத்தகைய உணவுப்பொருட்கள் நம் ரத்தத்தில் உள்ள அமிலத்தன்மையை அதிகமாக்கி அதன் மூலம் எலும்புகள் தசைகளில் உள்ள கால்சியத்தை வெளியேற்றி விடுகின்றன. எனவே, வலி போக வேண்டுமென்று வலி மாத்திரைகள் அல்லது வேதிப்பொருட்கள் சேர்த்து செயற்கையாக தயாரிக்கப்பட்ட கால்சியம் மாத்திரைகளை உண்டால் அதை நமது உடல் ஏற்காது. எனவே, இயற்கையாகவே கால்சியம் சத்துள்ள பச்சைக் காய்கறிகள், பேரீச்சம்பழம், அத்தி, உலர்திராட்சை, கேழ்வரகு, கம்பு ஆகியவற்றுடன் எல்லா வகை பருப்புகளையும் சிறுதானியங்களையும் நம் உணவில் சேர்த்துக் கொள்ள வேண்டும். அதேபோன்று பாதாம்பருப்பு, தேங்காய் ஆகியவற்றையும் சாப்பிட வேண்டும்.

செயற்கையாகத் தயாரிக்கப்பட்டு, சுத்திகரிக்கப்பட்டு நீண்டநாள் பாதுகாக்கப்படும் உணவுகள் பொதுவாக சத்து குறைந்தவையே. ஆகையால் விளம்பரங்களில் கொடுக்கப்படும் விவரங்களைப் பார்த்துப் புட்டிகளில் அடைக்கப்பட்டுள்ள மாவுப் பொருட்கள், சத்து மிகுந்ததாக விளம்பரப்படுத்தி டின்களில் அடைத்து விற்கப்படும் பொருட்கள் ஆகியவற்றை உட்கொள்ளக் கூடாது. வீட்டிலேயே தயாரிக்கப்பட்ட பல வகை தானியங்கள், சிறு தானியங்கள், கொட்டைகள், பருப்புகள் ஆகியவற்றை உண்டால் அவை இயற்கையாக இருப்பதால் அதிலுள்ள சத்துகளை நேரடியாக அப்படியே நம்முடைய உடல் ஈர்த்துக் கொள்கிறது.

7

உளவியல் சிக்கல்கள்

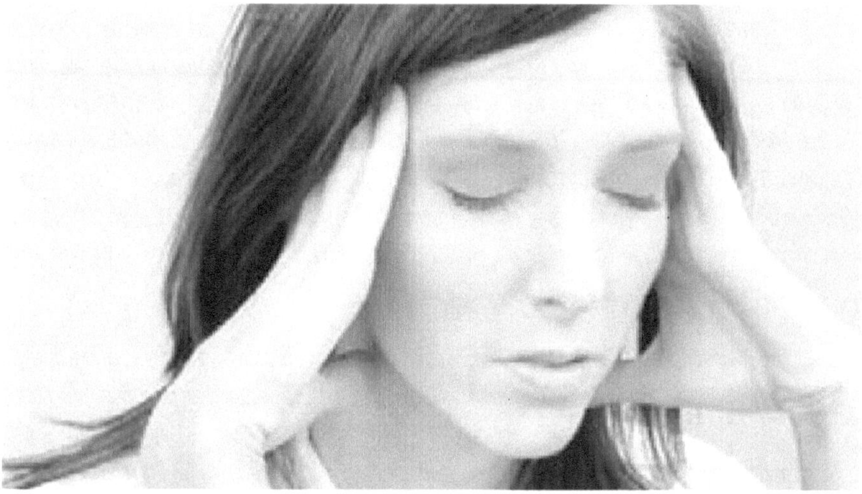

மனக்கவலை, மனஅழுத்தம், மனநிலை மாற்றங்கள் மனச்சிதைவு நோய் போன்ற உளவியல் சிக்கல்கள் அல்லது நோய்கள் மூளையோடு மட்டும் தொடர்புடையவை அல்ல. ஏதோ மூளையில் ஏற்பட்ட பிரச்சனைகளாக இவைகளைக் கருதவேண்டாம். மனம் என்பது வெறும் மூளைத் தொடர்பானது மட்டும் அன்று; நாம் அன்றாடம் பார்த்தல், கேட்டல் போன்ற புலன்சார்ந்த செயல்பாடுகளும் சமூகபொருளாதார காரணிகளும் நமது மனத்தை பன்படுத்தி வடிவமைக்கின்றன. மூளை என்பது தனியாக தானே செயல்படக் கூடிய ஓர் உறுப்பு அன்று என்பதைத் தெரிந்துக்கொள்ள வேண்டும்.

வயிறு, சிறுகுடல், கணையம், நுரையீரல்கள், சிறுநீரகம் போன்ற அனைத்து உறுப்புகளாலும் உருவாக்கப்படுவது மூளையாகும். குடல் இறப்பைச் சார்ந்த உறுப்புகளின் ஒத்துழைப்பு இல்லாவிட்டால் மூளை தாமே செம்மையாக செயல்பட முடியாது. நாம் பிறந்த போது எவ்வளவு சிறியதாக மூளை இருந்திருக்கும் என்பதைக் கற்பனை செய்து பாருங்கள். நாம் வளர வளர அதுவும் பெரிய அளவிற்கு வளருகிறது.

அதற்கு இவ்வளர்ச்சிக்குச் செரிமான உறுப்புகள், மூச்சு உறுப்புகள், கழிவுப் பொருள் வெளியேற்றும் உறுப்புகள் ஆகிய அனைத்தும் சேர்ந்து உழைத்துதான் இவற்றை வளர்த்திருக்க முடியும். மூளையை மட்டும் கொண்டு மற்ற உறுப்புகளைத் தேவையான அளவிற்கு செயல்படுத்த முடியாது. எனவே, மூளையில் நமக்கு ஏதேனும் நோய் தோன்றினால் முதலில் அது எதனால் உண்டானது என்று பார்க்காமல் வெறும் மூளைக்கு மட்டும் சிகிச்சை செய்வது சரியாகாது.

இன்றைய காலக்கட்டத்தில் உளவியல் நோய்களுக்குத் தரப்படும் மருந்துகள் மூளைச் செயல்பாட்டைக் குறைத்துவிடும். இதன் மூலம் மூளை மந்த நிலையை அடைந்து விடும். மனக்கவலை, மன அழுத்தம் போன்ற பல்வேறு நோய்களுக்கு நவீன மருத்துவத்தில் உள்ள மருந்து மாத்திரைகளைச் சாப்பிட்டு எந்தவொரு நோயாளியும் குணமடைந்ததில்லை.

மனம் சார்ந்த நோய்கள் தென்பட்ட உடனேயே குடல் தூய்மை செய்து கொள்வது அவசியம். அடுத்து நுரையீரல்கள், கழிவு உறுப்புகள் ஆகியவற்றில் சேர்ந்துள்ள கழிவுகளை வெளியேற்ற வேண்டும். ஒரு தடவை ஒருவரை மனநோயாளி என்று சொல்லிவிட்டால் அவர் என்றுமே மனநோயாளிதான். மனநோய்களில் இருந்து நிரந்தரத் தீர்வு என்றும் பெற இயலாமல் போய்விடுகிறது. தூக்கமின்மைக்காகக் கொடுக்கப்படும் மருந்துகளால் வருவது தூக்கம் அல்ல. மருந்துகளால் வருவது மயக்கம்! தூக்கம் அல்ல. மருந்துகள் மூளையை மந்தமாக்கி தூக்கத்தை வரவழைத்து விடுகின்றன. தூக்கமின்மைக்காக

சாப்பிடும் மருந்துகள் ஒருவிதமாக கிறக்கத்தை உண்டாக்குகின்றன. புலன் உறுப்புகள், வாழ்க்கையைப் பற்றிய எண்ணப்போக்கு, எதிர்பார்ப்பு, எதிர்மறை உணர்வுகள் அன்றாட நடவடிக்கைகள், நண்பர்கள், குடும்ப உறுப்பினர்கள் ஆகிய அனைத்தும் சேர்ந்து மனத்தை இயக்குகின்றன.

தீர்வு

முதலில் உடல் முழுவதையும் நச்சுகளில் இருந்து விடுபடச் செய்ய வேண்டும் இதற்கு நோன்பு, சீரான உணவு உண்ணுதல், யோகப் பயிற்சிகள், நீர் சிகிச்சை, தொக்கணம் (மசாஜ்), அக்குபஞ்சர், பாதவர்மம், குடும்ப வழிகாட்டல் ஆகியவற்றின் மூலம் மனவியல் சிக்கல்களில் இருந்து ஒருவரை முழுமையாக மீட்டெடுக்கலாம். பொதுவாக எல்லோரும் நினைப்பது போல மூளைதான் எல்லா உறுப்புகளையும் கட்டுப்படுத்துவது என்றால், எவ்வாறு மூளை இறந்த பிறகும் மற்ற உறுப்புகள் செயல் படுகின்றன?

நாம் அவ்வப்பொழுது செய்தித்தாள்களில் படித்தறிவது போல, நோயாளிகளுக்கு மூளை இறந்த பிறகும் இதயம் துடித்துக் கொண்டே இருக்கிறது. எனவே, அந்த இதயத்தைச் உடனடியாக எடுத்துத் தேவைப்படும் இன்னொருவருக்குப் பொருத்தி அந்த இதயத்தை செயல்பட வைப்பதைப் பற்றி நாம் அடிக்கடி செய்தித்தாள்களில் காண்கிறோம். எனவே, மூளை மட்டுமே எல்லா உறுப்புகளை இயக்குகிறது என்று நாம் எண்ண வேண்டாம்.

8
முடி உதிர்தலும் ஈறு பேன் பிடித்தலும்

இன்றைய நாளில் அநேக இளைஞர்களும் இளம் பெண்களும் முடி உதிர்தல், தலைமுடி நரைபிடித்தல், ஈறு ஆகியவற்றைப் பற்றிக் கவலைப்படுகிறார்கள். இதற்குத் தீர்வாகப் பலவிதமான சாம்புகளைப் பயன்படுத்துகிறார்கள். ஸ்டெம்செல் எனப்படும் தண்டு அணு மற்றும் தலைமுடி பொருத்துதல் மற்றும் மாற்றுதல் போன்ற பல சிகிச்சைகள் மேற்கொள்கிறார்கள். எதனால் இந்த நோய்கள் வருகின்றன என்பதைப் பற்றிக் கவலைப்படாமல் அதற்கு மட்டும் மருத்துவம் செய்து கொள்கிறார்கள். முடி உதிர்தல் மற்றும் ஈறு, பேன் பிடித்தல் என்பது தலையில் அல்லது தலைமுடிப் பகுதியில் ஏற்படும் கோளாறு அல்ல, அது முழுவதும் செரிமான உறுப்புகளின் குறைபாடே ஆகும்.

வயிறு மற்றும் குடல் சார்ந்த செரிமான உறுப்புகளுக்கு இடர் ஏற்பட்டால் அது மலச்சிக்கல், வாயு, விரைவு உணவுகள், தவறான உணவு பழக்கங்கள் ஆகியவற்றால் இரத்தம் அமிலத்தன்மை அடைகிறது. இத்தகைய அமிலத்தன்மை உடைய இரத்தம் மண்டையில் சேரும் போது அது அரிப்பை ஏற்படுத்துகிறது. அப்போது உடம்பானது தலை மேற்பகுதி தோல் வழியாக தேவையற்ற அமிலக் கழிவுகளை வெளியேற்றுவதால் தலை முடி உதிர்கிறது. அமிலத்தன்மையால் இறந்து போன தோல் கழிவுகள் ஈறாக வெளிப்படுகிறது. எனவே, இப்பிரச்சனைக்கான உண்மையான காரணம் அடிவயிற்றுப் பகுதியில் இருக்கிறது.

இதற்கான மூல காரணம் வெள்ளை நிற உணவுப்பொருட்களான தீட்டப்பட்ட அரிசி, மைதா, பேக்கரி பொருட்கள் பீட்சா, பர்கர், வாலிகளில் அடைக்கப்பட்ட கோழி இறைச்சி, பால், தயிர், சுத்திகரிக்கப்பட்ட வெள்ளைச்சீனி, அயோடின் கலந்த உப்பு ஆகியவை சிறுகுடலை பாதித்து நம் ரத்தத்தை அமிலத்தன்மை உள்ளதாக மாற்றுகிறது. எனவே, நம்முடைய உணவு மற்றும் உணவு பழக்க வழக்கங்களை மாற்றாவிட்டால் தலை முடி மற்றும் ஈறு சார்ந்த பிரச்சனைகளுக்குச் செலவழிக்கும் தொகை வீண்தான்

எனவே, நோயை உருவாக்கும் காரணியை அறிந்து அதனைச் சரி செய்ய வேண்டும். முதலில் நம்முடைய ஒட்டுமொத்த உடல் முழுவதும் உள்ள நச்சுகளை நீக்க வேண்டும். காரத்தன்மை உள்ள பழங்களான எலுமிச்சை, நெல்லி, கொய்யா மற்றும் அதுபோன்ற பழங்களை உட்கொள்ள வேண்டும். முறையாக மூச்சுப் பயிற்சி செய்ய வேண்டும். கபாலபதி போன்ற மூச்சினை முழு சக்தியோடு வெளித்தள்ளுதல் போன்ற பயிற்சிகளைச் செய்ய வேண்டும். மேலும், நாம் காலையில் எழுந்தவுடன் அடிவயிற்றில் குளிர்ந்த ஒத்தடம் கொடுக்க வேண்டும். இதனால், முடி உதிர்வது, ஈறு பிடிப்பது போன்ற தலை முடி சார்ந்த சிக்கல்களில் இருந்து விடுபடலாம். தோலின் மீது பூச்சுகளைப் பூசுதல், தலைக்கு வேதிப்பொருள் சேர்ந்த எண்ணெய் தடவுதல் ஆகியவற்றைத்தவிர்த்து ரத்தத்தில் உள்ள அமிலத்தன்மையை எடுத்துவிட்டால், இதைச்சார்ந்த சிக்கல்களை எளிதில் தீர்க்கலாம்.

9

உணவு முறை வாழும் உடம்புக்கு உயிருள்ள உணவுகள்

பில்லியன் கணக்கில் வாழும் உடலில் உள்ள செல்களால் உடல் இயக்கம் நடைபெறுகிறது. உயிர்த்துடிப்போடு அவை இயங்குகின்றன. பில்லியன் கணக்கிலான உயிருள்ள செல்களால் நமது உடல் ஆக்கப்பட்டுள்ளது. செல் அல்லது உயிரணுவானது உண்கிறது, மூச்சுவிடுகிறது, குடிக்கிறது, கழிவுகளை வெளியேற்றுகிறது. எனவே, நம் உடம்பானது பில்லியன் கணக்கிலான உயிர் அணுக்களின் தொகுதியாகும்.

நாம் சாப்பிடும் உணவு, குடிக்கும் தண்ணீர், மூச்சுக் காற்று ஆகியவற்றால் நம் உயிரணுக்கள் ஆக்கப்படுகின்றன. இவை இல்லாவிட்டால் பிறப்பு முதல் இறப்பு வரை நாம் வாழவே முடியாது. மருந்துகள், சத்து அருந்திகள், மாத்திரைகள் இல்லாமல் யாராலும் வாழ்ந்து விடமுடியும். ஆனால், காற்று, தண்ணீர், உணவு இல்லாமல் யாராலும் வாழ முடியாது. எனவே, இவை எவ்வளவு முக்கியமானது என்பதைக் கருதிப் பார்க்க வேண்டும்.

நாம் ஒன்றைப் புரிந்து கொள்ள வேண்டும். நம்முடைய உடம்பின் அணுக்கள் உயிரைச் சுமந்து நிற்கின்றன. காலையில் இருந்து மாலை வரை நாம் சாப்பிடும் உணவு உயிர்ப்புள்ளதாக இருக்கிறது. அதிலிருந்து உயிரணுக்கள் சத்தைப் பெறுகின்றன. மனிதருக்கு மட்டும் 22 ஆயிரம் வகைப்பட்ட நோய்கள் வருகின்றன. ஆனால், எந்த விலங்கு அல்லது பிராணியும் நோய்க்கான மருந்து மாத்திரை சாப்பிடுவது இல்லை. ஆக, நோய் எதனால் வருகிறது? எளிதாகச் சொல்ல வேண்டும் என்றால், எந்த விலங்கும் சமைத்த, பதப்படுத்தப்பட்ட, பாதுகாக்கப்பட்ட உணவை உண்பதில்லை.

சோடா மற்றும் செயற்கை பானங்களைக் குடிப்பதில்லை. மாசு நிறைந்த காற்று அல்லது புகை ஆகியவற்றின் பாதிப்புக்கு விலங்குகள் உட்படுவதில்லை. அவை அழகு நிலையங்களுக்கும் செல்வதில்லை. அந்த வகையில் விலங்குகள் இயற்கையோடு இயைந்து வாழ்கின்றன; இயற்கையை ஏற்றுக்கொள்கின்றன; அவற்றின் உள்ளுணர்வு கட்டளைக்கு ஏற்ப அவை உணவைத் தேர்வு செய்து உண்கின்றன.

ஆனால் மனிதர்களாகிய நாம் இயற்கையில் இருந்து வெகு தொலைவு விலகி விட்டோம். நாம் உள்ளுணர்வு சொல்லாதவற்றைச் சாப்பிடுகிறோம். சுவைக்காக, நாக்கின் சுவை அரும்புகளை மகிழ்ச்சிப் படுத்துவதற்காக நாம் உண்ணும் உணவில் முக்கிய சத்துகளை இழந்துவிடுகிறோம். நாக்கைக் கடந்த உணவு உள்ளே சென்று என்ன பணிகளைச் செய்கிறது என்பதைப் பற்றி நாம் எண்ணிப் பார்ப்பதில்லை. விலங்குகள் அகவை முதிர்ந்தபோது படுத்தப் படுக்கையாய் கிடப்பதில்லை; மருத்துவரிடம் செல்வதில்லை; அறுவை சிகிச்சை செய்து கொள்வதில்லை. வாழ்நாள் முழுவதும் மருந்துகள் எதையும் உட்கொள்வதில்லை.

எனவே, இப்போது தெரிகிறதா? இயற்கையில் நாம் காணும் உயிர்களிலிருந்து மாறுபட்ட, அதற்கு எதிராக நாம் செயல் படுகிறோம். அதுதான் நோய் வரக் காரணமாகிறது. எல்லாமே உணவுகளில் இருந்துதான் தொடங்குகிறது. இன்றைய நவீன உலகத்தில் நாம் சாப்பிடும் உணவில் உயிரே இல்லை. காலையில் இருந்து இரவு வரை நாம் சமைத்த உணவில் உயிரும் இல்லை, சாரமும் இல்லை. சமைத்த உணவில் உள்ள உயிர்ப்பு முழுவதும் அழிக்கப்படுகிறது. ஆனால், சூரிய வெப்பத்தால் உருவாக்கப்படும் உணவில் உயிரை வளர்க்கும் உபாயம் உள்ளது. 100 டிகிரி வெப்பத்தில் நாம் உணவைச் சமைக்கும் போது உயிர்ச்சத்துகள், தாது உப்புகள் எல்லாம் அழிந்துவிடுகின்றன.

எடுத்துக்காட்டாக ஒன்றைப் பார்க்கலாம்... முளைக்கட்டிய பயிர் எதையும் சேற்றில் தூக்கி எறிந்தால் அது செடியாக

முளைக்கிறது உயிர்பெறுகிறது. ஆனால், அதே முளைக்கட்டிய பயிரானது சமைக்கப்படும்போது அல்லது எண்ணெயில் வறுக்கப்படும் போது அது முளைக்குமா? இல்லவே இல்லை.. எனவே, உணவில் உள்ள உயிர் அல்லது பிராணன் அழிக்கப்பட்டு விடுகிறது. எனவே, உங்களை நீங்களே கேட்டுக் கொள்ளுங்கள். இயற்கையில் இருந்து கிடைக்கும் உணவுப்பொருட்களை நாம் நேரடியாக உணர்கிறோமா? அல்லது சமைத்த உணவை உணர்கிறோமா? உங்கள் விடை 'இல்லை' என்று இருக்குமானால், எப்படி நம்முடைய உடலின் அணுக்களில் உயிர் இருக்கும் என்பதை நீங்களே தெரிந்து கொள்ளலாம்.

ஆனால், அறிவியலாளர்கள் தற்போதைய உணவில் கலோரிகள், உயிர்ச்சத்துகள், புரதம், தாதுப்பொருட்கள் ஆகியவை இருப்பதாக வாதிடுவார்கள். ஆனால், அத்தகைய உயிர்ச்சத்துகள், தாதுப்பொருட்கள் கொண்ட நாம் உண்ணும் உணவில் உயிராற்றல் இருக்கிறதா? என்பதைப் பற்றி அவர்கள் கவலைப்படுவதில்லை.

எடுத்துக்காட்டாக காயாக இருக்கும் வாழைக்காய் அல்லது மாங்காய் சில நாட்கள் வைத்திருந்தால் அது நிறம் மாறுகிறது. அது மென்மைத் தன்மை பெறுகிறது, சுவை கூடுகிறது. எனவே, மரத்தில் இருந்து அந்தக் கனியைப் பறித்துவிட்டால் கூட, அதன்பிறகும் அது உயிர் ஆற்றல் பெற்று விளங்குகிறது. ஆக, இயற்கையில் இருந்து தொடர்ந்து பழுக்கும் நிலையில் எல்லாவற்றையும் பெற்றுக்கொண்டே இருக்கிறது.

எனவே, நமது செல்களுக்கு மீண்டும் உயிரளிக்க வேண்டுமென்றால், உயிருள்ள உணவுகளையே நாம் உண்ண வேண்டும். நாம் பல ஆண்டுகள் உயிருடன் இருக்கிறோம். ஆனால் நம் உடலில் உள்ள உயிரணுக்கள் சில மணி நேரம் முதல் சில நாள்கள் வரையிலேயே உயிருடன் இருக்கின்றன.

எடுத்துக்காட்டாக, சிவப்பு அணுக்களின் வாழ்நாள் 120 நாள் மட்டுமே. அதேபோன்று கல்லீரலில் உள்ள செல்களின் வாழ்நாள் 6 மாதங்கள். தோலில் உள்ள செல்கள் 31 நாள் என்றும், சிறுகுடல் செல்களின் வாழ்நாள் வெறும் 3 நாள் என்றும்

அறிகிறோம். ஒரு நொடியில் நமது உடலில் 300 பில்லியன் செல்கள் இறக்கின்றன. அதே அளவு செல்கள் மீண்டும் உயிர் பெறுகின்றன. தமது கடமையைச் செய்ய வேண்டிய உயிருள்ள செல்களை உருவாக்குவதற்கு மூலப்பொருள் உயிர்ப்புள்ளதாக இருக்க வேண்டும்.

ஆக, உயிருள்ள செல்களை உருவாக்குவதற்கான மூலப்பொருள் எது என்றால், உணவு, காற்று, தண்ணீர் ஆகியவையே. ஆனால், நமது வாழ்க்கை முறையிலும், உண்ணும் பழக்கங்களிலும், உணவிலும், காற்றிலும், தண்ணீரிலும் உயிர் இல்லை என்பதைப் புரிந்து கொள்ள வேண்டும்.

தற்காலத்தில் நாம் உண்ணும் உணவில் உயிர் இல்லை. மாறாக, அவை நச்சுக்கள் நிறைந்ததாகவும், வீண்பொருள்கள் நிறைந்ததாகவும் இருப்பதால், உடலில் தாகம் அதிகரிக்கிறது; வெப்பமும் கூடுகிறது. மனிதர்கள் உண்ணத் தகாத உயிரற்ற உணவான கறி, மீன் வகைகளை உண்ணுவதுதான் இங்கே கவனிக்கத்தக்கதாகும்.

புலால் உணவைச் செரிப்பதற்குரிய ஏற்பாட்டுடன் நமது உடல் வடிவமைக்கப்படவில்லை. நிறையபேர், இது எப்படி என்று கேட்கலாம்? காலங்காலமாக நமது முன்னோரெல்லாம், புலால் உணவை உண்டு நீண்ட நாள் வாழ்ந்தார்களே என்று கேட்கலாம். எனவே, புலால் உணவை உண்ணுவது நம் வாழ்வில் தவிர்க்க முடியாத ஒரு பகுதியாகி விட்டது. எனவேதான், மருத்துவர்களும் கறி, மீன், முட்டை ஆகியவற்றில் புரோட்டீன், வைட்டமின், தாது உப்புகள் ஆகியவை அதிகமாக இருப்பதாகச் சொல்லி அவற்றை உண்ணச் சொல்லி ஊக்குவிக்கிறார்கள். ஆனால், அவற்றில் உயிர் இல்லை.

அடிப்படையில், நமது ஒட்டுமொத்தமான உடல் அமைப்போ, உடலில் உள்ள உறுப்புகளோ எந்த வகையிலும் புலால் உணவை ஏற்றுக் கொள்ளும் வகையில் வடிவமைக்கப்படவில்லை.

பின் வரும் எடுத்துக்காட்டுகளைப் பார்ப்போம்.

(1) ஒரு பழப்பண்ணைக்கு செல்கிறோம்; நமக்கு பசி எடுக்கிறது; உடனே அங்கு என்ன பழங்கள் இருக்கின்றனவோ அவற்றைப் பறித்து, சுவைத்து சாப்பிடுகிறோம். பழங்களைப் பார்த்தவுடன் நம்முடைய உள்ளுணர்வு அவற்றை சாப்பிடச் சொல்கிறது. அவற்றைப் பார்த்தவுடன் நம் வாயில் உமிழ்நீர் ஊறுகிறது. அப்படியே அந்தப் பழங்களை உண்ண வேண்டும் என்று நமக்குத் தோன்றுகிறது. நமது உள்ளுணர்வு இப்படி சொல்கிறது. எனவே நாம் உணவைக் கண்ணால் பார்க்கும்பொழுதும், அதன் மணத்தை நுகரும்பொழுதும் நம் உமிழ் நீர் சுரப்பிகள் வேலை செய்கின்றன. எனவே, பழத்தை அப்படியே உண்கிறோம்.

ஒரு கோழிப்பண்ணைக்குச் செல்கிறோம். அங்குள்ள கோழிகளைப் பார்த்தவுடன் அவற்றை துரத்திப் பிடித்து அவற்றின் கழுத்தை முறித்து அதன் குருதியைக் குடிக்க முற்படுகிறோமா? இல்லை. ஒரு ஆட்டைப் பார்த்தவுடன், அதன் வயிற்றை அப்படியே கிழித்து உள்ளே இருக்கும் குடல், ஈரல் முதலியவற்றை அப்படியே சாப்பிடத் தோன்றுமா? அல்லது, அதன் கால்களை ஒடித்து மென்று தின்று விடுவோமா? இல்லவே இல்லை. எனவே, நமது உள்ளுணர்வு அல்லது உடல் அறிவு சொல்கிறது, இது நமக்கான உணவு இல்லை என்று.

(2) எல்லா மிருகங்களும் தமது தீனியை அல்லது உணவை உண்பதற்கு முன்னால் அதை மூக்கால் முகர்ந்து பார்க்கின்றன. ஒரு பசுவிடம் கொண்டுபோய் கோழிக்கறியை வைத்தால் அது எவ்வளவு பசியாக இருந்தாலும் சரி, ஒரு முறை முகர்ந்து பார்த்துவிட்டு, இதை வேண்டுமானால் நீ தின்றுகொள் எனக்கு ஏன் வைக்கிறாய் என்று கேட்பது போல நம்மைப் பார்க்கும். ஆனால், அந்தக் கறித் துண்டை ஒரு நாய் இடமோ, ஒரு பூனையிடமோ கொண்டு போய் வைத்தால் உடனடியாக வாயில் எச்சில் ஊற, ஒரு நொடியில் அதை கவ்விச் செல்லும்.

அதேபோன்றுதான், சமைப்பதற்கு முன்பாகக் கறியை நாம் உண்பதில்லை. ஆனால், பழங்களை அப்படியே உண்கிறோம்.

இதிலிருந்து என்ன தெரிகிறது? நம்முடைய மூக்கு நமக்கு எது உணவு இல்லையோ அதை மறுக்கிறது. சமைப்பதற்கு முன் இறைச்சியை முகர்ந்து பார்த்தால்கூட நமக்கு உமிழ் நீர் ஊறுவதில்லை. ஆசையாக மீன் வாங்க மீன் மார்க்கெட்டுக்குச் செல்கிறோம். ஆனால், கைக்குட்டையை எடுத்து மூக்கைப் பொத்திக் கொள்கிறோம். அங்கே வீசும் கருவாட்டின் நாற்றம் யாருக்கும் பிடிப்பதில்லை. சமைத்தால் மட்டுமே அதனை உண்கிறோம். ஆனால், அந்த மணத்தை மோப்பம் பிடிக்கும்போது, நமக்கான உணவு அது இல்லை என்று நம்முடைய மூக்கே சொல்கிறது. நாய், பூனை, சிங்கம், புலி ஆகியவை இன்னும் நன்றாக மோப்பம் பிடித்துக் கொண்டு வாயில் எச்சில் ஊற அதைத் தேடி வந்து உண்கிறது.

(3) சிங்கம், புலி, பூனை, நாய் ஆகிய புலால் உண்ணும் விலங்குகளுக்கு இறைச்சியை அப்படியே உள்ளே தள்ளும் அளவுக்கு அதன் வாய் அகன்று இருக்கிறது. ஆனால், நமக்கு சிறிய அளவில்தான் வாய் இருக்கிறது. புல், தழை போன்றவற்றை உண்ணும் விலங்குகள் புலி, சிங்கத்தைப் போன்று பெரிதாக வாய் திறக்க முடியாது. எனவே, நம்முடைய வாயின் அளவும் புலால் உணவுக்கு ஏற்றதாக வடிவமைக்கப்படவில்லை.

(4) சிங்கம், புலி, பூனை ஆகியவற்றுக்கு முன் வரிசைப் பற்கள் கூராக இருக்கின்றன. அவற்றுடைய வாயின் ஓரங்கள் பேனா முள் போன்று கூராக இருக்கின்றன. ஆனால், புல், தழை உண்ணும் பசு, ஆடு போன்றவையும், மனிதர்களும் தட்டையான பற்களைக் கொண்டுள்ளன. காய்கறி உண்ணும் விலங்குகளின் நாக்கு மென்மையாகவும், புலால் உண்ணும் விலங்குகளின் நாக்கு சொரசொரப்பாகவும் உள்ளது.

(5) புலால் உண்ணாத விலங்குகளின் உணவுக்குழல் சிறியதாக இருக்கிறது. ஆனால், அதைவிட சிங்கம், புலி, நாய் போன்றவற்றிற்கு மூன்று மடங்கு பெரிய உணவுக்குழல் இருக்கிறது. இறைச்சியை அப்படியே உள்ளே தள்ளுவதற்கு ஏற்றதாக அது உள்ளது. மனிதர்களைப் பொறுத்தவரை வாயிலிருந்து பெருங்குடல் வரை உணவுக் குழலின் நீளம் ஏறத்தாழ ஏழு மீட்டர் ஆகும்.

மனிதர்களோடு ஒப்பிடுகையில் சிங்கம், புலி ஆகியவற்றின் உணவுக் குழல் கால் பங்கு அளவே உள்ளது.

(6) புலால் உண்ணும் விலங்குகளின் வயிற்றில் சுரக்கும் ஹைட்ரோகுளோரிக் அமிலம் அதிக செறிவுள்ளதாக இருப்பதால், இறைச்சியில் உள்ள என்சைம்கள், ஹார்மோன்கள் ஆகியவற்றைச் செரிப்பதற்கு ஏற்றதாக உள்ளது. ஆனால், நம் உடலில் இத்தகைய என்சைம்கள் இல்லை.

(7) புலால் உண்ணும் விலங்குகள் தண்ணீரை நாக்கால் நக்கிக் குடிக்கின்றன. ஆனால் பசு, ஆடு, குதிரை போன்ற புலால் உண்ணாத விலங்குகள் தண்ணீரை உறிஞ்சிக் குடிக்கின்றன. நாம் கைகள் பயன்படுத்தாமல் தண்ணீர் குடிக்கும்போது நாக்கைப் பயன்படுத்தி குடிப்பதில்லை. தண்ணீரை உறிஞ்சி உட்கொள்கிறோம்.

(8) பூனை, சிங்கம், புலி, நாய் போன்றவற்றுக்கு விரல் நகங்கள் கூராக இருக்கின்றன. அவற்றின் விரல் நக அமைப்புகள் இன்னொரு விலங்கைக் கொன்று, அதன் சதையைக் கிழித்து எடுத்து உண்ணுவதற்கு வசதியாக உள்ளது. ஆனால், நம்முடைய விரல்களையும், நகத்தையும் கொண்டு ஒரு மாதுளம் பழத்தைக்கூட அப்படியே உரிக்க முடிவதில்லை.

இவ்வாறு மேலே சொல்லப்பட்ட எட்டு இயற்கை விதிகளைப் புரிந்து கொண்டால், நம்முடைய உடலின் இயல்பு புலால் உணவை உண்ணுதற்கோ, செரிப்பதற்கோ உரிய ஏற்பாட்டுடன் இல்லை என்பதையும், இறைச்சியை செரிப்பதற்காக நம் உடலின் எந்த உறுப்பும் வடிவமைக்கப்படவில்லை என்பதையும் நாம் புரிந்து கொள்ளலாம். ஆனால், பழக்கத்தின் காரணமாக புலால் உணவை நாம் உண்கிறோம். சிலர் அதில் சுவை இருப்பதாகச் சொல்கிறார்கள். உண்மையில் சொல்லப்போனால், இறைச்சியில் எந்தச் சுவையும் இல்லை. அதில் பல வகையாக மசாலா பொருள்கள் சேர்க்கப்படுவதால் அது சுவை உள்ளதாகத் தெரிகிறது. அந்த எல்லா வகை மசாலாக்களும் தாவரங்களிலிருந்தே கிடைக்கின்றன. புலால் உணவு என்பது உயிரற்றது. எனவே, அது நம் உடலுக்கு உயிர்ப்பாற்றலைத் தராது. அது அழுகி நாற்றமெடுத்து, நச்சு

வாயுக்களை வெளிவிடும் முன்னரே மசாலாக்களைக் கொண்டு அதன் தன்மையை மாற்றி விடுகிறோம்.

எடுத்துக்காட்டாகச் சொன்னால், சாக்கடையில் இருந்து வரும் நாற்றத்தைத் தவிர்ப்பதற்கு பிளீச்சிங் பவுடரை தெளிக்கிறோம். அது கொஞ்ச நேரத்திற்கு அந்த நாற்றத்தைச் சற்று மாற்றுகிறதே அல்லாமல், சாக்கடையின் மொத்த நாற்றத்தையும் அது போக்கிவிடுவதில்லை. அதே போன்றுதான், மீன், கறி ஆகியவற்றைச் சமைக்கும்போது எண்ணெய் மசாலா சேர்ப்பதால், அதன் நாற்றம் மாறிவிடுகிறது. அதைச் சமைப்பதற்கு முன்பு கறி, மீன் வெட்டியதால் ஏற்பட்ட நாற்றத்தைப் போக்க கைகளையும், கத்தியையும் பல தடவை நன்றாகக் கழுவுகிறோம்.

ஆனால், நம் வயிற்றுக்குள் 8லிருந்து 16 மணி நேரம் இருக்கப் போகும் இந்த இறைச்சியின் நாற்றத்தைப் போக்க நம்முடைய குடலை யார் வந்து கழுவி விடுவார்கள்? இதனால், புறந்தள்ளப்படும் வீண் பொருள்கள், நச்சுகள் ஆகியவற்றை வெளித் தள்ளுவதற்கு நம் உடல் பெருந்துன்பம் அடைகிறது. நம்முடைய உடலின் உள்ளுணர்வு தேவை இல்லை என்று சொல்கிற இறைச்சியை நாம் உண்பதால், இன்றைக்கு மனிதர்களுக்குத் துன்பம் தருகிற எல்லா நோய்களும் இதனால் ஏற்படுகின்றன. புலால் உணவில் உயிர் இல்லை.

எனவே, உடலின் உறுப்புகளான கல்லீரல், கண்கள், நுரையீரல், சிறுநீரகம், மூளை, சிறுகுடல் போன்ற எந்த உறுப்புக்கும் அது உயிர் ஆற்றலை அளிக்க முடியாது. உண்மையிலேயே பார்த்தால், அந்த உறுப்பு கெடுவதற்குத்தான் அது காரணமாகிறது. அந்த உறுப்புகளைச் சார்ந்த உயிரணுக்களை இது கொல்வதால், மூட்டுவலி, ஆஸ்துமா, புற்றுநோய், இதய நோய்கள், மஞ்சள்காமாலை போன்ற நோய்கள் வருவதற்குப் புலால் உணவு காரணமாக அமைகிறது.

அடுத்து, மிக முக்கியமாக நாம் கவனிக்க வேண்டியது, மனிதர்களைத் தவிர ஆண், பெண் அல்லாத அலித் தன்மை வேறு விலங்குகளிடம் இல்லை. தம்முடைய உள்ளுணர்வுக்கு

மாறாக உணவை உண்ணும் ஒரே இனம் மனித இனம் மட்டுமே. ஆணுக்குரிய ஹார்மோனான டெஸ்டோஸ்டிரான் ஹார்மோன், ஆணின் விதைப்பையில் சுரக்கிறது. அதேபோன்று பெண்களுக்கு ஈஸ்ட்ரோஜென் சுரப்பு ஏற்படுகிறது. இது பொதுவான விதியாகும்.

ஆனால் பெண் கோழியின் இறைச்சியை சாப்பிடும் ஆணிடம் இயல்பாக உள்ள டெஸ்டோஸ்ரானுடன் விலங்கிடமிருந்து கிடைக்கும் ஈஸ்ட்ரோஜென் கலந்து விடுவதால் சமைக்கும்போது அது அழிவதில்லை. இத்தகைய சக்தி வாய்ந்த ஹார்மோன்களை செரிப்பதற்கு ஏற்ற என்சைம்கள் நம் உடலில் இல்லை. ஆக, ஆண் வெள்ளாட்டின் இறைச்சியை ஒரு பெண் உண்ணும்போது, ஆட்டின் இறைச்சியில் உள்ள ஆணுக்குறிய ஹார்மோன் பெண்ணின் இரத்தத்துடன் கலக்கிறது. இதனால், பல பெண்களுக்கு தாடி மீசை முளைப்பதைப் பார்த்திருக்கிறோம். இத்தகைய ஆண், பெண் பாலினக் குழப்பம் உடலில் ஏற்படுவதால், அது ஆணும் பெண்ணுமற்ற (மாதொருபாகன் எனப்படும்) அலித்தன்மையில் முடிகிறது.

ஒரே பாலினத்தைச் சேர்ந்த விலங்குகள் எதுவும் ஒன்றையொன்று ஈர்ப்பதில்லை. ஆணினச் சேர்க்கை, பெண்ணினச் சேர்க்கை என மனிதர்களைத் தவிர வேறு விலங்குகளிடம் இல்லை. ஹார்மோன் சமநிலை கெட்டுவிடுவதால் ஓரினச் சேர்க்கை, ஓரினக் கவர்ச்சி ஆகியவற்றுக்கு வழி வகுக்கிறது. அவர்களுடைய மூளையில் எந்தத் தவறும் இல்லை.

மேலும், சைவ உணவு சாப்பிடும் குடும்பங்களை ஒப்பிடுகையில், புலால் உண்ணும் குடும்பங்களில் அதிகமான சண்டை சச்சரவுகள் உள்ளன. அடுத்தவரை காயப்படுத்துவதற்கோ, கொல்வதற்கோ அவர்கள் தயங்குவதில்லை. எனவேதான், சிறைகளில் உள்ள கைதிகளெல்லாம் புலால் உண்ணுபவர்களாகவே இருக்கிறார்கள். அவர்களின் குணமும், தன்மையும் சிங்கம், புலி போன்றே இருக்கிறது. அசைவ உணவு சாப்பிடுபவர்களுக்கு ஆராய்ந்து அறியும் திறனும், கவனிக்கும் ஆற்றலும், மனத்திட்பமும், முடிவெடுக்கும் தன்மையும் இருப்பதில்லை.

அமெரிக்காவில் ஒரு பகுதியில் பசுக்கள் அதிகமாக பால் கறக்க வேண்டி அதன் தீவனத்தில் மறைபொருளாக புலால் உணவுப் பொருள்களைக் கலந்து கொடுத்தார்கள். இதனால், பாதிக்கப்பட்ட பசுக்கள் ஈனும் கன்றுகள் உடல் ஊனமுற்றவையாகப் பிறக்கின்றன. சில கன்றுகளுக்கு ஒன்றுக்கும் மேற்பட்ட தலைகள் இருக்கின்றன. ஐந்து அல்லது ஆறு கால்களும் கூட இருக்கின்றன. சிலவற்றுக்குப் பார்வை இல்லாமல் போகிறது.

அதேபோன்று, இன்றைய காலகட்டத்தில் தாய்மார்களுக்கு ஊனமுற்ற குழந்தைகள் பிறப்பதற்கும், மன வளர்ச்சி குன்றிய குழந்தைகள் பிறப்பதற்கும், குறிப்பாக நகரப் பகுதிகளில் இந்த நிலை அதிகமாக இருப்பதற்கும் முக்கியக் காரணம் அசைவ உணவாக இருக்கலாம்.

ஆனால், நாம் உண்ணும் இறைச்சியைத் தரும் விலங்குகள் உண்ணும் உணவு புல் தழையா? புலால் உணவா? என்பதை எண்ணிப் பார்க்க வேண்டும். புலால் உணவில் புரதச்சத்து, உயிர்ச்சத்துகள், தாது உப்புகள் அதிகமாக உள்ளன என்று நாம் எண்ணுகிறோம். ஆனால், அந்த எல்லா சத்துக்களையும் தாவரங்களிலிருந்தே விலங்குகள் பெறுகின்றன என்பதை நாம் நினைவில் கொள்ள வேண்டும். எல்லா விலங்குகளும் நேரடியாக உயிருள்ள தாவர உணவுகளை உண்கின்றன.

ஆனால், நாம் அதே தாவர உணவுகளைச் சமைத்து அதிலுள்ள உயிர்ச்சத்தையும், தாது உப்புகளையும், மொத்தத்தில் அதன் உயிர் ஆற்றலையும் அழித்து விடுகிறோம். நாம் நேரடியாக தாவர உணவுகளைச் சாப்பிட்டால், அதனை நமது கல்லீரல் நமக்குத் தேவையானதாக மாற்றிக் கொள்ளும் ஆற்றல் உடையதாக இருக்கிறது. மாட்டு இறைச்சியில் புரதச்சத்து அதிகம் இருப்பதால், அதனை விரும்பி உண்கிறார்கள். ஆனால், அந்த மாடு உண்ணும் பசும்புல்லில்தான் அத்தனை புரோட்டீனும் இருக்கிறது. அது தாவரங்களிலிருந்தே கிடைக்கிறது.

ஒரு யானையை எடுத்துக் கொள்வோம் மிகப்பெரிய எலும்புகள் கொண்ட பெரும் உடல் அதற்கு வாய்த்துள்ளது அதற்கு

நிறைய சுண்ணாம்புச் சத்து தேவை. அது எங்கிருந்து வருகிறது? தாவரங்களிலிருந்து மட்டுமே வருகிறது. எனவே தாவரங்கள் ஒட்டுமொத்த சத்துக்கள் அனைத்தையும் கொண்டவை. எனவே, அதை சமைக்க வேண்டாம். சுத்திகரிக்கத் தேவையில்லை. நேரடியாக உண்ணலாம். சூரியகாந்தி எண்ணெயைச் சமையலில் பயன்படுத்துகிறோம் அல்லவா? அது சுத்திகரிக்கப்பட்ட நிலையில் உள்ளதால் சமைக்கப் பயன்படுத்துகிறோம். ஆனால் சூரியகாந்தி விதைகளை நாம் அப்படியே சாப்பிட்டால் அதனை செரிப்பதற்கு நம் உடலில் தக்க ஏற்பாடு உள்ளது. அதேபோன்று, கீரைகள், காய்கறிகள், பழங்கள், தானியங்கள், கொட்டைகள், பருப்புகள் ஆகியவற்றை நேரடியாக செரிப்பதற்கு நம் உடல் அமைப்பு தயாராக உள்ளது.

இன்றைய அளவில் உடல் சோர்ந்து, மனம் சமநிலை இழந்து, சமூக அளவில் தீய பழக்கங்களுக்கு உள்ளான வாழ்க்கைக்கு எது காரணம்? நம் உள்ளுணர்வால் இயல்பாக மறுக்கப்படுகின்ற புலால் உணவே. நம்முடைய எண்ணங்கள், சொற்கள், செயல்கள், நடத்தை ஆகிய அனைத்தும் நம் எதிர்காலத்தைத் தீர்மானிக்கின்றன. இவையெல்லாம் நாம் உண்ணும் உணவைப் பொறுத்து அமைகிறது. எனவே, எதை நீங்கள் உண்கிறீர்களோ அதுவாகவே ஆகிறீர்கள். எதை மறுத்து விலக்க வேண்டுமோ அதை விலக்காவிட்டால் அவற்றின் தன்மையே உங்களைப் பற்றிக் கொள்ளும்.

இறுதியாக நாம் ஒன்றை நினைவில் கொள்ள வேண்டும். ஒரு உணவுப்பொருள் இயற்கையாக இருக்கும் போது எதைப் பார்க்கும் போது நமக்கு உமிழ்நீர் சுரக்கிறதோ, அது தான் நாம் சாப்பிடக் கூடிய உணவு. சூரியனால் சமைக்கப்பட்ட பழங்களைப் பார்த்தால் உமிழ்நீர் சுரக்குமா? வெட்டப்பட்ட நிலையில் இருக்கும் மாமிசத்தைப் பார்த்தால் சுரக்குமா? சிந்தித்துச் செயல்படுங்கள்.

10
பால்

இன்றைய அளவில் பால் பண்ணைத் தொழில் மிக வேகமாக வளர்ந்து வருகிறது. ஏனென்றால் மக்கள் பாலைக் குடிப்பதாலும் பால் பொருட்களை உண்பதாலும் பால் வியாபாரம் வேகமாக நடைபெறுகிறது. நாம் உடலுக்குத் தேவையான கால்சியம், புரத சத்துகள் பசுவின் பாலில் நிறைய இருப்பதாக நினைத்துப் பாலை அருந்துகிறோம். பால் இல்லாவிட்டால் நம்முடைய எலும்புகள் உறுதியாக இருக்காது என்பது நம்முடைய பொதுவான கருத்து.

இதில் ஒன்றைப் புரிந்து கொள்ள வேண்டும். பசு தன் கன்றின் வளர்ச்சிக்காகப் பால் கொடுக்கிறது. மனிதர்களின் உடலுக்கு ஏற்றதாக மனிதனை விடக் கீழ்நிலை விலங்கான

பசுவின் பால் எப்படி மனிதர்களுக்கு மிகவும் ஏற்றதாக அமைய முடியும்? மனிதன் ஒருவன்தான் வேறு விலங்கினத்தின் பாலைக் கறந்து வாழ்நாள் முழுவதும் குடிக்கின்றான். பால் சத்துமிக்க உணவு என்பதில் ஐயமில்லை. அந்தந்த விலங்கின் குட்டிகள் வளர்ச்சிக்கு ஏற்றவாறு பாலின் தன்மையை இயற்கை உருவாக்கி இருக்கிறது. இயற்கையின் மகிமையைக் கூர்ந்து பார்க்கும் போது பிறந்த குழந்தைக்கு உண்ணத் தெரியாது. அக்குழந்தைக்குள் பல் முளைக்காத காரணத்தால் திரவ வடிவில் அனைத்து சத்துகளும் உள்ளடக்கி பால் என்ற பெயரில் இயற்கை கொடுத்து இருப்பது மகிமைதானே!

குழந்தை பிறந்து 18 முதல் 24 மாதங்கள் வரை மட்டுமே பாலைச் செரிப்பதற்கு இயலும். அதற்குப் பிறகு பாலைச் செரிப்பதற்கான என்சைம்கள் உடலில் இல்லாததால் பாலில் உள்ள லாக்டோஸ் சில குழந்தைகளுக்கு செரிப்பதில்லை. பாலில் கால்சியம், புரோட்டின் அதிகமாக இருக்கும் என்று சொன்னால் பசு எத்தனை குவளைப் பாலைக் குடிக்கின்றது? பசு புல் போன்ற பசுந்தழைகளையும் தவிட்டையும் தின்று பாலை உற்பத்தி செய்து கொடுக்கிறது. பசுவின் பாலில் உள்ள கால்சியம், புரோட்டின் ஆகியவை அதனுடைய கன்றுக்காக உருவாக்கப்பட்டது. வெவ்வேறு வகை உயிரினங்களுக்கு வெவ்வேறு அளவுகளில் கால்சியம், புரோட்டின் ஆகியவை உள்ளன.

அதனுடைய செல் அமைப்பு, வலிமை, வீறு ஆகியவற்றில் மனிதர்களுக்கும் விலங்குகளுக்கும் இடையே வேறுபாடு உள்ளது. பசுவின் கன்று பிறந்த ஒரு மணி நேரத்திற்குள் எழுந்து நடக்கத் தொடங்குகிறது. ஆனால் மனிதர்களைப் பொறுத்தவரை, பிறந்த குழந்தை எழுந்து நிற்பதற்குக் குறைந்தது ஓராண்டு ஆகிறது. எனவே நம்மைவிட பசுக்களுக்கு வளர்ச்சி வீதம் அதிகம். பசுவின் பாலை நாம் குடித்தால் வளர்ச்சி அதிகமாகிறது. அணு பிளப்பு அதிவேகமாக நடைபெறுகிறது. அதனால் அதிகமாக பால் குடிப்பவர்கள் வயதானவர்களாகவும், சுறுசுறுப்பு அற்றவர்களாகவும் தோன்றுகிறார்கள்.

மனிதர்களுக்குப் பசுவின் பால்தான் மிகவும் மோசமான, ஆபத்தான உணவாகும். பால் பண்ணைத் தொழில் மேலும் மேலும் வணிக மயமானதால் மனிதர்களுக்கு மிகவும் துன்பம் இழைக்கப் படுகிறது. ஒரு பசுவுக்குக் கன்று போடுவதென்றால் பொதுவாக இரண்டு ஆண்டுகள் பிடிக்கும். ஆனால் தற்போது வழக்கத்தை விட முன்னதாகவே மாடுகளைச் சினை பிடிக்க வைக்கிறார்கள். மாடு கன்று போட்டு மூன்று மாதங்களுக்குள் இவ்வாறு சினை பிடிக்க வைக்கும்போது அது பால் கொடுக்கும் அதே நேரத்திலேயே சினைப் பட்டும் விடுகிறது. இதனால் பாலுக்குரிய ஹார்மோனும் கன்று ஈனுதற்கான ஹார்மோனும் சேர்ந்து இரத்தத்தில் ஒரே நேரத்தில் கலப்பதால் அது பசு உடலினுள்ளே ஒரு குழப்பத்தை ஏற்படுத்துகிறது. அந்த குழப்பத்தின் விளைவுக்குட்பட்ட அதன் பாலை நாம் குடிக்கிறோம்.

எனவே அதில் கால்சியம், புரோட்டின் மட்டுமல்லாது ஹார்மோன்களும் நிறைந்து கலந்து விடுகிறது. ஹார்மோன் என்பது தேவையானபொழுது உடலிலிருந்து சுரக்க வேண்டும். ஆனால் பால் குடிப்பதால் தேவை இல்லாமல் ஹார்மோன்களை உட்கொள்கிறோம். இதனால் நீண்ட காலக் கடும் நோய்களான செப்டிசிமியா, ருமாட்டாய்டு ஆர்த்ரைடிஸ், நோய் எதிர்ப்புத் திறன் இழப்பு நோய்கள், புற்றுநோய் போன்றவற்றை ஏற்படுத்துகிறது. எல்லாவித புற்று நோய்களுக்கும் முக்கியக் காரணமாக இருப்பது பால்தான். ஏனென்றால் பாலில் உள்ள வளர்ச்சிக்கான ஹார்மோன்கள் புற்றுநோய் செல்களுக்குத் தீனியாகிறது. ஏனென்றால் அதில் வளர்ச்சி ஹார்மோன்கள் நிறைய உள்ளன. அணு பிளப்பு வேகமாக நடைபெறுவதற்குரிய கூறுகள் அவற்றில் உள்ளன. இயல்பான செல்கள் அவ்வாறு பிளப்புக்கு உள்ளாகிப் பல மடங்கு பெருகுவதில்லை.

ஏனென்றால் எப்போது எவ்வளவு வேகமாக தமது எண்ணிக்கையைப் பெருக்க வேண்டுமென்பது இயல்பான செல்களுக்குத் தெரியும். ஆனால் புற்றுநோய் செல்களுக்குத் தெரியாது. இந்தப் பால், புற்றுநோயைப் பெருக்கும் என்று தெரியாமல் புற்றுநோய் மருத்துவமனைகளிலேயே அந்த

நோயாளிகளுக்குப் பாலைக் கொடுக்கிறார்கள். இதனால் புற்றுநோய் செல்கள் வளர்ச்சி அடைவதை இது தடுக்காது. நோயாளி இறப்பதற்கு, நோய் வேகமாக அதிகமாவதற்கு, பால் காரணமாகிறது. நவீன மருத்துவம் என்ற பெயரில் உணவு நிபுணர் பாலைப் பரிந்துரைப்பதால் மருத்துவமனைகளும் பாலைக் கொடுக்கின்றன. கடைசி மூச்சு இருக்கும்வரை பல வகை மருந்துகள் கொடுக்கப்படுகின்றன. இதனால் மருந்துத் தொழில் செழிப்பாக வளர்கிறது. ஆனால், நோயாளி இறந்து விடுகிறார்.

ஒரு குறிப்பிட்ட வயதுக்குப் பிறகு நம் உடல் வளர்ச்சியடைவதில்லை. வளர்சிதை மாற்றத்திற்கும் பராமரிப்புக்கும் கால்சியம், புரோட்டின் தேவைப்படுகிறது. எடுத்துக் காட்டாக, ஒரு வீடு கட்ட வேண்டுமென்றால் அதற்குரிய மூலப் பொருட்கள் தேவைப்படுகின்றன. அவற்றை வாங்கி அழகாக வீட்டைக் கட்டி முடித்த பிறகு, வீடு குடி புகுவதற்குத் தயாராக உள்ளது. ஆனால் வேலை முடிந்த பின்னரும் இரும்பு சாமான் கடைக்குச் சென்று எதையாவது நாள்தோறும் வாங்கி வந்து கொண்டே இருந்தால் கடைசியில் அதனால் ஒரு பயனும் இருக்காது. வீட்டின் ஒரு பக்கத்தில் அவற்றையெல்லாம் சேர்த்து குவித்து வைக்க வேண்டியது தான். அதே போன்று நீங்கள் புலால் உணவை அடிக்கடி உட்கொண்டு வந்தால் அவற்றை உடம்பு பயன்படுத்த முடியாமல் மூட்டுகளிலும், தசைகளிலும், கல்லீரலிலும் சேர்த்து வைத்து ஒரு கிடங்கு போல் ஆக்கி விடுகிறது. அந்தக் கிடங்குதான் எல்லாவித நோய்களுக்கும் புகலிடமாக மாறுகிறது.

பெரும்பாலான பெண்களுக்கு எலும்பு தேய்மான நோய் ஏற்படுவதைப் பார்க்கிறோம் (எலும்புகளில் கால்சியம் குறைவதால்) இதற்குக் காரணம் என்ன? இவர்கள் பால் குடிப்பது மட்டுமின்றி வெண்ணெய், பாலாடைக்கட்டி, நெய், தயிர் ஆகியவற்றை அதிகமாக உட்கொள்வதால் இது ஏற்படுகிறது. இத்தகைய கால்சியம், புரோட்டின், கார்போஹைட்ரேட் விலங்குகளிலிருந்து பெறப்படுவதால் அது நமது உறுப்புகளுக்கு அதிக சுமை ஆகிறது. இதனால் இரத்தத்தில் அமிலத்தன்மை அதிகமாகிறது. அந்த அமிலத்தை சமநிலைப் படுத்துவதற்காக

உடம்பில் உள்ள கால்சியத்தைக் கிரியா ஊக்கியாகப் பயன்படுத்தி அமிலத் தன்மையைக் காரத் தன்மையாக மாற்றுகிறது.

இதனை இன்னும் எளிதாகச் சொல்வதென்றால் நம் எலும்புகள், பற்களில் உள்ள கால்சியத்தை நம் உடல் பயன்படுத்தி பால் போன்ற விலங்குகளிலிருந்து பெறப்படும் உணவில் அமிலத்தையும், புரோட்டீன் கழிவுகளையும் வெளித்தள்ளுவதற்கு நம் உடல் பயன்படுத்துகிறது. ஆக, நாம் பாலை குடிப்பதனால் எலும்பு தேய்மான நோயைத் தடுக்க முடியாது.

ஆனால், இதனைத் தடுப்பதற்கு கீரைகள், கொட்டைகள், விதைகள், தானியங்கள், பருப்புகள், பழங்கள் ஆகியவற்றை உண்ண வேண்டும். தாவர வகைகளிலிருந்து கிடைக்கும் நமக்குத் தேவையான சத்துக்கள் அவற்றிலிருந்து நேரடியாக இல்லாமல் மறைமுகமான வழியில் கிடைக்கிறது. அதனை உடைக்கும் வேலையை நமது கல்லீரல் செய்வதுடன் உடைக்கப்பட்ட கால்சியம், புரோட்டீன் ஆகியவற்றை மனிதர்களுக்குரிய புரோட்டினாகவும், கால்சியமாகவும் மாற்றும் வேலையையும் நமது கல்லீரல் செய்கிறது. விலங்குகளிலிருந்து கிடைக்கும் புரோட்டீன், கால்சியம் மனிதருக்குரிய புரோட்டீன், கால்சியமாக மாற்றுவதற்கு எந்த மந்திரமும் இல்லை.

தற்போதைய காலகட்டத்தில் விலங்குகள் சித்ரவதை செய்யப் படுகின்றன. இதனால் பசுக்கள் நன்கு பேணப்படாமல் உள்ளதால் மாட்டின் மடியில் காயங்களும் புண்களும் ஏற்படுகின்றன. இதில் வேடிக்கை என்னவென்றால் திருவிழாக் காலங்களில் பால் பயன்பாடு அதிகமாகிறது. பாலைக் கொண்டு செய்யப்படும் இனிப்புகள் அதிகமாக விற்கப்படுகின்றன. கடைக்காரர்கள் அதிகமான பாலை விற்கிறார்கள். விருந்தினர்கள் வீட்டுக்கு வருவதால் பாலை அதிகமாக வாங்குகிறோம். கூடுதலான பால் எங்கிருந்து வருகிறது என்பதைப் பற்றி நாம் சிந்திக்க வேண்டும். பசுக்களின் மொத்த எண்ணிக்கை கூடுவதில்லை. மனிதர்கள் பண்டிகைகள் கொண்டாடுகின்றனர் எனக் கருதி பசுக்கள் அதிகமாக பால் கறப்பதில்லை. ஆக பண்டிகை காலங்களில்

விற்கப்படும் கூடுதல் பால் எங்கிருந்து வருகிறது. கலப்படம் என்பதே இதற்கு விடை.

பெரிய பால் பண்ணைகளில் பாலுடன் யூரியா, சோப்பு தயாரிப்பு பொருள்கள், சோடா உப்பு இன்னும் கற்பனைக்கெட்டாத பொருள்களை சேர்த்துக் கலப்படம் செய்கிறார்கள்.

ஆகவே பசுவின் பாலில் முழுக்க முழுக்க இரத்தம் மற்றும் சீழ், பூச்சிக்கொல்லி மருந்துகள், ஹார்மோன்கள் கலப்படத் தூள்கள் ஆகியவை உள்ளதால் மூக்கில் சளி பிடிப்பது முதல் புற்றுநோய் வரை அனைத்து நோய்களும் வருகின்றன. உடம்புக்கு அது தேவையானது அன்று. மனிதர்களுக்குரிய பால் எதுவென்று கேட்டால் தாய்ப்பாலுக்கு நிகரான தேங்காய்ப்பால், பாதாம்பால், முந்திரிப்பால், வேர்க்கடலை, முளைக்கட்டிய தானியங்களை அரைத்துப் பெறும் பால் ஆகியவற்றை நாம் அருந்தலாம். இத்தகைய பருப்பு, தானியங்களை இரவு முழுவதும் தண்ணீரில் ஊறவைத்து அவற்றைக் கலந்து கொஞ்சம் அடுப்பில் சூடேற்றி கருப்பட்டி அல்லது நாட்டுச் சர்க்கரை சேர்த்துக் குடித்தால் அவை உடலுக்கு பாதுகாப்பானது. நமக்கு தேவையான சத்து அனைத்தும் அதில் உள்ளது.

இது பற்றிய பெரிய விவாதத்துக்குரிய கேள்வி என்னவென்றால் நாம் தாவர உணவுகளை மட்டும் சாப்பிட்டால் அதிலிருந்து போதுமான கால்சியம் கிடைக்கிறதா என்பதுதான். இதுவரை நாம் கொண்டுள்ள கருத்துப்படி, எலும்புகள் பற்கள் ஆகியவற்றிற்கு மட்டும் கால்சியம் தேவை என்று எண்ணுகிறோம். எலும்பு வளர்ச்சி தவிரவும், பல வேலைகளைக் கால்சியம் செய்கிறது. கால்சியம் அமிலத்தன்மை தாதுப் பொருளைக் கொண்டு இருப்பதால் இரத்தத்தில் உள்ள கார அமிலத் தன்மையைச் சமநிலைப் படுத்துவதற்கு இது பெரிதும் உதவுகிறது. சமைத்த உணவுகள் அமிலத் தன்மை, விலங்கில் இருந்து கிடைக்கும் உணவுப் பொருள்கள், சுத்திகரிக்கப்பட்ட, பதப்படுத்தபட்ட உணவுகள் எண்ணெயில் பொரித்து எடுக்கப்பட்ட உணவுகள் ஆகியவற்றை உண்பதால் சேர்ந்த அமிலத் தன்மையை வெளியேற்றுவதற்கு நமக்கு அதிகமாக கால்சியம் தேவைப்படுகிறது.

எனவே ஒருவருக்கு ஒரு நாளைக்குத் தேவைப்படும் கால்சியம், பெரியவர்களுக்கு **1000** மி.கி முதல் **1200** மி.கி. ஆகும். தாவர உணவுகளிலும், சரிவிகித உணவு உண்பவர்களிடமும் இது இயல்பாகவே கிடைக்கிறது. ஆனால் புலால் உணவு உண்பவர்களுக்கு மேற்காணும் பரிந்துரைக்கப்பட்ட அளவைவிட அதிகமான கால்சியம் தேவைப்படுகிறது.

ஏனென்றால், விலங்கு இறைச்சியில் அதிகமாக அமிலத்தன்மை, கழிவுகள், நச்சுப்பொருட்கள் இருப்பதால் இவற்றை வெளியாக்க அதிகளவு கால்சியம், இரும்பு, மெக்னீசியம், பித்தளை ஆகியவை பெருமளவில் தேவைப்படுகிறது. கால்சியம் என்பது ஒரு தாது உப்பு ஆகும். மண்ணில் இது கலந்திருப்பதால் தாவரங்களின் வேர்களால் உறிஞ்சப்படுகிறது. இந்த கால்சியம் அதிகமாக உள்ள தாவரங்களை உண்பதால், விலங்குகளிடம் கால்சியம் அதிகமாக உள்ளது. எனவே, பாலிலிருந்தும் பால் பொருட்களிலிருந்தும் கால்சியம் நமக்குக் கிடைக்கிறது என்பதை நாம் நம்பப் பழகிவிட்டோம். உண்மையிலேயே கால்சியம் பூமியில் அதிகம் கிடைக்கிறது.

அதே போன்று முழுமையான தாவர அடிப்படையிலான உணவில் ஏராளமான கால்சியம் உள்ளது. மாவுச் சத்துள்ள காய்கனிகள் பலவற்றிலும் பழங்களிலும் நம் உடலுக்குத் தேவையான அளவுக்கு கால்சியம் உள்ளது. ஓரளவுக்கு குறைவான கால்சியம் உள்ள உணவினை சாப்பிட்டாலும்கூட உடல் அதனை ஏற்றுக் கொள்கிறது. குறைந்த கால்சியம் சத்துள்ள உணவினை உட்கொள்ளும் போது நமது சிறுகுடல் அதிக திறனுடன் கால்சியத்தை உறிஞ்சி கொள்வதாகவும் நமது சிறுநீரகங்கள் நன்றாக அதனைப் பாதுகாத்துக் கொள்வதாகவும் ஆராய்ச்சி முடிவுகள் தெரிவிக்கின்றன. அதே போன்று அதிகளவு கால்சியம் உள்ள உணவுகளை உட்கொண்டாலும் அதை நம் உடல் ஏற்றுக்கொள்கிறது.

அதே சமயம் உடலில் கால்சியம் அதிகமானால் நமது சிறுகுடல் கால்சியம், உள்வாங்குவதைத் தடுத்துச் சிறுநீரகம் அதிகளவு கால்சியத்தை வெளியேற்றச் செய்கின்றது. ஒரு

வேலை நமது உடல் உழைப்பு குறையும் போது மிகையாக உள்ள கால்சியம் வெளியேற்றப்படாத போது, நமது ரத்தக் குழாய்களுக்குள் கால்சியம் படிவதனால் இரத்தக் குழாய்களில் அடைப்பு ஏற்படுவதுடன் நீர்க் கட்டிகள், சிறுநீரகக் கல் ஆகியவை உண்டாகின்றன. உடலில் இவ்வாறு சேரும் இயற்கைக்கு மாறான கால்சியம், பால் பொருள்கள் உண்பதனால் நாள்தோறும் சேர்ந்து சேர்ந்து கெட்டிப்படுகிறது. இதனால் இதயம், சிறுநீரகம், கருப்பை, கல்லீரல், சினைப்பை ஆகியவை சார்ந்த நோய்கள் உண்டாகின்றன.

கால்சிய சத்துக்காகப் பசும்பால் குடிப்பதால் நம் உடலில் கால்சியம் இழப்பு ஏற்படுகிறது. அது எப்படியெனில் பாலில் உள்ள புரோட்டின் இரத்தத்தில் அமிலத்தன்மையை அதிகமாக்குவதால் அந்த அமிலத் தன்மையைக் காரத் தன்மையை மாற்றிச் சமப்படுத்துவதற்காக அதிகமாக கால்சியம் தேவைப்படுகிறது. எனவேதான் பசும்பால் குடிப்பவர்கள் பெரும்பாலும் மூட்டுவலி, எலும்புத் தேய்மான நோய், இதய நோய் இன்னும் பல நோய்களுக்கு உள்ளாகிறார்கள்.

பாலில் உள்ள நச்சுகளை வெளியேற்றுவதற்கே கூடுதலாக கால்சியம் தேவைப்படும்போது பாலில் உள்ள கால்சியத்தைவிட அதிகமாக கால்சியம் தேவைப்படுகிறது. பசும்பால் சாப்பிடுவதனால் கால்சியம் பற்றாக்குறை ஏற்படுகிறது என்பதை நம்புவது சற்று கடினம் தான். கால்சியம் இழப்பு ஏற்படுவதற்கு சோடியம், புரோட்டின், கஃப்பின் ஆகியவையும் இன்னொரு காரணமாகும்.

சோடியம்:

ஒவ்வொரு 100 மில்லி கிராம் சோடியம் 2500 மி.கி மேசை கரண்டி உப்பு சிறுநீரகம் வெளியேற்றும் போது, அத்துடன் 40% 60% மில்லிகிராம் கால்சியம் வெளியேற்றப்படுகிறது. அந்த வகையில் கடல் உப்பு, அயோடின் கலந்த உப்பு கால்சியம் குறைபாட்டுக்குக் காரணமாகிறது. இதனால் மூட்டுவலி, எலும்பு தேய்மான நோய் போன்றவை ஏற்படுகின்றன.

புரோட்டீன்:

புரோட்டீனை அதிகமாக உட்கொள்ளும் போது சிறுநீருடன் சேர்ந்து கால்சியம் அதிகமாக வெளியேறுகிறது. கோழி இறைச்சி போன்றவற்றை சாப்பிடும்போது புரோட்டீன் 2 மடங்கு அதிகரிப்பதால் சிறுநீருடன் சேர்ந்து வெளியேறும் கால்சியம் 50 சதவீதம் அதிகரிக்கிறது.

கஃபின்:

காபி, தேநீர், சாக்லேட்டுகள் ஆகியவற்றால் உடம்பில் கால்சியத்தை நிறுத்தி வைக்கும் தன்மையை பாதிக்கிறது. இதனால், உடம்பிலிருந்து கால்சியம் அதிகம் வெளியேறுகிறது. எனவே கழுத்துவலி, இடுப்பு வலி, முழங்கால் வலி உள்ளவர்கள் தேநீர், காபி குடிப்பதை நிறுத்தாவிட்டால் எந்த மருத்துவராலும் இதனைக் குணமாக்க முடியாது.

முடிவாக, போதுமான கால்சியம் வேண்டும் என்பதற்காகப் பால் பொருட்களையோ அதனைச் சார்ந்த தயாரிப்புகளையோ சாப்பிட வேண்டும் என்ற அவசியமில்லை. முழுமையான சரிவிகித உணவை, அதாவது, கேழ்வரகு, கம்பு, தானியங்கள், பழங்கள், சமைக்காத காய்கறிகள், முளைகட்டிய பயிர்கள், அரைவேக்காட்டில் குறைந்த உப்புடன் சமைத்த உணவுகளைச் சாப்பிட்டால், இரத்தத்தின் கார அமிலத் தன்மையைச் சரிகட்டுவதற்காக வெளியேற்றும் கால்சியத்தின் அளவு பெருமளவு குறைவதால் உங்களுக்குத் தேவையான அளவுக்கு முழுமையான கால்சியம் கிடைக்கும்.

சுருக்கமாக

பால் பொருள்களில் நார்ச்சத்தோ, கூட்டுச்சத்தோ, மாவுச்சத்தோ இருப்பதில்லை.

பாலில் கொழுப்புச்சத்து (கொலஸ்டிரல்) நிறைந்துள்ளது.

பால் பொருள் தயாரிப்புகளுக்கும் ஒவ்வாமை, மலச்சிக்கல்

இதய நோய், புற்று நோய் ஆகியவற்றுக்கும் பால் பொருட்களுக்கும் நெருங்கிய தொடர்பு உள்ளது.

பால் பொருள்கள் நீரழிவு நோய், எலும்பு தேய்மான நோய், மூட்டுவலி ஆகியவற்றிற்குக் காரணமாகிறது.

பாலில் இரும்புச்சத்து இல்லை. குழந்தைகள் உடம்பில் பாலில் உள்ள பால்புரதம் (கெசின்) இரும்புச்சத்து சேர்வதைத் தடுக்கிறது.

வயிற்றுப்புண்ணைப் பால் குணமாக்குவதில்லை. ஆனால் தற்காலிகமாக இதற்குத் தீர்வு அளிக்கும். காலப்போக்கில் அது வயிற்றின் சுவர்ப் பகுதிகளைப் பாதிக்கும்.

பால் புற்றுநோயை உருவாக்கக் கூடியது. அதில் உள்ள ஐஜீஎப் 1 என்ற கூறு உடம்பில் சேர்வதால் புற்றுநோய் உண்டாகிறது.

மருத்துவர்கள் என்று தங்களைச் சொல்லிக் கொள்கிறவர்கள் புற்று நோயாளிகளுக்கு கிமோதெரப்பி என்ற பெயரில் பல்வேறு மருந்துகளை நோயாளிக்கு ஊசி மூலம் செலுத்துகிறார்கள். இந்த மருந்துகள் உடலில் புற்று செல்கள் மட்டுமின்றி நல்ல செல்களையும் அழித்து விடுகின்றன. நோயாளிக்கு தரும் பால் மற்றும் அசைவ உணவுகள் புற்றுநோயைச் சுமக்கும் செல்களுக்கு உணவாகி அந்த செல்கள் செழித்து வளருகின்றன. ஆக இந்த இரண்டும் சேர்ந்து நோயாளியின் இறப்பை விரைவுபடுத்துகின்றன.

தாவர உணவுகளை மட்டுமே சாப்பிட்டு அநேக புற்று நோயாளிகள் அந்த நோயிலிருந்து விடுவிக்கப்படுகின்றனர். தாவர உணவுகள், தானியங்கள் போன்ற முழுமையான உணவுகள் அதாவது 100 டிகிரி செல்சியஸ் அளவுக்கு குறைந்த வெப்பத்தில் சமைக்கப்பட்ட சைவ உணவுகள் புற்றுநோயை குணப்படுத்துவதற்குப் பெரிதும் உதவுகின்றன. எனவே, பசுவின் பால் மனிதனுக்கு நஞ்சு.

11

இறைச்சி மற்றும் பறவைகள் சார்ந்த உணவுகள் - முட்டை

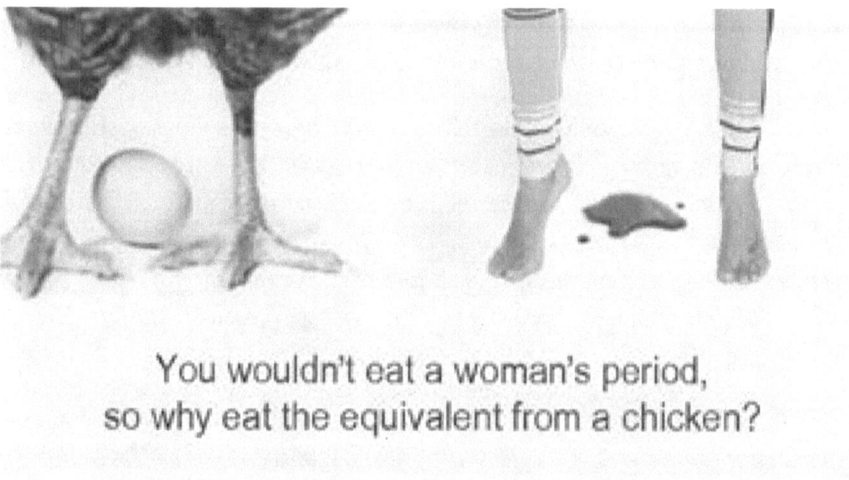

அனேக மனிதர்கள் முட்டை சைவ உணவை சார்ந்தது தான் என்று வாதிடுகிறார்கள். அதில் புரோட்டீன், கால்சியம், தாது உப்புக்கள் நிறைய இருப்பதால் அதைச் சாப்பிடலாம் என்று கூறுகிறார்கள். இதைப்பற்றிய விளம்பரத்திலும்கூட ஒரு நாளைக்கு ஒரு முட்டை உடல் நலத்திற்கு நல்லது என்று பிரபலங்கள் விளம்பரப் படுத்துகிறார்கள்.

மனித நலத்திற்கு கோழி முட்டை நல்லது என்று கூறுவோரைப்பார்த்து நான் ஒன்று கேட்க விரும்புகிறேன். கோழி, மற்ற எந்த பறவையின் முட்டையைச் சாப்பிட்டு புரோட்டீனும், தாது உப்புகளும் நிறைந்த முட்டையை இடுகிறது. அவ்வாறு

எதையும் சாப்பிடுவதில்லை. பெட்டைக் கோழிகள் தமக்கு உணவாக பருப்புகள், தானியங்கள், கொட்டைகள். விதைகள் போன்றவற்றை சாப்பிட்டுத்தான் முட்டையிடுகின்றன. அவற்றை சாப்பிடும் கோழியின் செரிமான முறை அல்லது அதன் வயிற்றுக்குள் இந்த விதைகள் அல்லது தானியங்கள் சென்று கோழி குஞ்சு பொரிப்பதற்கான முட்டையாக உருவெடுக்கிறது. அந்த முட்டையை நாம் சாப்பிடுவதற்குப் பதிலாக கோழி சாப்பிடும் தானியங்கள், கொட்டைகள் போன்றவற்றை நேரடியாக நாம் உண்ணலாமே! அது நம்முடைய வயிற்றுக்குள் சென்று நம்முடைய கல்லீரலால் மனிதனுக்கு தேவையான புரோட்டீன், கேல்சியம், தாது உப்புக்கள் போன்றவையாக மாற்றப்பட்டுவிடுமே.

கோழி முட்டை புரோட்டீன் நிறைந்ததாக இருக்குமானால் அது கோழிக்குரிய புரோட்டீன் தானே தவிர நமக்குத் தேவையான புரோட்டீன் அல்ல. நம்முடைய உடல் அணுக்கள் நமக்குத் தேவையான புரோட்டீனை மட்டுமே ஏற்றுக்கொள்கின்றன. நம்முடைய கல்லீரல் தயாரிக்கும் புரோட்டீன்தான் நமக்கு ஏற்றதே தவிர வேறு கோழி அல்லது பிற விலங்குகளின் புரோட்டீன் அல்ல.

மனிதர்களுக்குள்ளேயே ஒருவருடைய குருதி வகை இன்னொருவருக்குப் பொருந்துவதில்லை. அதேபோன்று ஒருவருடைய சிறுநீரகம், கல்லீரல் ஆகியவற்றை எடுத்து அப்படியே இன்னொருவருக்குப் பொருத்திவிட முடியாது. அவ்வாறு இருக்கும்போது மனிதரை விட கீழான விலங்குகளின் புரோட்டீனை எவ்வாறு நமது உடல் ஏற்கும்? முட்டை என்பது இத்தகைய கீழான விலங்கின் கழிவுப் பொருள் என்பதைக் கவனிக்க வேண்டும். பெட்டைக் கோழியின் மாதவிடாய் கழிவு முட்டையில் அடங்கியுள்ளது. கோழியின் கழிவுகள் வெளிவரும் பாதையில்தான் முட்டையும் வெளிவருகிறது. ஒரு முட்டையில் 210 மி.கி கொழுப்பு உள்ளது. இன்னும் சுருக்கமாக சொல்ல வேண்டுமெனில் முட்டையை இங்குபேட்டரில் வைத்து நமக்கு உணவாக கொடுக்கிறார்கள். இங்குபேட்டரில் வைக்கும்போது முட்டைக்குள் உயிருடன் இருந்த கோழிக்குஞ்சு உயிரற்ற நிலை

அடைகிறது. எனவே நாம் சாப்பிடும் முட்டையானது கோழியின் கருச்சிதைவான (*Abortion*) குழந்தையே தவிர ஒருபோதும் மனித உடலுக்கு ஏற்ற உணவாக அமையாது.

தற்காலத்தில் கோழிகள் ஓர் இறுக்கமான செயற்கை சூழ்நிலையில் தான் முட்டை இடுகின்றன. அச்சமான சூழ்நிலையில் வளர்க்கப் படும் கோழிகளின் தீவனத்தில் ஆண்டி பயாட்டிக் மற்றும் பூச்சிக்கொல்லி மருந்துகள் கலக்கப்படுகின்றன. அதிகமாக முட்டை இடவேண்டும் என்பதற்காக ஹார்மோன் ஊசி போடப்படுகிறது. அந்த வகையில் பார்த்தால் மனிதர்களைவிட அதிகமாக கோழிகள் நோய்வாய்ப்படுகின்றன. அவையிடும் முட்டைகளை நாம் சாப்பிடுகிறோம். அவற்றின் உடல் அமைப்பு அல்லது அதன் உள் மனநிலை முழுவதும் குழப்பத்திற்கு உள்ளாவதால் புற்றுநோய் ஏற்படுத்தும் கூறுகள் அதில் உள்ளன. முட்டையில் நார்ச்சத்து எதுவும் இல்லை. அதனால் மலச்சிக்கல், மூலம், மூலவெடிப்பு, கல்லீரல் கொழுப்பு ஏறுதல், உயர் கொழுப்புநிலை, தோல்நோய்கள், கருப்பைக் கட்டிகள், வெள்ளைப்படுதல் மற்றும் பல நோய்கள் உருவாவதற்கு முட்டை வாய்ப்பளிக்கிறது.

முட்டை பற்றிய உண்மைகள்:

முட்டையில் நார்ச்சத்து முழுவதும் இல்லை, அதன் 70 சதவீதம் கலோரி கொழுப்பிலிருந்து வருகிறது. அதிலும் அதிகமாக செறிவுத்தன்மை உள்ளது சராசரியாக ஒரு முட்டையின் அளவில் 2/3 மி.கி அளவு கொழுப்பு உள்ளது. மனிதர்களாகிய நமக்கு இந்த கொழுப்புக்கான உடற்கூறு சார்ந்த தேவை எதுவுமில்லை. நம் உடலின் தேவைக்கு அதிகமாக இதனைச் சேர்க்கிறோம்.

நம் உடலின் அளவில் தேவைக்கு அதிகமாக ஏன் கொழுப்பைச் சேர்க்கவேண்டும், இதைப்பற்றி சற்று சிந்தியுங்கள். முட்டையின் உள்ளே அடங்கியிருக்கும் ஒவ்வொரு துளியிலும் புதிய உயிர் உருவாக்கத் தேவையான மூலப் பொருள் உள்ளது. அதன் ஓட்டுக்குள் கோழிக் குஞ்சுக்குரிய சிறகுகள், கண்கள், மூக்கு, மூளை, இதயம், கல்லீரல், சிறுகுடல் போன்றவற்றை உருவாக்குவதற்கான கூறுகள் உள்ளன.

எனவே நமக்குச் சற்றும் தொடர்பில்லாத இறக்கை, மூக்கு ஆகியவற்றை உருவாக்க தேவையான மூலப்பொருள் எதற்கு? முட்டையில் உணவுக்குரிய நார்ச்சத்து இல்லாததால் முட்டை சாப்பிடுவதன் மூலம் பெருங்குடல், குடல் சார்ந்த புற்றுநோய்கள், விதைப்பை புற்றுநோய், சிறுநீர்ப்பை புற்றுநோய், நீரழிவு நோய், இதயநோய்கள், உயர் கொழுப்பு, இரத்தநாளங்கள் சிதைவு கல்லீரலில் கொழுப்பு படிதல், சிறுநீரகக் கல், கட்டி, சதைகட்டிகள் ஆகியவை வருவதற்கு வாய்ப்பளிக்கிறது.

நிறையபேர் முட்டையின் வெண்கருவை மட்டும் தான் நாங்கள் சாப்பிடுகிறோம் அதனால் பாதிப்பில்லையே என்கிறார்கள். வெள்ளைக் கருவிலும் பாதிப்பு இருக்கிறது. வெண்கருவில் மிகச் செறிவான விலங்கு புரோட்டீன் உள்ளது. உடல் உறுப்புகளை உருவாக்கக்கூடிய தன்மை இதில் உள்ளது. இதில் உள்ள செறிவுமிக்க புரோட்டீன் மூலங்களால் சிறுநீரக நோய்கள், சிறுநீரகக் கல், புற்றுநோய் ஆகியவை வரக்கூடிய வாய்ப்பு நிறைய உள்ளது. எனவே முட்டையைத் தவிர்த்து தாவர உணவுகளை உண்பதால் இந்த நோய்களிலிருந்து தப்பிக்கலாம். இதன் மூலம் கொழுப்பு சேருவதற்கு வாய்ப்பில்லை. விலங்குகளுக்கான புரோட்டீன் உடலில் சேராது. புற்றுநோய் வராமல் தவிர்க்கக்கூடிய நார்ச்சத்து, தாவரங்களின் வேதிப்பொருட்கள் ஆகியவை காய்கறி உணவுகளை உட்கொள்வதால் ஏற்படும் நன்மைகள் ஆகும்.

- முட்டை சாப்பிடுவது என்பது கோழியின் உறவினங்களை சாப்பிடுவதற்கு ஒப்பாகும்.
- உடல் நலமுள்ள மக்கள் முட்டைகளை சாப்பிடுவதால் நோயாளி ஆகிறார்கள்.
- ஒரு கைப்பிடி அளவு நிலக்கடலை சாப்பிட்டால் அது நான்கு முட்டைகளுக்குச் சமமாகும்.
- ஒரு தேங்காய் என்பது 10 முட்டைகளுக்கு சமமாகும்.

12

வெள்ளை நிறமுள்ள உணவுப் பொருட்கள்

தீட்டப்பட்ட அரிசி : நோய் வருவதற்கு உத்தரவாதம் தருகிறது

அரிசியில் நார்ச்சத்து ஏராளமாக உள்ளது. அதேபோன்று பி-காம்பிளக்ஸ் வைட்டமின்களும் வேறு பல சத்துப் பொருட்களும் தீட்டப்படாத அரிசியில் உள்ளது. நாக்குச் சுவைக்காக அரிசியைத் தீட்டும் பொழுது அதில் உள்ள உடம்புக்குத் தேவையான மிக முக்கிய சத்துக்கள் நீக்கப்பட்டு விடுகின்றன. அதில் எஞ்சியுள்ள மாவுச் சத்தை மட்டுமே நாம் சாப்பிடுகிறோம். அது தசைகளுக்குச் சக்தி கொடுக்கக் கூடியது மட்டுமே. ஆனால், நம் உடலுக்கு நுண்ணுயிர் சத்துக்கள் இருந்தால்தான் என்சைம்கள், ஹார்மோன்கள ஆகியவற்றை உருவாக்க முடியும்.

அரிசியில் உள்ள மிக இன்றியமையாத சத்துக்கள் தீட்டப்பட்டு வெளித்தள்ளப்படுகிறது. அது மாடுகளுக்கு உணவாவதால் அவை நன்றாக முழுநலத்துடன் வாழ்கின்றன. எந்த மாடும் மருத்துவரிடம் சென்று பி-காம்ப்ளக்ஸ், வைட்டமின் மாத்திரைகள் கேட்பதில்லை. ஏன் என்றால் நாம் அவற்றிற்குத் தியாகம் செய்துவிடுகிறோம். எந்த மாடும் இனப்பெருக்கம் இல்லாமல் துன்புறுவதில்லை. எந்த மிருகமும் முழங்கால்வலி, இடுப்புவலி. வயிற்றுவலி போன்றவற்றால் துன்பப்படுவதில்லை. சத்து இல்லாத அரிசியை நாம் தொடர்ந்து சாப்பிட்டு வருகிறோம். அத்துடன் நமக்குப் பல்வகை சத்து மாத்திரைகள், டி-வைட்டமின் மாத்திரைகள் தேவைப்படுகிறது. இவை இன்னும் தீங்கு பயக்கின்றன.

தீட்டப்பட்ட அரிசியில் மாவுச்சத்து மட்டுமே உள்ளது. இது நமது ரத்தத்தில் அமிலத்தன்மையை அதிகமாக்குகிறது. இந்த அமிலத்தன்மையைக் குறைப்பதற்கு நமக்குக் கால்சியம் தேவைப் படுகிறது. நாம் அரிசி உணவைச் சாப்பிடும்போது கால்சியம், துத்தநாகம், மக்னிசியம் ஆகிய அனைத்தும் நம் உடலிலிருந்து வடிக்கப்பட்டு அமில காரத்தன்மையை சமநிலைப்படுத்த வேண்டியுள்ளது. நமது இரத்தத்தின் ஆல்கலைன் அளவு 7.5 ஆகும். அதிகமாக சமையல் செய்த உணவையும், இறைச்சி சார்ந்த உணவையும், தீட்டப்பட்ட அரிசியையும், பதப்படுத்தப்பட்ட, சுத்திகரிக்கப்பட்ட உணவு வகைகளையும் உட்கொள்ளும்போது நம் இரத்தத்திலுள்ள காரத்தன்மையை சமநிலைப்படுத்த வேண்டிய கட்டாயம் ஏற்படுகிறது. இதனால் நம் உடம்பில் ஏற்கனவே உள்ள தாது உப்புகள் வெளியேறுகின்றன.

ஆக, சமைத்த உணவு, வெள்ளை நிறம் உள்ள உணவு போன்றவற்றை சாப்பிடுவதால் நமக்குத் தேவையான எல்லா சத்துக்களும் கிடைப்பதாக நாம் நினைக்கிறோம். ஆனால் உண்மையிலேயே நாம் அவற்றை இழக்கிறோம். அதிகமாக தீட்டப்பட்ட அரிசி சாப்பிட சாப்பிட நம் உடலில் உள்ள கால்சியம் குறைந்து மூட்டுவலி, எலும்புத் தேய்மான நோய் போன்றவை வருவதற்கு வாய்ப்பு அதிகமாகிறது.

வெள்ளை அரிசிக்குப் பதிலாக தீட்டப்படாத கைக்குத்தல் அரிசி, குருணை தானியங்கள், கேழ்வரகு, பருப்புகள், கம்பு, சோளம், ஆகிய உடம்புக்குத் தேவையான அனைத்துத் தாது உப்புக்கள் மற்றும் சத்துப்பொருட்களைக் கொண்டுள்ள தானிய வகைகளைச் சாப்பிடலாம்.

தீட்டப்பட்ட அரிசிச் சோறு (Polished Rice) அதிகமாகும் போது இடுப்பின் அளவும் அதிகரிக்கும்.

ஏதாவது ஒரு நோய் உங்களுக்கு வந்து அதற்காக மருந்து சாப்பிட்டு வருவீர்களானால் அல்லது உங்களை தொல்லைப்படுத்துகின்ற வேறு நோய்கள் இருப்பின் தீட்டப்பட்ட அரிசி சாப்பிடுவதை கைவிட்டாலொழிய இந்த நோய்களிலிருந்து

மீள முடியாது. எல்லா நாளும் வெள்ளை அரிசி சாப்பிடுபவர்கள் நிரந்தரமான நோயாளி ஆகிவிடுவார்கள்.

இவ்வொன்றை கைவிடுங்கள். உறுதியாக நல்ல உடல் நலம் பெறுவீர்கள். நம் உடலின் அணுக்களைப் பெரும் சிதைவிலிருந்து காக்க வேண்டுமானால் தீட்டப்படாத பழுப்பு அரிசி, மெக்னீசியம், செலினியம் நிறைந்த சிவப்பு அரிசி ஆகியவற்றை உட்கொள்ள வேண்டும்.

நார்சத்து அதிகமுள்ள உணவை உட்கொண்டால் அது இரத்தத்தில் மிகை சர்க்கரை, உயர் அளவு, கொழுப்பு ஆகியவற்றைக் கட்டுப்படுத்த உதவுகிறது.

13

தீட்டப்பட்ட மாவு - வெண்ணிற மாவு மைதா

இன்றைய நவீன உலகத்தில் மனிதர்களுக்கு மிக அதிகமாக தீங்கு தரக்கூடியதாக மைதா அல்லது வெள்ளை நிற மாவு விளங்குகிறது. இதில் நார்சத்தோ, இன்றியமையாத சத்துக்களோ எதுவும் இல்லை. அதில் மாவு சத்தும், சர்க்கரை சத்தும் மட்டுமே உள்ளது. இது நம் இரத்தம் முழுவதையும் காரத்தன்மையிலிருந்து அமிலத் தன்மைக்கு மாற்றக்கூடியது.

மைதாவில் அதிகமாக பென்சைல் குளோரைடு, அலோக்சன் ஆகிய வேதிப்பொருட்கள் அடங்கியுள்ளன. இதில் உள்ள பென்சாயிக் பெராக்சைடு துணிகளை வெளுக்கப் பயன்படும் பொருளாகும். இந்த வேதிப்பொருட்களைத் துணிகளுக்கு வண்ணங்களை ஏற்றுதல் போன்ற சாயத்தொழிலில் பயன்படுத்துகிறார்கள். மேலும் இவற்றை எலிகள், பன்றிகள் ஆகியவற்றிற்குக் கொடுத்து இன்சுலின் சோதனை செய்யப்படுகிறது. இதுபோன்ற பிராணிகளுக்குச் சர்க்கரை நோயை வரவழைப்பதற்காக இவ்வகை வேதிப்பொருட்களை ஊசிமூலம் உட்செலுத்தி மருந்துகள் பற்றிய சோதனைகளை விஞ்ஞானிகள் மேற்கொள்கிறார்கள். தென்னிந்தியாவில் மைதாவைப் பரவலாகப் பயன்படுத்தப்படுவதால் கணையத்தை இது நிரந்தரமாக பாதிப்பதால் நீரழிவிற்கு முக்கியமான காரணமாக இது அமைகிறது.

நிறைய ஓட்டல்கள், ரொட்டிக் கடைகள் ஆகியவற்றிலும் நூடுல்ஸ், பரோட்டா, பிஸ்கட், கேக், பாஸ்ட்ரி, பீசா, பர்கர் ஆகியவற்றின் தயாரிப்பிற்கும் மைதா மாவுதான் பயன்படுத்தப் படுகிறது. குழந்தைகளுக்கு இவற்றைக் கொடுப்பதால் சளி,

இருமல், தும்மல். மூச்சிறைப்பு, காய்ச்சல் போன்றவை ஏற்படுகிறது. தீட்டப்பட்ட அரிசியைப் போன்றே இதுவும் ரத்தத்தில் அமிலத் தன்மையை அதிகரித்து உடலில் சளி அதிகமாவதற்கு வாய்ப்பு ஏற்படுகிறது.

உடலில் அமிலத்தன்மை அதிகமாவதால் ஏற்கனவே உடலில் உள்ள கால்சியம், மக்னீசியம், பாஸ்பரஸ் போன்றவற்றை வடித்து எடுத்துவிடுவதால் பற்கள், எலும்புகள் தேய்மானம், மலச்சிக்கல், மூலம், பௌத்திரம், குடல் புற்றுநோய் போன்றவை ஏற்படுகின்றன. எனவே கடைக்குச் சென்று நீங்கள் இத்தகைய பொருட்கள் வாங்கும் பொழுது அவற்றில் தீட்டப்பட்ட மாவு, வெள்ளை நிற மாவு, மைதா ஆகியவை கலந்துள்ளதா என்பதைப் பார்த்து அவற்றைத் தவிர்க்க வேண்டும். மைதா தயாரிப்புகளை நோயாளிக்கு கொடுக்கும் பொழுது அது நோயை மேலும் அதிகப்படுத்தும். பரோட்டா உங்கள் உயிருக்கு டாட்டா சொல்வதற்குத்தான், மைதா அல்லது வெள்ளை நிற மாவு அநேக உணவுகளில் பயன்படுத்தப்படுகிறது. உலகின் மிகப்பெரிய கார்பரேட் நிறுவனங்கள் மைதாவின் தீய விளைவுகளை மறைப்பதில் வெற்றி பெற்றுள்ளன.

மைதாவில் பயன்படுத்தப்படும் வேதிப் பொருட்களான மினரல் எண்ணெய், சுவை ஊட்டிகள், அஜினமோட்டோ, நீண்ட நாள் பாதுகாப்புக்கு உரிய வேதிப்பொருட்கள், டால்டா, வனஸ்பதி, சாக்கரின், சர்க்கரை போன்றவை மேற்காணும் தீங்குகளை உடலுக்குத் தரக்கூடியவை. பேக்கரி தயாரிப்புகளில் 95% மைதாவிலிருந்து தான் செய்யப்படுகிறது. பேக்கரிதான் மிக ஆபத்தான வேதிப்பொருட்களின் தாயகமாக விளங்குகிறது. உடலுக்கு மிகவும் ஆபத்தான உணவுப் பொருளை வழங்குவதில் இது முன்னிலை வகிக்கிறது.

மேலே சொன்ன அலோக்சன் என்ற வேதிப்பொருள் கணையத்தில் இன்சுலின் சுரக்கக் காரணமாக இருக்கும் பீட்டா செல்களைப் பாதிக்கிறது. இதனால் கண்தெரிந்து குழியில் விழுவதைப்போல நோய்களை வரவழைத்து குறிப்பாக நீரழிவு, உயர்

ரத்த அழுத்தம், ஆஸ்த்மா, கண் குருடு மட்டுமின்றி இறப்புக்கும் காரணமாக மைதா உணவு தயாரிப்புகள் அமைகின்றன. எனவே உடல் நலம் காக்க வேண்டுமென்றால் பதனமுறைக்கு உட்படுத்தப்படாத உள்நாட்டு உணவுப் பொருட்களான முழு தானியங்களை வாங்கி எப்போதும் உண்டு அதன் பயனைப் பெறலாம்.

14

தீட்டப்பட்ட சர்க்கரை - வெள்ளை நஞ்சு அல்லது இனிப்பு நஞ்சு

வெள்ளை சர்க்கரை ஒரு மெதுவான உயிர்க்கொல்லும் நச்சுப் பொருளாகும். மனிதர்கள் சாப்பிடுவதற்கு தகுதியில்லாத மிக மோசமான பொருளாகும். தற்காலத்தில் இது இல்லாமல் வாழமுடியாது என்ற நிலை தோன்றுகிறது. கரும்பு சாறு எடுக்கும் முறையும், சர்க்கரை தயாரிக்கும் முறையும் நம் உடல் நலத்திற்கு மிக மோசமான கேடுகளை விளைவிக்கக் கூடியவை. நீரழிவு நோய் உள்ளவர்கள் வெள்ளைச் சீனியை மட்டும் தான் தவிர்க்கிறார்கள் வெள்ளைச் சீனியானது பல்வேறு நோய்கள் வருவதற்கு முக்கியக் காரணமாகிறது. மூட்டுவலி, காசநோய்,

தைராய்டு குறைபாடுகள், தோல் நோய்கள், தொற்றுநோய் மற்றும் அழிவு தரும் பல நோய்களை சர்க்கரையில் உள்ள வேதிப் பொருட்கள் விளைவிக்கின்றன.

வெள்ளை சர்க்கரை எவ்வாறு தயாரிக்கப்படுகிறது என்பதை இதன் கீழ் விளக்கமாகப் பார்க்கலாம்:

- முதலில் கரும்பு சாறாகப் பிழியப்பட்டு, அந்தச் சாற்றுடன் பிளீச்சிங் எனப்படும் சலவைத்தூள், குளோரின் அல்லது அம்மோனியா, திரவ பேக்டீரியா ஆகியவை கலக்கப்படுகின்றன.
- அந்தக் கலவை பாஸ்போரிக் அமிலத்துடன் 5:1 என்ற விகிதத்தில் கலக்கப்பட்டு 1000 சென்ட்ரிகிரேட் வரையில் கொதிக்க வைக்கப்படுகிறது. இதில் சுத்தப்படுத்துவதற்காகப் பாஸ்போரிக் அமிலம் பயன்படுத்தப்படுகிறது.
- இந்தக் கலவை அடுத்த தயாரிப்பு நிலைக்குச் செல்கிறது. அங்கே சுண்ணாம்பு நீர் அத்துடன் சேர்க்கப்படுகிறது. அத்துடன் உடனடியாக சல்பர் டை ஆக்சைடு வாயு அதில் செலுத்தப்பட்டு அந்தச் சாற்றுக் கலவை வெண்ணிறமாக மாற்றப்படுகிறது.
- அடுத்த நிலையில் இந்த வேதிப்பொருட்கள் முழுவதும் கலந்த கலவை 100oc அளவில் மீண்டும் கொதிக்க வைக்கப்பட்டு செயற்கையாகத் தயாரிக்கப்பட்ட கால்சியம் அத்துடன் சேர்க்கப் படுகிறது.
- இந்தச் சாற்றுக் குழம்பு, நீர் நீக்கு பகுதிக்கு மாற்றப்பட்டு அங்கு காஸ்டிக் சோடா மற்றும் சலவை சோடா உப்பு ஆகியவை சேர்க்கப்படுகின்றன.
- இந்த திரவநிலையில் உள்ள சாற்றினைப் பாதி திட நிலையில் அல்லது படிக நிலையில் கொண்டுவருவதற்காக சல்பர் டை ஆக்சைடு மற்றும் சோடியம் ஹைட்ரோ சல்பேட் ஆகியவை சேர்க்கப்படுகின்றன.

- சென்றிபியூஜிங் முறையில் படிக சர்க்கரை மற்றும் மொலாசஸ் ஆகியவை பிரிக்கப்படுகின்றன.

- வெள்ளை நிற சர்க்கரையில் ஹெராயின், கொக்கைன் போன்று போதை தரும் தன்மை உள்ளது. இன்சுலின் சுரப்பை அதிகரிக்கக் கூடியது. மூளையின் மகிழ்ச்சி மையத்தில் பாதிப்பை ஏற்படுத்தி மனச்சோர்வு, கவலை ஆகியவற்றை உருவாக்கும் தன்மை கொண்டது.

இவ்வாறு பல்வேறு முறைகளுக்கு உட்படுத்தப்பட்டு வேதிப் பொருட்களில் மூழ்கடிக்கப்படும் கரும்புச் சாறானது நம்முடைய உடல் அணுக்களை எவ்வாறு பாதிக்காமல் இருக்க முடியும்?

நம்முடைய இரத்தத்தின் அமிலத்தன்மையை இது அதிகரிப்பதால் உடலில் உள்ள கால்சியம், மெக்னிசியம், பாஸ்பரஸ் ஆகியவற்றை வடித்து எடுக்கக்கூடியது. இந்த வெள்ளைச் சீனியைச் சாப்பிடுவதால் மூட்டுவலி, தசைவலி ஆகிய பலவகையான வலிகள் ஏற்படுகின்றன. எனவே இதனை இனிக்கும் நஞ்சு என்று அழைப்பதே மிகவும் பொருத்தமாகும்.

வெள்ளைச் சீனி, எல்லாவிதமான சிப்பம் செய்யப்பட்ட உணவு பொருட்கள், ரொட்டி, சாக்லெட், ஐஸ்கிரீம், மென்பானங்கள், பேக்கரி தயாரிப்புகள், இனிப்புகள் ஆகியவை கடைகளில் மட்டுமல்லாது ஒவ்வொரு வீட்டிலும் பயன்படுத்தப்பட்டு வருகிறது. இந்த நஞ்சை வீட்டில் வைத்து நாள்தோறும் பயன்படுத்து பவர்களுக்கு உடல் நலத்திற்கு உத்தரவாதம் தர முடியாது. குழந்தைகள் முதல் வயதானவர்கள் வரை இதனை உட்கொள்ளக் கூடாது. தடுமன் பிடித்தல், மூக்கு ஒழுகுதல், இருமல், தும்மல், மூச்சிரைப்பு, காதுவலி, வயதானவர்களுக்கு வரும் வலிவிழக்கச் செய்யும் நோய்கள் ஆகிய அத்தனைக்கும் முழு முதல் காரணமாக வெள்ளைச்சீனி விளங்குகிறது. இதற்குப் பதிலாகப் பனைவெல்லம், கருப்பட்டி ஆகியவற்றை தாராளமாக பயன்படுத்தலாம் என்றாலும் வெல்லத்தில் வெண்மை நிறம் ஏற்றுவதற்காக சோடியம் பை கார்பனேட் சேர்க்கப்படுகிறது. எனவே வெள்ளை அல்லது வெண் மஞ்சள் நிறம் உள்ள வெல்லத்தை நாம் தவிர்க்க வேண்டும்.

இயற்கை விளைபொருட்களான எல்லாவித பழங்கள், பேரிச்சம் பழம் ஆகியவற்றில் உள்ள இயற்கையான சர்க்கரை உடலுக்கு நிறைய நலம் சேர்க்கிறது.

வெள்ளை நஞ்சு அல்லது இனிக்கும் நஞ்சாக உள்ள வெள்ளைச் சீனியானது மனிதர்களுக்கு மட்டுமல்லாமல் பிராணிகளுக்கும் கூட ஏற்றதாகாது.

வெள்ளைச்சீனி இரண்டு முறை சுத்திகரிக்கப்பட்ட சர்க்கரை சுகர் ப்ரி எனப்படும் மாற்றுவகை இனிப்பு ஆகிய அனைத்துமே மனிதனின் உயிர் குடிக்கும் உணவு வகைகளே.

15
அயோடின் உப்பு

Table Salt vs Himalayan Pink Salt
Table Salt
VS
Himalayan Pink Salt
• Heavily processed to eliminate minerals
• Too much salt may increase your blood pressure
• High salt intake has been linked to osteoporosis
• Excessive salt consumption has been linked to stomach cancer.
•May contain additives (used to prevent clumping)
•Iodine is artificially added
•Rock salt is extracted through use of dynamite
Did You Know?
• Hand-mined in the Himalayan Mountains, dynamite use is forbidden.
• Naturally Rich in Iodine and 80+ minerals and elements, which can:
• Create an electrolyte balance
• Regulate water content
• Balance pH (alkaline/acidity) and help to reduce acid reflux
• Prevent muscle cramping
• Aid in proper metabolism functioning
• Strengthen bones
• Lower blood pressure
• Help the intestines absorb nutrients
• Prevent goiters
• Improve circulation
• Dissolve and eliminate sediment to remove toxins
May support libido, reduce the signs of aging, and detoxify the body from heavy metals.
For more, visit: www.organics.org
Organics.org

அயோடின் கலந்த உப்பு ஆபத்தை வா என்று அழைக்கிறது. உப்பு என்பது மனிதருக்கும் உணவு ஆகாது; பிராணிகளுக்கான உணவிலும் சேர்க்கப்பட வேண்டியதில்லை. உலகில் எந்த உயிரினமும் தன்னுடைய உணவில் உப்பு சேர்த்துக் கொள்வதில்லை. அப்படியென்றால் பிராணிகளுக்கு சோடியம், பொட்டாசியம் தேவை இல்லையென்று பொருளில்லை. எல்லாக் கீரைகளிலும், தாவர உணவுகளிலும், உப்புச் சத்து உள்ளதால் தனியாக அதை உணவில் சேர்த்து சாப்பிட வேண்டியதில்லை. நாம் உண்ணும் உணவு சமைத்த உணவாக இருப்பதால் காய்கறிகள், தானியங்கள் ஆகியவற்றில் உள்ள உப்பு அதிலிருந்து வெளியேறி விடுகிறது. எனவே கடலிலிருந்து கிடைக்கும் உப்பை வாங்கிப் பயன்படுத்துகிறோம்.

உப்பு உடலால் செரிக்கப்பட்டு உடம்பில் சேர்க்கப்படுவதில்லை. அதில் எந்த உயிர்சத்தும் இல்லை. தாது உப்புகளும் இல்லை. எவ்வித சத்துப் பொருள்களும் இல்லை. அதில் 40% சோடியம், 60% குளோரைடு ஆகியவை உள்ளன. நமது உடலில் உள்ள திரவங்களைச் சமப்படுத்துவதற்காக மட்டுமே சோடியம் தேவைப்படுகிறது.

குளோரைடு உணவில் சேரும் போது முக்கிய உறுப்புகளான இதயம், சிறுநீரகம் போன்றவை பாதிக்கப்படுகின்றன. இதிலுள்ள அதிக அளவு சோடியம் திரவ நிலையை தக்க வைப்பதால் ரத்த நாளங்கள் மூட்டுகள், தசைகள், கல்லீரல், சிறுநீரகம் ஆகியவற்றில் திரவம் சேர்த்து வைக்கப்படுகிறது. இதனால் இயல்பாக நீரை உறிஞ்சும் தன்மை பாதிக்கப்படுவதால் மலச்சிக்கலுக்கு வழி வகுக்கிறது. குடல் பாதையில் நச்சுகள் சேருகின்றன. இயல்பாக, உப்புக்கு பாதுகாக்கும் தன்மை இருப்பதால் அது இயற்கையான ஆன்ட்டிபயாடிக்காக வேலை செய்கிறது.

எனவே உப்பானது உணவில் உள்ள நம் உடலுக்கு தேவையான உயிரிலுள்ள பாக்டீரியாக்களைக் கொன்று விடுகிறது. உப்பைச் சேர்த்துச் சமைக்கும் போது நமக்கு உணவாக எஞ்சுவது வெறும் உயிரற்ற உணவே.

அயோடின் உப்பு உயிரைக் கொல்லும்

இன்றைக்கு மிக முக்கியமாக பெரும்பாலான நோய்களாக இருப்பவை தடுமன் (ஜலதோஷம்), தும்மல், நிமோனியா, காசநோய், மூட்டுவலி, நெஞ்சுவலி, இரத்தம் சார்ந்த நோய்கள் ஆகியவை ஆகும். இவையெல்லாம் உப்பு மிகையாக உடம்பில் சேர்வதால் ஏற்படுகின்றன. அதிலும் முக்கியமாக அயோடின் உப்பு சேர்ப்பதால் இன்னும் கேடு வருகிறது. கடல் உப்பானது மிகவும் ஆபத்தான வேதிப்பொருட்களான புளோரைடு, செயற்கை அயோடின், சர்க்கரை, வெள்ளையாக ஆக்குவதற்கான வேதிப் பொருட்கள் ஆகியவற்றை கொண்டு சுத்திகரிப்புச் செய்யப்படுகிறது. இவை மிகவும் உடம்புக்கு ஆபத்தானவை. இவை எதுவும் உடம்புக்குத் தேவைப்படுவதே இல்லை. இவ்வாறு தயாரிக்கப்படும் உப்பு, கச்சா எண்ணெய் பிழிவுகள், எஞ்சியுள்ள புண்ணாக்கு போன்றவற்றைக் கொண்டு மேலும் சுத்திகரிப்பு செய்யப்பட்ட உயர் வெப்பநிலையில் பளிச்சென்ற மிருதுவான தூளாக தருவிக்கப்படுகிறது. குறிப்பாக குழந்தைகளுக்கும் நாற்காலியில் அமர்ந்து பணிசெய்யும் பெரியவர்களுக்கும், முதியோர்களுக்கும் அவை உடலில் அதிகமாக சேர்ந்து நஞ்சுமிக்க வேதிப்பொருட்களாக உடலில் சேர்ந்து விடுகின்றன. ஏனென்றால் அவர்களுக்கு உடல் வியர்ப்பதே இல்லை. இத்தகைய அயோடின் உப்புதான் ஒழுங்கற்ற இதயத்துடிப்பு, இதயம் படபடத்தல், தசை கட்டிகள், இதய நோய்கள், இரத்த ஓட்டத்தில் ஏற்படும் நோய்கள், உயர் ரத்த அழுத்தம், அதிர்வு நோய், மூட்டு வலி, சிறுநீரகக் கற்கள், சிறுநீர்ப் பை கற்கள், செல் சார்ந்த எலும்பு மூட்டு வலி, செரிமானக் கோளாறுகள் ஆகியவை ஏற்படுவதற்குக் காரணமாகிறது.

நமது இரத்தத்தில் உள்ள மிகக் கடுமையான அமிலத் தன்மையை இது உருவாக்குவதுடன் ஏற்கெனவே உடலில் இரத்தம், எலும்புகள், பற்கள் ஆகியவற்றில் உள்ள கால்சியம், மக்னீசியம், பாஸ்பரஸ், அயோடின் ஆகியவற்றை வடித்தெடுத்து விடுகிறது. பொதுவாக அயோடின் உப்பு பசியையும், தாகத்தையும் அதிகரிக்கச் செய்து எடை கூடுவதற்கும், உடல் பருமன் அடைவதற்கும்,

மூட்டு வலி போன்றவை ஏற்படுவதற்கும் காரணமாகிறது.

இந்தியர்கள் அயோடின் பற்றாக்குறையால் தைராய்டு பற்றாக்குறை நோய்க்கு ஆளாவதாகச் சொல்லி விளம்பரம் செய்து அயோடின் உப்பு விற்கப்படுகிறது. ஆனால் எல்லா தைராய்டு குறையுள்ள நோயாளிகளும் அயோடின் உப்பை உணவில் சேர்த்துக் கொள்பவர்களாக இருக்கிறார்கள். அப்படி இருக்க ஏன் தைராய்டு நோய்கள் வருகின்றன. எல்லா தைராய்டு சார்ந்த சீர்கேடுகளும், இதயம், சிறுநீரகம் மற்றும் அநேக நோய்களும் அயோடின் உப்பால் உருவாக்கப்படுகின்றன. இந்த உப்பை உணவில் சேர்த்துக் கொண்டவர்கள் தைராய்டு சீர்கேடுகளிலிருந்து விடுபட முடிவதில்லை. என்னுடைய நோயாளிகள் தைராய்டு குறைவு நோயினால் துன்பப்பட்டு இந்தக் கொடுமையான அயோடின் உப்பை நிறுத்தத் தொடங்கிய பின்னர் தைராய்டு நோய்கள் அவர்களை விட்டு விடுதலையாகின. எனவே அயோடின் குறைவுக்கும், தைராய்டு நோய்க்கும் எந்தத் தொடர்புமில்லை. இந்த உப்பு அதைச் சரிசெய்வதுமில்லை. எல்லா கீரைகள், காய்கறிகள், பழங்கள், கொட்டைகள், தானியங்கள் ஆகியவற்றில் இயற்கையான அயோடின் உள்ளது. அதை நம்முடைய உடல் எடுத்துக்கொண்டு அதன் தேவைக்குப் பயன்படுத்திக் கொள்வதால் வேதிப்பொருட்கள் கொண்டு தயாரிக்கப்படுகின்ற செயற்கையான அயோடின் உப்பு நமக்கு தேவையில்லை. எனவே அனைவரும் இந்த விழிப்புணர்வை பெற்று அயோடின் உப்பை உணவில் சேர்ப்பதை நிறுத்திக் கொள்ள வேண்டும். இந்த உப்பை சேர்க்காமல் நம்மால் சமைக்க முடியாது என்ற வழக்கத்துக்கு வந்துவிட்டவர்களுக்கு இமலாயா உப்பு (கல் உப்பு) அதாவது பாறையிலிருந்து கருப்பு உப்பு ஆகியவற்றை மாற்றாகப் பயன்படுத்தலாம். இது பாறையிலிருந்து எடுக்கப்படுவதால் அதிகமான பொட்டாசியம், குறைவான சோடியம் ஆகியவை இதில் உள்ளன. புளோரைடு எதுவுமில்லை. எனவே இதனை நமது உடல் உள்வாங்கி இரத்தத்தில் உள்ள அமில நிலையை சமப்படுத்திக் கொள்கிறது. இயற்கையான அன்ட்டிஇஸ்டமின் இதில் உள்ளதால் கபத்தைக் கட்டுப்படுத்தி மூக்கு வழியாகச் சளி வெளியேறுவதை சீர் செய்கிறது. மேலும் எலும்பு நெளிவு

நோய், தசை கட்டிகள், ஒழுங்கற்ற இதய துடிப்பு ஆகியவற்றைத் தடுக்கவும் இந்த இமலாயா உப்பு கைகொடுக்கிறது.

அயோடின் உப்பு — ஆபத்தானது. ஆபத்தானது. நஞ்சுமிக்கது.

16

சுத்திகரிக்கப்பட்ட எண்ணெய்

மருத்துவர்கள் எல்லாம் நம்மை சுத்திகரிக்கப்படாத எண்ணெயைப் பயன்படுத்தக்கூடாது என்று சொல்லி அச்சுறுத்தத் தொடங்கிய பின்னர் நாம் சுத்திகரிக்கப்பட்ட எண்ணெயைப் பயன்படுத்தத் தொடங்கினோம். சுத்திகரிக்கப்படாத எண்ணெயைப் பயன்படுத்தினால் அதிலுள்ள கொழுப்பு சேர்ந்து மாரடைப்பு, பக்கவாதம் போன்ற நோய்கள் வரும் என்று அச்சுறுத்துகிறார்கள். இவ்வாறு சுத்திகரிக்கப்பட்ட எண்ணெயைப் பயன்படுத்திய பிறகு எத்தனை பேர் மாரடைப்பிலிருந்து காப்பாற்றப்பட்டார்கள்.? தற்போது உள்ளவாறு சுத்திகரிக்கப்பட்ட பைகளில் அடைக்கப்பட்ட எண்ணெயை அதிகமாகப் பயன்படுத்தத் தொடங்கிய பின்னர்தான் அதிக அளவுக்கு மாரடைப்பு, ஸ்ட்ரோக் எனப்படும் மூளை வலிப்பும், உயர்ரத்த அழுத்தமும், உயர் கொழுப்பு நிலையும், கல்லீரலில் கொழுப்புப் படிதல் போன்றவை ஏற்பட்டுள்ளன. அப்படியே சுத்திகரிக்கப்படாத எண்ணெயைப் பயன்படுத்துவதை நாம் தவிர்க்கத் தொடங்கினோம். காரணம், அதில் அதிகமாக கொழுப்பு இருக்கிறது என்று சொல்லப்பட்டதால் நாம் அவ்வாறு செய்கின்றோம்.

ஆனால், உண்மையில் பார்க்கப் போனால் தாவரத்தில் இருந்து கிடைக்கும் எந்த எண்ணெயிலும் கொலஸ்ட்ரால் எனப்படும் கெட்ட கொழுப்பு இல்லை; நல்ல கொழுப்பு மட்டுமே உள்ளது. எடுத்துக்காட்டாக, தேங்காயில் நல்ல கொழுப்புடன்

வேறு சில வேதிப் பொருள்களும், அதாவது லெசிட்டின், ஆர்ஜினைன் போன்றவை கெட்ட கொழுப்பினை எரிக்க வல்லது.

தேங்காயில் நல்ல கொழுப்புதான் உள்ளது. கொலஸ்ட்ரால் இல்லை. மனிதனுடைய மற்றும் விலங்கினுடைய கல்லிரல் இயற்கையாகவே கொலஸ்ட்ராலை உற்பத்தி செய்து கொண்டிருக்கும். கல்லீரல் மட்டும் தான் கொலஸ்ட்ராலை உருவாக்கக் கூடிய ஒரே உறுப்பாகும். உங்கள் மருத்துவர் உங்களிடம் தேங்காயில் கொலஸ்ட்ரால் உள்ளது, அதனால் அதனை சாப்பிடாதீர்கள் என்று சொன்னால், எந்த தாவரத்திற்கும் கல்லீரல் இல்லை என்று உங்கள் மருத்துவரிடம் தயங்காமல் சொல்லுங்கள். நாம் தேங்காயை தாராளமாகச் சாப்பிட வேண்டும். ஏனென்றால் இயற்கை எப்போதும் நல்லதே செய்யும் தன்மை உடையது.

நம்முடைய உடம்பில் நல்ல கொழுப்பு அதிகமாக உள்ளது. நாம் எண்ணெய் வித்துகளிலிருந்து எண்ணெயைப் பிழிந்து எடுப்பதால் அதில் உள்ள நல்ல மற்ற இன்றியமையாத சத்துக்களான நார்சத்து, உயிர்ச் சத்துக்கள், பி வைட்டமின், இரும்புச்சத்து, செலினியம், துத்தநாகம் மற்றும் பிற கனிமங்களும் சேர்ந்து ஒதுக்கப்பட்டு புறந்தள்ளப்படுகின்றன. அதனை நாம் பசுக்கள், எருமைகள் ஆகியவற்றுக்குப் போடுகிறோம். ஆதலால்தான் எந்தப் பசுவிற்கும் மலட்டுத் தன்மை மற்றும் ஆண்மைக் கோளாறு இல்லை. எந்த எருமையும் *B* காம்ப்ளக்ஸ் வைட்டமின் மாத்திரை எதுவும் சாப்பிடுவதில்லை. கன்று வயிற்றில் இருக்கும்போது மிக நச்சுத்தன்மை உள்ள ஆபத்தான தீங்கு விளைவிக்கக் கூடிய, ஆபத்தான, இரும்புச்சத்து, போலிக் அமிலம், கால்சியம் மாத்திரைகளைச் சாப்பிடுவதில்லை.

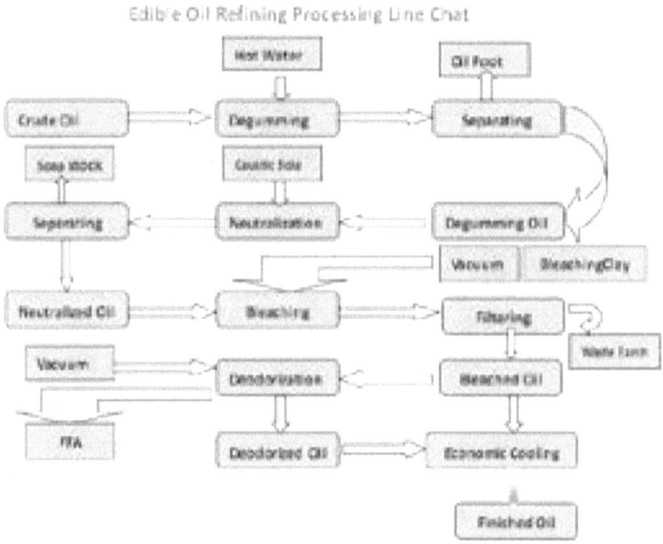

எந்த எண்ணெயும் நம்மை மாரடைப்பு, இரத்தக் குழாய் அடைப்பு, பக்கவாதம் நோய்களிலிருந்து காப்பாற்றாது. எந்த எண்ணெயாக இருந்தாலும், அளவோடு உணவில் சேர்த்துக் கொள்ள வேண்டும். தேங்காய், சூரியகாந்தி, எள்ளு விதைகள், நிலக்கடலை ஆகியவற்றை நேரடியாக அப்படியே உண்ணலாம், சமையலிலும் கூட தேங்காய்த் துருவல், நிலக்கடலை மாவு, எள்ளுப்பொடி ஆகியவற்றை அப்படியே உணவில் சேர்த்துக் கொள்வதால் சமச்சீரான சத்துள்ள முழுமையான உணவு நமக்குக் கிடைக்கிறது.

இப்போது, இந்த எண்ணெய் தயாரிப்புமுறை எவ்வாறு மனிதநேயமற்றது என்பதைப் பார்ப்போம். பொதுவாக, பெரும்பாலான புட்டிகளில் அடைக்கப்பட்ட, சிப்பம் செய்யப்பட்ட உணவுப் பொருள்கள் தயாரிக்கப்படும்பொழுது இயற்கையான எல்லா உயிர்ச்சத்துகளும், கனிமச்சத்துகளும், உயிர்சத்துகளும் உறிஞ்சி எடுக்கப்பட்டு, உயிரற்ற எஞ்சிய உணவுதான் புட்டிகளில் அடைக்கப்பட்டு நமக்கு விற்கப்படுகிறது.

எண்ணெய் வித்துகளான சோயாபீன்சு ... பருத்தி விதை, சூரியகாந்தி ஆகியவை எல்லாம் ஒன்று சேர்க்கப்பட்டு அதிலிருந்து எண்ணெய் பிழிந்து எடுக்கப்படுகிறது. பெரும்பாலான இத்தகைய எண்ணெய்வித்துக்கள் மரபணு மாற்றப்பட்ட செடிகளிலிருந்து பெறப்பட்டவை. மேலும் பூச்சிக்கொல்லி மருந்துகளைப் பெருமளவுக்குப் பயன்படுத்தி வளர்க்கப்பட்ட செடிகள் அல்லது மரங்களிலிருந்து எடுக்கப்பட்டது. பூச்சிக்கொல்லி மருந்துகளைப் பெருமளவுக்கு பயன்படுத்தி வளர்க்கப்பட்ட பயிர்களிலிருந்து விளைந்த வித்துக்களே இந்த எண்ணெய்களைத்தரும் வித்துக்களாகும்.

எண்ணெய் சுத்திகரிப்பு முறை:

<u>படிநிலை:1</u> எண்ணெய்வித்துக்கள் உமி நீக்கப்பட்டு அதில் உள்ள தூசுகள் அகற்றப்பட்டு அதற்குப்பின் அரைக்கப்பட்டுள்ளன. இவ்வாறு அரைக்கப்பட்ட வித்துக்களிலிருந்து உயிர் வெப்பநிலையில் நீராவி முறையில் எண்ணெய் பிழிந்து எடுக்கப்படுகிறது.

<u>படிநிலை 2:</u> எண்ணெய் வித்துக்கள் கடுமையான அழுத்தம் மற்றும் உயர் வெப்பம், உராய்வு ஆகியவற்றிற்கு உள்ளாகி அதிலிருந்து எண்ணெய் பிழியப்படுகிறது.

<u>படிநிலை 3:</u> அரைக்கப்பட்ட எண்ணெய் வித்துக்களின் தோல் மற்றும் ஏற்கனவே பிழிந்த எண்ணெய் ஆகியவை ஹெக்சேன் (பெட்ரோலியம் எண்ணெயிலிருந்து வரப்பெறும் தயாரிப்பு) கரைசலில் மூழ்கடிக்கப்பட்டு மீண்டும் நீராவி மூலம் கூடுதல் எண்ணெய் பிழியப்படுகிறது. மேற்சொன்ன ஹெக்சேன் என்ற வேதிப்பொருள் பரவலாக காலணிகள் தயாரிப்பு, மர சாமான்கள் பழுதுபார்ப்பு, கார் தொழிற்சாலைகள் ஆகியவற்றில் ஒட்டும் பசைப்பொருளாகப் பயன்படுத்தப்படுவதாகும். இப்பொருள் உடம்பின் தசைகளுக்கு மெலிவையும், கபாலத்தில் உள்ள தசைகளின் செயலிழப்பு, ஒருமுக செயல்பாடு இழப்பு, பார்வைக் கோளாறுகள் ஆகியவற்றை ஏற்படுத்தக்கூடியது. மேலும் ஹெக்சேன் வாயு புற்றுநோயை அதிக அளவில் உருவாக்கக்கூடிய தன்மை உடையது.

<u>படிநிலை 4:</u> அடுத்ததாக மேற்குறித்த கலவையானது சென்டரிபியூட் வழியாக அனுப்பப்பட்டு அதில் எண்ணெயையும் வித்துக்களின் எச்சங்களையும் பிரிப்பதற்கு பாஸ்பேட் சேர்க்கப்படுகிறது.

<u>படிநிலை 5:</u> சுத்திகரிக்கப்படாத இந்த தாவர எண்ணெய் பசைத்தன்மை நீக்கம், சமநிலைப்படுத்துதல் மற்றும் வெளுத்தல் ஆகிய முறைகளுக்கு உட்படுத்தப்படுகிறது.

<u>தண்ணீர் பசைத்தன்மை நீக்கம்:</u> இந்த கட்டத்தில் எண்ணெயுடன் தண்ணீர் சேர்க்கப்படுகிறது. இதில் ஏற்படும் எதிர்வினைக்குப்பிறகு நீர்மமாக்கப்பட்ட பாஸ்பட்டைட்கள் தொடர் வேகச்சுழற்சி மூலம் பிரிக்கப்பட்டு அதில் அதிகமாக சேர்ந்துள்ள தண்ணீரில் கரையக்கூடிய பாஸ்பட்டைடுகளும், தண்ணீரில் கரையாத கொஞ்சம் பாஸ்பட்டைடுகளும் நீக்கப்படுகின்றன.

<u>சமநிலைப்படுத்துதல்:</u> கொழுப்புச்சத்து உள்ள அமிலங்கள், பாஸ்போ லிப்பிடுகள், நிறமிகள் பிழிந்து எடுக்கப்பட்ட எண்ணெயிலுள்ள மெழுகு ஆகியவை விரும்பத்தகாத நிறங்களையும், நாற்றங்களையும் கடைசி கட்டத்தில் உருவாக்கக் கூடியவை. அவற்றைத் தவிர்ப்பதற்காக சோடியம் ஹைட்ராக்சைடு எனப்படும் சோடா உப்பு அல்லது சோடியம் கார்பனேட் ஆகியவற்றைப் பயன்படுத்தி அவை நீக்கப்படுகின்றன. இந்த நிலையில் கிடைக்கும் சுத்திகரிக்கப்பட்ட எண்ணெய் தெளிவான நிறத்திலும், பிசுபிசுப்பு குறைந்ததாகவும் கிடைக்கிறது.

<u>வெளுத்தல்:</u> இதற்குமேலும் எஞ்சி இருக்கும் நல்ல பொருட்களை நீக்குவதும் எண்ணெயில் உள்ள இயற்கையான நிறத்தைப் போக்குவதும்தான் இந்த வெளுப்புக்கான முக்கிய நோக்கமாகும். வெப்பமாக்கப்பட்ட எண்ணெயானது பல்வேறு வெளுப்புத் தன்மையை உருவாக்கும் வேதிப்பொருட்களான புல்லர்ஸ் எர்த், செயலூட்டம் பெற்ற கரி அல்லது செயலூட்டம் பெற்ற களிமண் ஆகியவற்றைக் கொண்டு ஆர்வோ முறையில் தண்ணீர் சுத்திகரிப்பு செய்வது போன்று மேலும் வெளுப்பு முறைக்கு உள்ளாக்கப் படுகிறது. இந்த முறையினால் பிழிந்தெடுக்கப்பட்ட எண்ணெயில் உள்ள குளோரோபில் பச்சையம், கேரட்டிநாயிடு நிறமிகள்

உறிஞ்சப்பட்டு வடிகட்டுவதில் நீக்கப்படுகின்றன. இயற்கையாகப் புற்றுநோய் நீக்கும் தன்மையுள்ள நல்ல பொருட்களும் அதிலுள்ள சத்துப்பொருள்களும் இந்த நிற வெளுப்பு முறையில் கசடுகளோடு சேர்ந்து நீக்கப்பட்டு விடுகின்றன.

<u>படிநிலை 6:</u> சுத்திகரிப்பின் கடைசிப் படிநிலை இதுதான் 5000 அல்லது அதற்கும் மேற்பட்ட உயர் வெப்பத்திலான நீராவி அழுத்தத்தைக் கொடுத்து, கெட்ட நாற்றம் மற்றும் கசப்புச் சுவையைக் கொடுக்கக் கூடிய தன்மை நீக்கப்படுகிறது. இத்தகைய பல்வேறு கட்டங்களுக்கு உட்பட்டு தயாரிக்கப்படும் எண்ணெய்தான் சுத்திகரிக்கப்பட்ட எண்ணெயாகும். ஏராளமான மக்கள் இந்த எண்ணெய் உடம்புக்கு நல்லது செய்யும் என்ற கற்பனையில் அதனைப் பயன்படுத்தி வருகிறார்கள். மருத்துவர்களும், உணவு நிபுணர்களும் இதனை மேலும் வளர்த்தெடுக்கிறார்கள்.

இப்பொழுது சொல்லுங்கள்... நம்முடைய உடலின் அணுக்களுக்கு மாற்றமுடியாத சேதத்தை ஏற்படுத்தக்கூடிய மிகக் கடுமையான, கொடுமையான தயாரிப்பு முறைகளுக்கு உட்படுத்தப் பட்டு வெளிவரும் பொருளை நாம் சாப்பிட விரும்புவோமா? இவ்வாறான முறைகளால் வேதியல் முறையில் பல்வேறு வேதிப்பொருள்களைச் சேர்ப்பதால் பில்லியன் கணக்கிலான நுண்ணுயிரிகள் சார்ந்த உயிர் வேதியல் முறைக்கு இடர் ஏற்படுத்துவதால் உடலில் ஏற்படும் புற்றுநோய், நீரிழிவு, இதயநோய்கள், சிறுநீரக செயலிழப்பு, ஒவ்வாமை, வயிற்றுப்புண் .. நுரையீரல் சார்ந்த நோய் குறைந்த வயதிலேயே முதிர்வு எய்துதல், வீரியக்குறைவு, மகப்பேறின்மை, மூட்டுவலி, மஞ்சள் காமாலை மற்றும் ரத்தம் சார்ந்த நோய்கள், செரிமான கோளாறுகள் ஆகியவை வருவதற்கு வழி ஏற்படுகிறது.

பெரும்பாலான உயிர் அணுக்களின் வாழ்நாள் மிகவும் குறைவு. அதனால், நம் உடலில் ஒவ்வொரு நொடிதோறும் 300 பில்லியன் அணுக்கள் இறக்கின்றன. அவை நாம் உண்ணும் உணவு, குடிக்கும் தண்ணீர், மூச்சிவிடும் காற்று ஆகியவற்றால் மீளவும் உயிருள்ள உயிரணுக்கள் உருவாக்கப்படுகின்றன. நாம் உண்ணும்

உணவிலிருந்துதான் உயிர் அணுக்கள் மீண்டும் புதுப்பிக்கப் படுகின்றன. அதற்கான மூலப்பொருள் நம் உணவில் தான் உள்ளது. ஆனால் இன்றைய நவீன உலகத்தில் கிடைக்கும் உடனடி உணவுகள் முழுக்க முழுக்க நச்சுப்பொருட்கள் சேர்ந்துள்ளதால் அதில் உயிர் ஆற்றல் ஏதுமில்லை.

எனவே உயிர் அணுக்கள் புதுப்பிக்கப்படுவதில் இடர் ஏற்படுகிறது. நோய்களை எதிர்க்கும் தன்மை குறைகிறது. ஏனெனில் இறந்த பழைய அணுக்களும் உடலிலேயே தங்கி விடுகின்றன. ஆறு மாதங்களுக்கு ஒருமுறை கல்லீரல் அணுக்கள் புதுப்பிக்கப் படுகின்றன. அதேபோன்று ரத்த சிவப்பணுக்கள் 120 நாட்களுக்கு ஒருமுறையும், தோல் அணுக்கள் 31 நாட்களுக்கு ஒரு முறையும், சிறுகுடல் அணுக்கள் 3 நாட்களுக்கு ஒருமுறையும் புதுப்பிக்கப் படுகின்றன. இதன் மூலம் நம் உடல் உறுப்புக்களை நாம் விரும்பும் வகையில் மாற்ற முடியும். உயிருள்ள உணவை உண்ணுவதன் மூலம் தான் இது சாத்தியமாகும். ஆகவே உயிரற்ற மிகவும் ஆபத்தான நச்சுக்கள் உள்ள சுத்திகரிக்கப்பட்ட எண்ணெயைத் தொடர்ந்து உணவில் சேர்த்து வந்தால் நீண்டகால நோய்கள் வருவதற்கு முழு உத்தரவாதம் அளிக்கலாம்.

நம் வீடுகளில் பெரும்பாலும் மீண்டும், மீண்டும் பயன்படுத்திய எண்ணெயையே பயன்படுத்துகிறோம். இதனால் நச்சுத்தனமை நிறைந்ததாக மாறும் எண்ணெயையே பெரும்பாலும் உணவு விடுதிகளில் பயன்படுத்துகிறார்கள். மறுமுறை சூடாக்கி எண்ணெயைப் பயன்படுத்துவதால் அது ஏராளமான ட்ரான்ஸ் கொழுப்பு அமிலங்கள், ஆக்சிடேசனை ஏற்படுத்துவதால் உடம்பில் பிரிராடிக்கல்ஸ் (Free radicals) உருவாகி எல்லாவித புற்றுநோய்களுக்கும் முக்கிய காரணமாக இது அமைகிறது.

பல்வேறு பருவங்களுக்கும் பருவநிலை மாற்றங்களுக்கும் ஏற்ப எண்ணெய்வித்துக்கள் வேறுபடுகின்றன. எனவே பல்வேறு எண்ணெய்களும் அந்தந்த தயாரிப்பு நிறுவனத்திற்கு ஏற்ப வேறுபட்டதாக தோன்ற வேண்டும். ஆனால் எந்தப் பருவமாக இருந்தாலும், எந்த நிறுவனத்தின் தயாரிப்பாக இருந்தாலும் எல்லா

எண்ணெய்களும் அப்படியே ஒரே மாதிரியாக இருக்கின்றன. அது எப்படி எல்லாப்பருவங்களிலும் சுத்திகரிப்பு எனப்படும் ஆபத்தான முறை ஒன்றாக இருப்பதால் அந்த தயாரிப்பும் ஒரே மாதிரியாக இருக்கிறது. நம் நலத்தை உறிஞ்சி எடுப்பதன் மூலம் எண்ணெய் நிறுவனங்கள் வருமானம் ஈட்டிப் பணத்தில் கொழிக்கின்றன.

எண்ணெய் என்பது மிக இன்றியமையாத உணவுப் பொருளாக இருப்பதால் காலம் காலமாக இருந்துவரும் மரசெக்கு எண்ணெயைப் பயன்படுத்தத் தொடங்கலாம். அதே நேரத்தில் கொட்டைகள், எண்ணெய் வித்துக்கள், கடலைகள் போன்றவற்றை அப்படியே நாம் பயன்படுத்தினால் அதில் உள்ள நார்ச்சத்து, பி-வைட்டமின், உயிர்ச்சத்துக்கள் ஆகியவற்றை முழுமையாகப் பெறலாம். ரிபைண்டு ஆயில் எனப்படும் சுத்திகரிக்கப்பட்ட எண்ணெய் கொதிக்க வைக்கப்பட்டு கெடுதிக்குள்ளான உணவுப்பொருளாகும். அதனால் நோய்கள் முதிர்ச்சி அடைகின்றன. மருந்து மாத்திரைகளை உண்பதால் நம்முடைய மருந்துக்கடை செலவு கூடுகிறது. முழுவதுமாக உடல் நலம் இழந்து கொண்டு இருக்கிறோம்.

17

கனிம நீர் மினரல் நீர் என்பது உண்மையில் உயிரற்ற நீர்

நம் உடலுக்கு நீர் மிகவும் இன்றியமையாததாகும். உங்கள் உடல் நலத்திற்குத் தேவையான தண்ணீரைக் குடியுங்கள். ஏனென்றால் நம் உடலில் 75 சதவீதம் நீரால் நிரம்பி இருக்கிறது. நம் உடலுக்குத் தேவையான ஏராளமான தாது உப்புகள் நீரில் உள்ளன. ஏறத்தாழ எல்லாப் பணிகளையும் நீர் தான் செய்கிறது. "நீரின்றி அமையாது உலகு". இது அனைவரும் அறிந்த உண்மை.

மக்கள் தொகைப் பெருக்கம், நகர்மயமாதல் ஆகியவற்றால் தண்ணீர் பற்றாக்குறை உண்டாகி அநேக நகரங்கள், மாநகரங்களில் தண்ணீர் உப்பாகி உள்ளது. அத்துடன் சேறு கலந்து தெளிவற்றதாகவும் உள்ளது. எனவே மினரல் வாட்டர் எனப்படும் குப்பிகளில் அடைக்கப்பட்ட தண்ணீருக்கு மக்கள்

மாற வேண்டிய அவசியம் ஏற்படுகிறது. மக்களின் கவனத்தை இது வெகுவாக ஈர்த்துள்ளதற்குக் காரணம் இது குடிப்பதற்கு மிகவும் பாதுகாப்பானது என்று மக்கள் எண்ணுகிறார்கள். இந்த மினரல் தண்ணீரில் பாக்டீரியாக்கள் இல்லை. உடலுக்குத் தீங்கிழைக்கும் உலோகப் பொருள்களோ வேதிப்பொருள்களோ அதில் இல்லை என்று நினைக்கிறார்கள். இதிலிருந்து விடுபட முடியாத அளவுக்கு மக்களுடன் கனிம நீர் (மினரல் வாட்டர்) இரண்டறக் கலந்து விட்டது.

இந்த மினரல் வாட்டர் எனப்படும் கனிம நீரில் மினரல் என்பதே இல்லை. ஆனால் இதற்கு பெயர் கனிம நீர். இது வேடிக்கையாக இல்லையா? நீரில் உள்ள அனைத்து கனிமங்களும், நுண்ணுயிரிகளும் உடலுக்குத் தேவையானவை. ஆனால் நீர் சுத்திகரிப்பு செய்யும் பொழுது எதிர் சவ்வூடு பரவல் என்ற *RO* முறை வடிகட்டலில் அனைத்து கனிமங்களும் வடித்து எடுக்கப் பட்டு விடுகின்றன. அதனால் எஞ்சியுள்ள தண்ணீரில் உயிரே இல்லை, கனிமம் இல்லை, சுவை இல்லை. நாம் உயிரற்ற நீரை குடித்துக் கொண்டிருக்கிறோம்.

ஒரு சோதனை செய்து பார்ப்போமா? ஒரு குவளையில் கிணற்று நீரையும், மற்றொன்றில் கனிம நீரையும் நிரப்பி இரண்டிலும் மீன்களை விட்டால் கனிம நீரில் விடப்பட்ட மீன்கள் சில மணி நேரத்தில் இறந்துவிடும். ஏனென்றால் கனிம நீரில் உயிர் ஆற்றல் அல்லது பிராணன் அல்லது இயக்கு ஆற்றல் எதுவும் இல்லை. எனவே அது இறந்து விடுகிறது.

அதே போன்று இன்னொரு சோதனை செய்து பார்க்க வேண்டுமேயானால், ஒரு குப்பியில் கிணற்றுநீரையும் மற்றொரு குப்பியில் கனிம நீரையும் நிரப்பி இறுக்கமாக மூடி அப்படியே சில நாட்களுக்கு வைத்திருந்தால் கிணற்று நீர் உள்ள புட்டியில் சிறு புழுக்கள் மற்றும் எண்ணற்ற நுண்ணுயிர்கள் உருவாகியிருப்பதைக் காணலாம். இது எதைக் காட்டுகிறது? உயிராற்றல் உயிர்க் காற்று ஆகியவற்றுடன் அந்தக் கிணற்று நீரில் உள்ள பல்வேறு வகையான கனிமங்கள் அதற்குரிய உயிராற்றலை உருவாக்கக் கூடியவையாக உள்ளன. ஆனால் கனிமநீர் அல்லது உயிரற்ற நீரான மினரல் வாட்டர் இருந்த புட்டியில் எந்த உயிரினமும் வளரவில்லை. ஆனால் அந்த நீரைத் தான் தூய்மையான கனிம நீர் என்ற

பெயரில் நாம் குடித்துக்கொண்டு வருகிறோம்.

தொடக்கத்தில் குறித்தவாறு நம் உடலின் 75% தண்ணீராக இருக்கும் போது அந்த 75% உறுப்புகள் அனைத்திலும் உயிர் ஆற்றல் பறிக்கப்பட்டுவிடும்பொழுது எவ்வாறு நமது உடலில் அணுக்கள் வாழ முடியும்? உறுப்புகள் எப்படி இயங்க முடியும்? இயல்பாக உடலின் சுரப்பிகள் எப்படி வேலை செய்யும்? இது போன்ற குறைபாடுகளால் ஹார்மோன் சமநிலையற்ற நிலை ஏற்படுகிறது. ஹைட்ரோகுளோரிக் அமிலம், பித்தநீர் சுரப்பு போன்ற செரிமானத்திற்குரிய என்சைம்கள் உயிர்ப்பற்றுப் போவதால் செரிமானக் கோளாறுகள் ஏற்படுகின்றன. இது எப்படியெனில், நாம் உண்ணும் உணவிலிருந்து உயிராற்றலைப் பெற முடிவதில்லை. நோய் எதிர்ப்பாற்றலை உருவாக்கும் பாக்டீரியாக்கள் இல்லாததால் இது உயிரற்ற நீராகி விடுகிறது. உடலிலுள்ள நோய் எதிர்ப்பாற்றல் அறவே இல்லாமல் போய்விடுவதால் எல்லாவித கடுமையான நோய்களை உருவாக்கும் உயிரிகளும் உடலைத் தாக்குவதற்கு ஏதுவாகிறது. இவ்வகையான கனிம நீரைக் குடிப்பதால் மனக்கவலை, மனச்சோர்வு உடல் மனநலக் குறைபாடுகள், தைராய்டு சீர்கேடுகள், சிறுநீரக நோய்கள் ஆகிய அனைத்துக்கும் தொடக்கமாய் இது அமைந்து விடுகிறது.

உண்மையில் சொல்லப் போனால் மாநகரங்களில் வாழும் மக்கள் நிலத்தடி நீரைக் குடிக்க முடியாத அளவிற்கு இரும்பும், உப்பும் அதில் நிறைந்து உள்ளதை மறுக்க முடியாது. அதனால் கனிம நீரைக் குடிப்பதைத் தவிர அவர்களுக்கு வேறு வழியில்லை. ஆனால், இழந்த கனிமங்கள், உயிர் சக்தி இழப்பு, நல்ல நுண்ணுயிரிகள் ஆகியவற்றைச் சரிக்கட்டுவதற்கு இளநீர், பழச்சாறுகள் அந்தந்த பருவங்களில் கிடைக்கும் பழங்களான முலாம் பழம், கரும்புச்சாறு, வெள்ளை மற்றும் மஞ்சள் பூசணிச்சாறு மற்றும் நீர்ச்சத்து உள்ள காய்கறிகள், பழங்களில் கனிமங்கள் உயிர் ஆற்றல் அதிகமாக உள்ளது. நிலத்தடி நீர் நன்றாக இருக்கும் இடங்களில் வாழ்கிறவர்கள் அந்தத் தண்ணீரைப் பானையில் பிடித்து வைத்துக் குடித்தால் அது எல்லாவித கனிமங்களையும் சமப்படுத்திவிடும்.

தற்போதைய நிலை என்னவென்றால் உயிரற்ற கனிம நீரை கிராமத்து மக்களும் வாங்கிக் குடிக்கத் தொடங்கிவிட்டனர்.

கிராமவாசிகள் கூட தங்கள் வீடுகளில் வடிகட்டும் இயந்திரத்தைப் பொருத்தி இருப்பது கவலை அளிக்கிறது. கிராமங்களில் சுழு தண்ணீர் சுத்திகரிப்பு இயந்திரம் அமைப்பதோ பபுள் டாப் நீர்க் குடுவைகள் வைப்பதோ தேவையற்றது. என்னிடம் பலர் இதுபற்றிக் கருத்து சொல்லும் போது கனிம நீர் அல்லாத வேறு நீரை மாற்றிக் குடித்தால், காய்ச்சல், தலைவலி, தடுமன் போன்ற பாதிப்புகள் ஏற்படுவதாகக் கூறுகிறார்கள். தண்ணீரை மாற்றியதால் எந்தத் தீங்கும் விளையாது. உடம்பில் உள்ள நோய் எதிர்ப்பு அல்லது நோய் வராமல் காக்கும் திறனை உடம்பு இழந்து விட்டது என்று பொருள்.

எனவே வெவ்வேறு இடங்களில் உள்ள குடிநீரைக் குடித்து நோய்வாய்ப்பட்டால் அதை நீங்கள் மகிழ்ச்சியுடன் வரவேற்க வேண்டும். எதிர்காலத்திற்காக உங்கள் உடலை அது பாதுகாக்கிறது என்பதை நீங்கள் உணர்ந்து கொள்ள வேண்டும். எனவே அதனை ஆண்ட்டிபயாடிக் மற்றும் காய்ச்சலைப் போக்கும் மருந்துகளை கொண்டு அழுத்திவிடக் கூடாது. என்னுடைய நோயாளிகளில் அநேகர் எலுமிச்சை சாறு, ஆரஞ்சுசாறு ஆகியவற்றைக் குடித்தால் அவர்களுக்கு தலைவலி, மூக்கு ஒழுகுதல், தும்மல், இருமல் ஆகிய பாதிப்புகள் ஏற்படுவதாகக் கூறுகிறார்கள்.

இந்தத் தொல்லைகள் வந்தாலும் அதே நீரைத் தொடர்ந்து குடித்து வந்தால் சில நாட்களில் நோய் குணமாகும். அவ்வாறு அதனைத் தொடர்ந்து அனுமதித்தால் இயற்கை ஒரு போதும் நம்மைத் துன்புறுத்தாது. இயற்கையின் போக்கில் நாம் குறுக்கிடும் போது தொல்லைகள் உண்டாகின்றன. நகர்ப்புற மக்கள் கிராமங்களுக்குச் செல்ல நேர்ந்தால் அங்கே அவர்கள் இயற்கையில் கிடைக்கும் தண்ணீரைக் குடிக்க வேண்டும். அவர்கள் தண்ணீர் குப்பிகளை போகும் இடங்களுக்கெல்லாம் சுமந்து செல்ல வேண்டிய தேவையில்லை.

தண்ணீருக்கு உயிர் உண்டு என்பதை மறந்து விடாதீர்கள்.

18

ஹெல்த் மிக்ஸ்:உடல் நலத்திற்கான மாவு வகைகள் – உயிருள்ள உடம்புக்கு உயிரற்ற உணவு

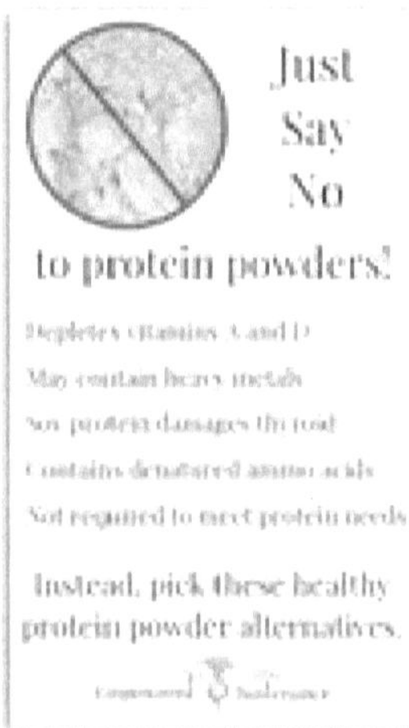

புரோட்டீன் மாவுக்கு விடை கொடுப்போம்:

தாராளமயமாக்கப்பட்ட இன்றைய நவீன உலகில் பன்னாட்டு நிறுவனங்கள் உலகெங்கும் தங்கள் தயாரிப்புகளை விற்பதற்காக போட்டி போட்டுக் கொண்டு வருகின்றன. அவர்கள் நோக்கம் பணம் சம்பாதிப்பது மட்டுமே. தொலைக்காட்சி விளம்பரங்களில் அவர்கள் உறுதி அளிப்பது போல் உடலுக்கான எந்த நன்மையும் விளைவதில்லை. அவர்களுடைய தயாரிப்புகள் உடலுக்கு சக்தி தரும் தயாரிப்புகள் என்றும் உயர் சத்துக்கள், கனிமங்கள் புரதம் ஆகியவை நிறைந்து உள்ளதாகவும் தெரிவிக்கின்றன. ஆனால்

அவை எதிலிருந்து எடுக்கப்படுகின்றன? எங்கிருந்து வருகின்றன. உண்மையிலேயே என்ன என்ன வெல்லாம் அவற்றில் அடங்கி உள்ளன என்பது பற்றிய உண்மைகளை மறைத்து விடுகிறார்கள்.

குழந்தைகளையும், தாய்மார்களையும் குறிவைத்து அவர்கள் வெளியிடும் விளம்பரங்களைக் காண முடிகிறது. எங்கள் தயாரிப்பான -------சாப்பிடும் குழந்தைகள் மற்ற குழந்தைகளைவிட மூன்று அல்லது ஐந்து மடங்கு வேகமாக வளர்கின்றன என்று விளம்பரப்படுத்துகிறார்கள். இன்னொரு விளம்பரத்தில் ----- குழந்தைகளை அதிக நேரம் சக்தியோடு இயங்கச் செய்கிறது. மற்ற குழந்தைகளை விட அதிக் தெம்பு, நினைவாற்றல் அறிவுக்கூர்மை ஆகியவை இருப்பதாகவும் அந்த விளம்பரத்தில் காண்பிக்கப் படுகிறது. இவ்வகையான விளம்பரங்கள் எல்லாம் தாய்மார்களுக்கு எதைச் சொல்லி தூண்டுகிறது என்றால் வெளி உலகத்தில் அவர்களுடைய குழந்தைகள் போட்டிகளைச் சந்திப்பதற்குத் தயார் செய்ய வேண்டும் என்ற ஆசையைத் தூண்டுகின்றன. இவ்வாறான ஊட்டச்சத்து பானங்கள் எதுவும் இல்லாமலே குழந்தைகள் நன்றாகத் தான் இருக்கின்றன. புகழ்பெற்ற விஞ்ஞானிகளான ஐன்ஸ்டீன், எடிசன், போன்றவர்கள் எந்த சத்து பானத்தைக் குடித்துவிட்டு மாபெரும் கண்டுபிடிப்புகளை இந்த உலகத்திற்குத் தந்தார்கள்? அவர்களுடைய மூளை கூர்மையாக இல்லையா?

இத்தகைய சத்துபானங்களும், சத்து மாவுகளும் குழந்தைகள், தாய்மார்கள், மகளிர் ஆகியோருக்கு எந்த நன்மையும் செய்வதில்லை. முழுதும் பயன் எதுவும் தராமல் நமது பணத்தையும் வீணாக்கி அத்துடன் உடல் நலத்தையும் கெடுக்கிறது. பாலில் அதைக் கலந்து சாப்பிட்டால் வலிமையாக எலும்புகள் வளரும் என்று சொல்லப்படுகிறது. ஆனால் பாலை அதிகமாகக் குடிக்கும் நாடுகளில் அதிகமான பேருக்கு எலும்பு நலிவு நோய் அதிகமாக ஏற்படுகிறது. பாலோ, சத்து மாவுகளோ அவர்களின் உடல் நலத்தை காப்பதற்கு உதவுவதில்லை.

இதற்கு முன் நாம் ஏற்கனவே சொல்லியவாறு, நாம் உண்ணும் எந்த உணவும் உயிர் சக்தியை அல்லது பிராணனைக்

கொண்டதாக இருக்க வேண்டும் எடுத்துக்காட்டாக கோதுமை மாவு அல்லது கேழ்வரகு மாவு அல்லது எந்த மாவையும் நமது கைபடாமல் மூடி வைத்து இருந்தாலும் கூட மூன்று அல்லது நான்கு மாதங்களில் வண்டுகளும், பூச்சிகளும் உருவாகி இருப்பதைப் பார்க்கலாம். ஆனால் இந்த சத்து மாவுகளை பல மாதங்களுக்கு அப்படியே வைத்து இருந்தாலும் அதில் எந்த உயிர் இயக்கமும் ஏற்படுவதில்லை. கோதுமை மாவு இருந்த கலத்திற்குள் இந்த பூச்சிகளைப் பிடித்து அதனுள் விட்டால் அவை ஓரிருநாளில் உயிரை இழந்து விடுகிறது. ஏனென்றால் உயிர் ஆற்றல் அதில் இல்லை. இந்த சத்து மாவுகளில் உயிர் இயக்கம் எதுவும் இல்லை. தொலைக்காட்சி விளம்பரத்தைப் பார்த்து இத்தகைய மாவுப் பொருள்களைக் குழந்தைகள் அருந்தும் சத்து பானங்களையும் எடுத்துக் கொண்டால் அதில் உயிர்ப்பு ஆற்றல் எதுவுமில்லை. இந்த சத்து மாவு பல்வேறு கட்டங்களாகப் பதப்படுத்தப்படுவதால் அந்த தானியங்களில் எஞ்சி இருப்பது வேதிப்பொருள்கள் மட்டுமே.

கீழ்க்காணும் பட்டியலில் வகைப்படுத்தப்பட்ட விவரங்களை பார்க்கலாம். இவை அனைத்தும் ஹெல்த் மிக்ஸ் எனப்படும் உயிரற்ற மாவில் சேர்க்கப்படுகிறது

மால்ட்டட் பார்லி	: பதனப்படுத்தப்பட்ட ஒரு பகுதி பார்லியை சாப்பிடுவதைவிட அப்படியே முழு தானியமாக பார்லியை சாப்பிடலாம்.
திடநிலையில் உள்ள பால்	: பதப்படுத்தப்பட்டதால் தவிர்க்க வேண்டிய உணவு
வெள்ளை சர்க்கரை	: உயிரற்ற வேதிப்பொருட்கள் சர்க்கரை
கோதுமை மாவு	: தானியத்தை பதப்படுத்தி அரைக்கப்பட்ட மாவு
மால்ட்டட் கோதுமை	: இதன் ஒருபகுதி கோதுமையில் இருந்து எடுக்கப்பட்டது.

கனிமங்கள் : வேதி முறையில் தயாரிக்கப் பட்டது சோதனைச் சாலைகளில் எலிகளுக்கு உணவாக பயன்படுவது.

புரோட்டின் அய்சோலேட் : வேதிப் பொருள்களிலிருந்து தயாரிக்கப்பட்டது ஒதுக்கப்பட வேண்டியது.

எமல்சிபையர் : பதப்படுத்தப்பட்ட தள்ளுபடியாகும் உணவு.

சுத்திகரிக்கப்பட்ட உப்பு : கடும் நஞ்சு

அமில சீராக்கி : வேதி பொருள்களிலிருந்து தயாரிக்கப்பட்டது.

உயிர் சத்துக்கள் : விட்டமின்கள் நேரடியாக தாவரங்களிலிருந்து எடுக்கப்படாமல் வேதிப் பொருள்களைக் கொண்டு தயாரிக்கப்பட்டது.

இயற்கையான நிறம் : வேதிப்பொருள்களைக் கொண்டு தயாரிக்கப்பட்டது.

குளுக்கோஸ் சிரப்பு : சுத்திகரிக்கப்பட்ட சர்க்கரையைப் போலவே இதுவும்.

கோகோ பவுடர் : பதப்படுத்தப்பட்ட கோகோ மாவு இரத்தத்தில் ப்ரிரேடிகல் *(Freeradical)* விடுவிப்பதற்கு பொறுப்பாக உள்ள கொழுப்பு உணவு தவிர்க்கப்பட வேண்டியது.

டெக்ஸ்ட்ரோஸ் : வேதிமுறையில் தயாரிக்கப் பட்டது. தவிர்க்க வேண்டியது.

பிளேவரிங்	: குழந்தைகளை ஈர்ப்பதற்காக வேறு பொருள்களைச் சேர்த்துத் தயாரிக்கப்பட்ட பானங்கள்.
மக்னீசியம் சல்பேட்	: ஆய்வுக்கூடங்களில் இருக்க வேண்டியது. உணவில் சேர்க்கக் கூடாதது.
திடமாக்கிகள்	: (சுதான் பிசின், கார்-பிசின். வேதிப் பொருள்களைக்கொண்டு தயாரிக்கப்பட்டது.

மேற்கண்ட பட்டியலில் காணும் எந்த ஒரு பொருளும் உடலுக்கு நன்மை செய்வதில்லை. தானியங்களின் சாரத்தை எடுத்து வேதிப் பொருள்களை கலந்து தயாரிக்கப்படும் உணவுப் பொருள்கள் இவை. குழந்தைகளை அறிவுக் கூர்மை உள்ளவர்களாகவும், வலிமை உள்ளவர்களாகவும், எலும்புகளை வலுவேற்றக் கூடியதாகவும் உள்ளதாக சொல்லி வேதிப் பொருள்களைக் கலந்து தயாரிப்பதால் இவை உண்பொருள்களே அல்ல. நம்முடைய அறியாமை எந்தளவுக்கு இருக்கிறது என்பதைப் பாருங்கள்.

விளம்பரங்களில் தோன்றும் நடிகர்கள், பிரபலங்கள் குடிப்பதாகக் காட்டப்படும் பானங்கள் உண்மையிலேயே அவர்களுடைய வாழ்க்கையில் அவர்கள் குடிப்பதில்லை. திரையில் விளம்பரத்திற்காக மட்டுமே குடிக்கிறார்கள். மேலும் திட வடிவில் ஆன பால்பவுடர்களை இதில் கலக்குகிறார்கள். இப்பாலைக் கலந்து கொடுத்த பசுக்களுக்கு ஆன்டிபயாடிக் மருந்துகள், ஹார்மோன் ஊசிகள் போடப்பட்ட பசுக்களிலிருந்து கறந்த பால் பயன் படுத்தப்படுகிறது. வேகமாக பிரியக்கூடிய அணுக்கள் இந்தப்பாலில் இருப்பதால் வேகமாக அணு பிரிப்பு நடைபெறுகிறது. இது புற்றுநோய் செல்களை பெருக்கும் தன்மை கொண்டது. இறந்த உயிரணுக்கள், தேவையற்ற நச்சுப்பொருள்கள் ஆகியவை உடலில் தேங்க நச்சுக் கூடமாக உடல் மாறுவதற்கு வழி வகுக்கிறது.

எந்தப் பொருளை வாங்கினாலும் முதலில் அதில் எந்தெந்த பொருள்கள் சேர்த்து உள்ளன என்பதை உறுதி செய்து இது இல்லாமல் நாம் வாழ முடியுமா? முடியாதா என்பதை உறுதிதரச் செய்ய வேண்டும். உள்ளூரில் கிடைக்கும் கேழ்வரகு, கம்பு, பருப்புகள், தானியங்கள், கோதுமை ஆகியவற்றை முளைக்கட்டி, வெயிலில் உலர்த்தி அதை அரைத்து வைத்துக் கொண்டால் நம் உடலுக்குத் தேவையான சத்துக்கள் அனைத்தையும் பெறலாம். அவசியமான சத்துக் கூறுகள் இதில் உள்ளன. உயிர் ஆற்றல், உயிர் சத்து, கனிமங்கள் அடங்கிய இயற்கையான தயாரிப்புகளாக இவை இருப்பதால் எல்லா வயதினரும் இதைப் பயன்படுத்திக் கொள்ளலாம். குழந்தைகளுக்கும், தாய்மார்களுக்கும், மகளிருக்கும் என்று தனித்தனியாக எந்தச் சத்துத் தயாரிப்புகளையும் வாங்க வேண்டியது இல்லை.

தேநீர் நேரத்தில் உண்ணும் ரொட்டி அல்லது அதைப் போன்ற சிப்பம் செய்யப்பட்ட உணவுப் பொருள்கள் அனைத்துமே இது போன்று வேதி முறையில் தயாரிக்கப்பட்டவை. எனவே நம் உடலுக்கு முழு முதல் தேவையாக இருக்கிற எந்தத் தயாரிப்பும் உயிர் ஆற்றல் இல்லாததாக தான் உள்ளது. வேதி முறையில் தயாரிக்கப்பட்ட கோதுமை மாவு தண்ணீரில் கலந்தால் ஒன்றிரண்டு நாட்களில் கெட்டுப் போய்விடுகிறது. அதே போன்று பேக்கரியில் தயாரிக்கப்படும் பிரட் வகைகளும் நீண்ட நாள் தாங்குவது இல்லை. ஆனால், அதே கோதுமை, மைதா மாவினைக் கொண்டு வேதிபொருள் சேர்த்து தயாரிக்கப்படும் ரொட்டிகள் பல மாத காலத்திற்குக் கெட்டுப் போகாமல் இருக்கிறது. அதைக் கெட்டுப் போகாமல் வைப்பதற்கு எத்தனை வேதிப்பொருள்கள் சேர்க்கப் படுகின்றன என்பதைக் கற்பனை செய்து பாருங்கள். எனவே எப்போதும் நாம் இயற்கையான வேதிப் பொருள் கொண்டு பதப் படுத்தப்படாத, சுத்திக்கரிப்புக்குள்ளாகாத உணவு வகைகளையே உண்ண வேண்டும். அப்பொழுதுதான் உடல், மன நலம் சீராக சிறந்த நிலையில் பராமரிக்கப்படும்.

19

மென்பானங்கள் மென்மையான நஞ்சு

சாஃப்ட் டிரிங் எனப்படும் மென்பானங்கள் எனப்படுபவை ஆல்கஹால் இல்லாத பானங்களைக் குறிக்கும். இத்தகைய மென்பானங்களில் என்னவெல்லாம் உள்ளது? அதன் உள்ளடக்கம் என்ன என்பதை நீங்கள் உண்மையில் தெரிந்துகொண்டால், அது மென்பானமல்ல, அது உண்மையிலேயே மிகவும் கடுமையானது, உடல் நலத்திற்குக் கேடு தருவது என்று தெரியவரும். உலகெங்கும் நகரங்களில் வாழும் மக்களுடைய நாகரிக வாழ்க்கைப் போக்கின் ஒரு பகுதியாகவே மென்பானங்கள் மாறிவிட்டன. இளைஞர்களைக் குறிவைத்து மென்பானங்களின் விளம்பரங்கள் வெளியிடப் படுகின்றன. அவர்களும் தங்கள் உடலுக்கு அது

எவ்விதமான தீமையை உருவாக்குகிறது என்பதை மறந்து இவற்றைக் குடிக்கிறார்கள். அடுத்ததாக, இவ்வாறான விளம்பரங்களில் வரும் நடிகர்கள் போன்ற பிரபலங்கள் சமுதாயத்திற்கு மிகவும் பொறுப்புள்ளவர்களாக இருக்க வேண்டும். ஆனால், அவர்களே தங்களுடைய தாகத்தை மென்பானங்களால் தீர்த்துப் புத்துணர்ச்சி தருவதாக இவ்வகை விளம்பரங்களில் தோன்றி உற்சாகப் படுத்துகிறார்கள். ஆனால் அது அதற்கு முற்றிலும் மாறானது.

ஒரு சிகரெட் அல்லது ஆல்கஹாலில் உள்ளதைவிட உண்மையிலேயே மென்பானங்களில் என்னென்ன தீங்கு தரக்கூடிய கூறுகள் உள்ளன என்பதை நாம் காணலாம். இந்தப் பொருள்கள் கழிப்பறைகளைச் சுத்தம் செய்யவும், இரும்புக் கம்புகளில் உள்ள துருவை நீக்கவும் பயன்படுத்தப்படுகின்றன என்று தெரியவரும் போது வியப்பாக இல்லையா?

1. சர்க்கரை

மென்நஞ்சு என்று அழைக்கக்கூடிய அளவுக்கு சுத்திகரிக்கப்பட்ட சர்க்கரைதான் இந்த மென்பானங்களின் பெரும்பகுதியாக அடங்கியுள்ளது. ஒவ்வொரு 325 மி.லி. மென்பானத்திலும் 15 தேக்கரண்டி அளவுக்கு சர்க்கரை சேர்க்கப்படுகிறது. இந்த அளவுக்கு சர்க்கரையை நம் உடல் தாங்காது. இதனால் ஏற்படும் விளைவுகளை சமாளித்து உடலுக்குத் தேவையற்ற வீண்பொருள்களை வெளித்தள்ளுவதற்கான போராட்டம் நம் உடலில் நடக்கிறது. இந்தப் போராட்டத்தின்போது நம் உடலில் உள்ள சுண்ணாம்புச் சத்து, கனிமச் சத்து ஆகியவற்றைப் பெருமளவு இழக்கிறோம். இதனால் நம் பற்கள் அரிக்கப்படுகின்றன. அடுத்து நீரிழிவு நோய் வருவதற்கும், இதய நோய்கள், செரிமானக் கோளாறுகள், தோல் நோய்கள் போன்றவை வருவதற்கும் இது காரணமாகிறது.

2. செயற்கை இனிப்பூட்டிகள்

மென்பானங்கள் சரிவிகித சோடா அல்லது சத்துள்ள தண்ணீர் என்ற மாற்று வேடத்தில் இனிப்பூட்டிகளில் கலோரியைக்

குறைத்து அஸ்பர்தேம், அசிசல்பேம் — கே, சேக்கரின் அல்லது சுக்ரையோத் எனப்படும் செயற்கை இனிப்பூட்டிகள் இவற்றில் சேர்க்கப்படுகின்றன. அஸ்பர்தேம் என்பது சர்க்கரையைவிட 200 மடங்கு இனிப்பானது. எனவே, மிகக் குறைந்த அளவில் இது மென்பானத்தில் சேர்க்கப்படுகிறது. மென்பானத்தின் சுவையை இது அதிகரிப்பதற்கு உதவினாலும், இதற்கான பக்க விளைவுகள் நிறைய உண்டு. ஒற்றைத் தலைவலி, நினைவாற்றல் இழப்பு, உணர்ச்சி சார்ந்த கோளாறுகள், பார்வை மங்குதல், காதுகளில் ங் ங்... என ஒலித்தல், படபடப்பு, மூச்சு வாங்குதல் போன்ற பல்வேறு பக்க விளைவுகளை இது ஏற்படுத்தும்.

அடுத்ததாக, அசிசல்பேம் — கே என்பது, சர்க்கரையை விட 100 முதல் 200 மடங்கு அதிக இனிப்பு வாய்ந்தது. இதனை வைத்து ஆய்வுக் கூடத்தில் பிராணிகளிடையே ஆராய்ச்சி செய்தபோது புற்றுநோய் வேகமாக வருவதற்கான கூறுகள் இதில் உள்ளன என்று கண்டறியப் பட்டுள்ளது. எனவே இது மிகப் பெரிய புற்றுநோய் உண்டாக்கி எனலாம். சேக்கரின் எனப்படும் சத்து எதுவும் இல்லாத இந்த இனிப்பூட்டி, சர்க்கரையைவிட 300 மடங்கு அதிகமான இனிப்புத் தன்மை வாய்ந்தது. பெரும்பாலும் பற்பசைகளில் இது சேர்க்கப்படுகிறது. இதனால் சிறுநீர்ப்பை, புற்றுநோய் வருவதாகக் கண்டறியப்பட்டு, கனடாவிலும், சில ஐரோப்பிய நாடுகளிலும் இதற்குத் தடை விதிக்கப்பட்டிருப்பதாகவும் அறியப்படுகிறது.

3. கபீன் - மத்திய நரம்பு மண்டல ஊக்கி

சோடா சுவையைக் கூட்டுவதற்குத் திறன்மிகுந்த மருந்துப் பொருளாக உள்ளதுதான் கபீன். இது நரம்பு மண்டலத்தைச் செயற்கையாகத் தூண்டுகிறது. இதயத்தின் துடிப்பினை அதிகப்படுத்துகிறது. அதிக அளவிற்குக் காப்பி குடிப்பதால் சிறுநீர்ப் பை புற்றுநோய், வயிற்றுப் புற்றுநோய் ஆகியவை உண்டாவதற்கு வாய்ப்புகள் உள்ளன. இதனால் இரத்த அழுத்தம் அதிகமாகி நீரிழிவு நோய்க்கான அறிகுறிகளை அதிகமாக்குகிறது. இதில் மிக மோசமான விளைவு என்னவென்றால் குழந்தை பிறக்கும் பொழுதே குறைபாடுகளை ஏற்படுத்தக்கூடியது.

அதிக உடல் உழைப்பு அல்லது கடும் பயிற்சிக்குப் பின்னர் மென்பானங்களைக் குடித்தால் அது கால்சியம், பொட்டாசியம் இழப்பினை ஏற்படுத்தக்கூடும்.

4. அமிலங்கள்

பெரும்பாலான மென்பானங்களில் சிட்ரிக் அமிலம், பாஸ்போரிக், மாலிக் அல்லது தார்தாரிக் அமிலங்கள் உள்ளன. இந்த அமிலங்கள் தான் மென்பானங்களை நாம் குடிக்கும்போது புத்துணர்வு கூட்டக்கூடிய, சுள் என்ற சுவையை தரக்கூடியவை. பானங்களின் தரத்தை நீண்டநாள் பாதுகாக்கவும், அவற்றிற்கு இனிப்புச் சுவை தரவும் செய்கின்றன. மனிதப் பற்களைப் பிடுங்கி எடுத்து இதுபோன்ற கோலா பானங்களில் இரண்டு நாள் போட்டுவைத்து சோதனை செய்து பார்த்தபோது அந்த பற்களில் கால்சியம், பாஸ்போரிக் அமிலச்சத்து மற்றும் அதன் எனாமல் மேற்பரப்பு ஆகியவை அரிக்கப்பட்டு, மென்மையாக அந்த பற்கள் ஆகிவிட்டதை கண்டறிந்துள்ளனர். இதனால் உடம்பின் கால்சியம், பாஸ்பரஸ் வீதம் பாதிக்கப்படுவதுடன், முதிரா நிலை எலும்புத் தேய்வுநோய் விரைவாக ஏற்பட்டதை அறிய முடிந்தது.

தொழிற்சாலைகளில் பாஸ்போரிக் அமிலம் குரோமிலிருந்து துருவினை நீக்குவதற்கும் தானியங்கி மின்கலம் இணைப்புகளை தூய்மைப்படுத்துவதற்கும் பயன்படுத்தப்படுகிறது. இரத்தத்தில் இந்த அமிலச்சத்து நோய் எதிர்ப்புத்தன்மையைக் குறைப்பதால் தலைவலி, இரத்தசோகை, எலும்பு புற்றுநோய்கள் தசைவலி, மூட்டுவலி போன்ற ஏராளமான நோய்கள் உண்டாகின்றன. இந்த அமிலத்தன்மையால் சில உயிர் அணுக்கள் இறந்துவிடுகின்றன. அதையும் தாண்டி உயிர்வாழும் சில உயிர் அணுக்கள் புற்றுநோய் அணுக்களாக மாறி உடம்பிலேயே தங்கிவிடுகின்றன. இந்த மென்பானங்களைக் குடிப்பதால் உண்டாகும் அமிலத்தன்மையை சமநிலைப்படுத்துதல் பற்றி ஆராய்ச்சி மேற்கொள்ளப்பட்டது. அதன் முடிவு என்னவென்றால் ஒரு குவளை கோலா குடிப்பதால் அதில் உள்ள செயற்கையான வேதிப்பொருள்களைச் சரிசெய்து சமநிலைப் படுத்துவதற்கு அதிக காரத்தன்மையுள்ள (ஆல்கலின்)

தண்ணீர் 32 குவளைகளைக் குடித்தால்தான் அது சமப்படும் என்று அறியப் பட்டது.

5 கார்பன்-டை ஆக்சைடு

கார்பன் அமிலத்தன்மை நிறைந்த மென்பானங்கள் மற்றும் சோடாக்களில் அதிக அழுத்தத்தில் தண்ணீரோடு கரிஅமில வாய்வு சேர்க்கப்படுகிறது. எந்த அளவிற்கு அதிகமாக கரிக்காற்று (CO_2) சேர்க்கப்படுகிறதோ அந்த அளவிற்கு உடம்பில் அமிலத்தன்மையை அதிகமாக்கிப் பாதிப்பை ஏற்படுத்துகிறது. கரிக்காற்று (CO_2) என்பது ஒரு வீண் பொருள் என்பதால் உடம்பு அதனை எப்போதும் வெளியேற்றிக் கொண்டிருக்கிறது என்பதை நாம் அனைவரும் அறிவோம். ஒரு பக்கத்தில் உடம்பு வேண்டாம் என்று வெளித் தள்ளுவதை, உடம்புக்கு முற்றிலும் தேவைப்படாத ஒன்றை மென்பானங்கள் குடிப்பதன் மூலம் மறுபக்கத்தில் நாம் சேர்த்துக் கொண்டே இருக்கிறோம். மிக அதிக அளவு கரிக்காற்றானது நலம் நிறைந்த உயிர் அணுக்களைக் கொல்லக்கூடியது. மூளையில் உள்ள அணுக்கள் வேகமாக இறப்பதற்கு மென்பானங்கள் காரணமாகின்றன. உயிரிழந்த அணுக்களும் அமிலம் நிறைந்த சுற்றுச்சூழலும் ஏராளமான நோய்களை, குறிப்பாகப் புற்றுநோயை உருவாக்குகின்றன.

6. காப்புப் பொருள்கள்

தயாரிக்கப்பட்ட மென்பானங்கள் நீண்டகாலம் விற்பனைக்காக காத்திருக்க வேண்டியுள்ளதால் அதனைப் பாதுகாப்பதற்கு உரிய வேதிப்பொருள்கள் சேர்க்கப்படுகின்றன. பாதுகாப்பு முறைகளும் காலமும் சேர்ந்து சுவை, மணம் ஆகியவற்றைப் பாதிக்கக்கூடியன. ஆனால் இவைதான் அந்த மென்பானங்களைக் காப்பாற்றி வைக்கின்றன.

அ. சோடியம் பென்சேயேட் : இதற்கு பென்சேயேட் அமிலம் என்றும் பெயர். இது பெரும்பாலான பானங்களில் சேர்க்கப்படுகிறது. இந்த வேதிப்பொருள் ஆஸ்துமா, சிரங்கு ஆகிய நோய்களுடன், மனவளர்ச்சிக் குன்றி மிகு செயல்பாட்டு நோயினையும் ஏற்படுத்தக் கூடியது.

ஆ. சல்பர்-டை ஆக்சைடு: நிறத்தைப் பாதுகாப்பதற்காக இந்த வேதிப்பொருள்கள் பயன்படுத்தப்படுகிறது. தொழிற்சாலைகளில் பொருள்களை வெளுக்கச் செய்வதற்குப் பயன்படுத்தப்படும் இப்பொருள் மிகவும் நச்சுத்தன்மை வாய்ந்தது. எனவே அதிகமாக இந்த பானங்களைக் குடிப்பவர்களுக்கு மயக்கம், தோல் நோய்கள், வீக்கம், மார்பு இறுக்கம், அதிர்ச்சி, உணர்வு நிலை இழத்தல் ஆகியவை ஏற்படுவதுடன் சில நேரங்களில் இறப்பும் ஏற்படுகிறது.

7. செயற்கை மணம் மற்றும் நிறமூட்டிகள்

மென்பானங்களில் சுவை மணம் உண்டாகவும் தனிப்பட்ட சுவையை ஏற்படுத்தவும் இது பயன்படுகிறது.

தார்ட்ராசின் - ஆரஞ்சு மற்றும் மஞ்சள் நிறமுள்ள பானங்களில் இந்த வேதிப்பொருள் உள்ளது. எனவே இந்த பானங்களைக் குடிப்பவர்களுக்கு ஒவ்வாமை ஏற்பட்டு தோல் அரிப்பு, சிரங்கு, வீக்கம் கண்கள் இரத்தமாக சிவத்தல் அதிக அளவு மியூக்கஸ் ஆகியவை உண்டாகலாம்.

காமோசின் - சிவப்பு நிறமுள்ள மென்பானங்களால் புற்றுநோய் மற்றும் மனநலம் சார்ந்த நோய்கள் ஏற்படலாம்.

பளிச்சென்ற நீலம் எனப்படும் பிரிலியண்ட் புளூ என்ற வேதிப்பொருள் குரோமாசோம்களில் சேதத்தை ஏற்படுத்துவதால் மனநலம் குறைந்த குழந்தைகள் பிறப்பதற்கு வாய்ப்புண்டு. ஒவ்வாமையால் ஏற்படும் பாதிப்புக்களை இது உருவாக்குவதோடு புற்றுநோயையும் ஏற்படுத்தக்கூடியது.

8. சோடியம்:

இனார்கானிக் சோடியம் எனப்படும் கரிம உப்பு கரைசல் பொருளாகவும் நிலைப்புத்தன்மை உண்டாக்கவும் திடத்தன்மை ஏற்படுத்தவும், பானங்களில் உள்ள பல்வேறு வேதிப்பொருள்கள் சீராகக் கலந்து சுவை ஏற்றவும் பயன்படுத்தப்படுகிறது. அதிகமாக இது உடலில் சேர்வதால் இரத்தக்குழாய்கள் தடிமனாகி விரைப்பாகின்றன. இதனால் மூளை வலிப்பு, இதய செயல்

இழப்பு, உயர் ரத்த அழுத்தம், சிறுநீரக செயல் இழப்பு ஆகியவை ஏற்பட அதிக வாய்ப்புண்டு.

மென்பானங்களில் சேர்க்கப்படும் பொருள்களைப்பற்றி நாம் நன்கு ஆராய்ந்து பார்த்தால் அதிலுள்ள தண்ணீரைத் தவிர வேறு எந்தப்பொருளும் மனித உடலுக்குத் தேவையானது அல்ல. உடலுக்கு எல்லா விதத்திலும் பாதிப்பைத்தான் இவை ஏற்படுத்துகின்றன. அப்படிப்பட்ட நச்சுப் பானத்தை நாம் ஏன் அருந்துகிறோம்? இதனைக் குடித்தபின்னர் விளம்பரத் திரைகளில் தோன்றும் கதாநாயகர்கள் அரிய சாதனைகளைச் செய்வதாகக் காண்பிக்கின்றார்கள். அவர்களுக்குப் பணம் பண்ணுவதற்கு வேறு வழியேதுமில்லையா?, பெரும்பாலான மக்களுக்குத் தொல்லை தந்து அவர்கள் உடல் நலம் கெடும் அளவிற்கு இந்தப் பிரபலங்கள் தங்கள் ஆன்மாவை பணத்திற்காக விற்றுவிடுகிறார்களே!

இயற்கையான பழச்சாறுகளைக் குடிப்பதற்கு நாம் ஏன் மறந்துவிடுகிறோம். எலுமிச்சைச்சாறு உடல் அணுக்களை இறக்காமல் செய்யும் ஆற்றல் பெற்றது. எந்த விளம்பரமும் இதனை சொல்லாததால் அதை நாம் குடிப்பதில்லை, இளநீர், எலுமிச்சைச்சாறு, முலாம்பழம், காய்கறிச்சாறுகள் ஆகியவற்றை நாம் நிறைய குடிக்கலாம். புட்டிகளில் அடைக்கப்படாத எதுவும் நன்மை செய்யக்கூடியதே. பழத்தை அல்லது அதன் சாற்றை உடனடியாக பால் சர்க்கரை சேர்க்காமல் குடிப்பது நல்லது. நச்சு நிறைந்த சர்க்கரையை நாம் ஏன் சேர்க்கவேண்டும்? முழுக்க முழுக்க இயற்கையானது என்று சொல்லி விற்கப்படும் புட்டிகளில் அடைக்கப்பட்ட பானங்களை அருந்த வேண்டாம்.

பதப்படுத்தப்பட்ட புட்டிகளில் அடைக்கப்பட்டு விற்கப்படும் பழச்சாறுகைள 1000சி வெப்பத்தில் பதப்படுத்தப்பட்டுப் புட்டிகளில் அடைக்கப்படுகின்றன. இவற்றில் எந்த உயிர்ச்சத்து அல்லது கனிமச்சத்தும் இருக்க முடியாது. மாம்பழச்சுவை முழுமையாக உள்ளது என்று சொல்லியும் 5 மாதுளைப் பழங்களைப் பிழிந்து வரும் அளவிற்கு சாறு உள்ளதாக உறுதிமொழி அளித்து விற்கப்படும் பானங்களை குடிப்பது பணத்தை வீணாக்கும்

செயல்தான். அந்தந்தப் பருவங்களில் கிடைக்கும் பழங்களை நேரடியாக அப்படியே உண்ணுவதே சிறப்பு. மாம்பழச்சுவை உள்ள பல பானங்களில் மாம்பழச்சாரம் 16 விழுக்காடு அளவுக்கு மட்டுமே உள்ளது. அதில் எஞ்சி உள்ளது எல்லாம் தண்ணீர், தீட்டப்பட்ட சர்க்கரை, பாதுகாப்புக்கான வேதிப்பொருள்கள் செயற்கை மணம், சுவை ஊட்டிகள் போன்றவையே.

இந்த பானங்கள் நமக்கு எதற்குத்தேவை? இதனை ஒன்றுக்கு இரண்டு முறை சிந்தியுங்கள் இப்போதுகூட காலம் கடந்துவிடவில்லை. நம் உடலுக்கு ஏற்பட்ட சேதத்தை மாற்றி நலம்பெற முயற்சிக்கலாம். அதற்கான முதற்படி, எது உடம்புக்கு நலம் செய்யும் என்பதை அறிய வேண்டும். அதற்குப்பின்னர் தொலைக்காட்சி விளம்பரங்களுக்கு இரையாகாமல் புதிய இயற்கையான, நலம் தரும் முறைகளைச் செயல்படுத்தத் தொடங்கவேண்டும். புட்டிகளில் அடைக்கப்பட்ட, சிப்பம் செய்யப்பட்ட எந்த உணவுத் தயாரிப்பும் வேண்டாம் என்று சொல்வதற்குத்தான் அதன் மேல் ஒட்டப்பட்ட விவரத்தாளில் 6 மாதங்கள் வரை பயன்படுத்தக்கூடியது என்று போட்டிருந்தால் எச்சரிக்கை. அதைப் புறக்கணியுங்கள்.

அது மறைமுகமாக என்னசொல்கிறது என்றால் அதைக் குடிப்பதற்கு முன்பே உங்கள் உடல் நலம் மிக நன்றாக உள்ளது என்று சொல்வதைப் புரிந்து கொள்ளுங்கள்.

20

தேநீரும், குளம்பியும் – நரம்பு மண்டலக் கொல்லி

டீ, காப்பி எனப்படும் தேனீரும், குளம்பியும் உணவு மதிப்போ, சத்துமதிப்போ இல்லாதவை, மருந்து மதிப்பு அல்லது மருந்து உட்கூறுகள் உள்ள பொருள்பட்டியலில் இவை வருகின்றன. இவற்றில் உயிர்ச்சத்துக்கள், கனிமச்சத்துக்கள் போன்றவை எதுவுமில்லை. இதில் உள்ள கபீன், தியோ புரோமைன் ஆகியவை நரம்புகளைச் சிலமணி நேரத்திற்குத் தூண்டுவதால் நாம் சுறு சுறுப்பாக இருப்பதாக உணர்கிறோம். கொஞ்ச நேரம் கழித்து அந்த தூண்டல் போன பின்னர் சோர்வு ஏற்படுகிறது. அடிக்கடி இவ்வாறு நடப்பதால் அது நரம்பு மண்டலத்தை நிரந்தரமாகச் சோர்வடையச் செய்கிறது. அதிகமான தூண்டுதல் மனச்சோர்வினை ஏற்படுத்துகிறது.

தேநீர், குளம்பி ஆகியவை வயிற்றில் ஹைட்ரோ குளோரிக் அமிலம் சுரப்பதைத் தூண்டி என்சைம் சுரப்பினைக் குறைக்கிறது. தேநீர்க் குவளைகளில் உள்ளே படியும் படலம் போன்று வயிற்றுக்குள்ளும் ஒரு படலத்தை இது ஏற்படுத்துவதால் பசியைத் தடுக்கிறது. நுண்ணுயிர்ச்சத்துக்களை உறிஞ்சுவதையும் தடுக்கிறது. அதிகமாக காப்பி குடிப்பவர்களுக்கு இரும்புச் சத்துக் குறைவு ஏற்படுகிறது. ஏன் என்றால் இரும்புச்சத்து, சுண்ணாம்புச்சத்து, எரியச்சத்து (பாஸ்பரஸ்) ஆகியவற்றை உடல் உறிஞ்சுவதை காப்பி தடுத்துவிடுவதால் எலும்பு மெலிவு நோய், உடல் வலி, மூட்டுவலி போன்றவை ஏற்படுகின்றன. அட்ரினல் சுரப்பியை இது தூண்டுவதால் இரத்த நாளங்கள் சுருங்கி உயர் இரத்த அழுத்தம், அதிக சிறுநீர் கழித்தல், அடிக்கடி சிறுநீர் கழித்தல் ஆகிய நோய்கள் உண்டாகக் காரணமாகிறது.

போதை மருந்து அல்லது கஞ்சா பழக்கத்திற்கு அடிமையானவர்கள் அவற்றை நிறுத்தும்போது தலைவலி மற்றும் பழக்கத்தை விட்டதால் ஏற்படும் நோய் அறிகுறிகள் உண்டாவது போல டீ, காப்பியாலும் இது ஏற்படுகிறது. தூக்கமின்மை இதனால் உண்டாகிறது கல்லீரலை அதிக அளவுக்கு குளுக்கோஸ் இரத்தத்தில் விடுவிக்கச் செய்வதால் இதனைக் குடித்தவுடன் நமக்குப் புத்துணர்ச்சி ஏற்படுவதாக உணர்கிறோம்.

டீ, காப்பியில் உள்ள வேதிப்பொருள்கள் கல்லீரலுக்குப்

போகாமல் நேரடியாக இதயத்திற்குச் சென்றால் அது துடிப்பதை நிறுத்தும் அளவிற்கு சக்தி மிக்க பொருளைக் கொண்டதாகும். இது நமது உடம்புக்கு தேவையற்றது. வழக்கமாக நம் கல்லீரலுக்குச் செல்லும் உணவின் சாரத்தை வடிகட்டி அதிலுள்ள நச்சுப்பொருள்களை நீக்கும் வேலையை கல்லீரல் செய்வதால் நம் இதயமும், மூளையும் ஓரளவுக்குப் பாதுகாப்பாக உள்ளன. தேயிலைத்தூள் தயாரிக்கும் நிறுவனங்கள் அதில் பிளவனாய்டு, புற்றுநோய் எதிர்ப்பிகள் உள்ளதாக விளம்பரப்படுத்துகிறார்கள். அத்தகைய தேநீரை பல குவளைகள் குடிப்பதைவிட ஒரே ஒரு எலுமிச்சைப் பழத்தில் ஏராளமான புற்றுநோய் எதிர்ப்புச் சத்து உள்ளதால் இதன் சாற்றைக் குடிக்கலாம் விற்பனை உத்திக்காக ஒருசில நல்ல தன்மைகளையும் மிக அதிகமான கெட்ட உட்பொருள்களையும் தேயிலைப் பொருள்கள் கொண்டிருந்தாலும், வருமானத்திற்காக அதன் சில நல்ல தன்மைகளைப் பெரிதுபடுத்துகிறார்கள்.

இது பழக்கமாக மாறிவிட்டபோதிலும் எளிதாக மாற்ற முடியாது என்றாலும்கூட மூலிகை தேநீருக்கு நாம் மாறலாம். அதாவது இஞ்சி, கொத்தமல்லி, மிளகு, சீரகம் ஆகியவற்றைக் கொண்டு இந்த மூலிகைத் தேநீரை வீட்டிலேயே தயாரித்துக் குடிக்கலாம். தேநீர் குளம்பியில் உள்ள உட்பொருள்கள் மட்டும் உடம்புக்குத் தீங்கு செய்வதாக நினைக்க வேண்டாம். அதற்கும் மேலாக அதில் சேர்க்கப்படும் பாலும், வெள்ளைச் சீனியும் சேர்ந்து இன்னும் அதிக தீமையை ஏற்படுத்துகின்றன.

இது உண்மையிலேயே நமக்குத் தேவையா?

21

நள்ளிரவு உணவு - புகைபிடித்தல் மது அருந்துதலை-விட மோசமான பழக்கம்

ஒரு நாளில் 12 மணி நேரம் வேலை செய்வதற்கும், அடுத்த 12 மணி நேரம் ஓய்வு எடுப்பதற்கும் உரிய வகையில் இயற்கை நம் உடம்பை வடிவமைத்திருக்கிறது. ஒரு நாளில் அதாவது 24 மணி நேர சுழற்சியில் கண்கள், காதுகள், கைகள் மற்றும் பிற பாகங்கள் 12 மணி நேரம் வேலை செய்வதற்கும் அதே நேரத்தில் இதயம், சிறுநீரகம், நுரையீரல் ஆகியவை 24 மணி நேரமும் வேலையும் செய்து கொண்டு ஓய்வும் எடுத்துக் கொள்ளும் வகையில் வடிவமைக்கப்பட்டுள்ளன.

நம்முடைய செரிமான உறுப்புக்கள் ஈரல், கல்லீரல், கணையம் ஆகியவை 12 மணி நேரம் வேலை செய்வதற்கும் அடுத்த 12 மணி நேரம் ஓய்வுவெடுப்பதற்குமான உறுப்புகளாகும். ஆனால் இன்றைய நிலையில் இரவு 10 அல்லது 11 மணிக்கு வயிறு நிரம்ப அதுவும் செரிமானத்திற்குக் கடினமான புலால் உணவு உண்பவர்கள் அதற்குப்பின்னர் பாலும் குடிப்பதால் நம்முடைய செரிமான உறுப்புகள் விடியற்காலைவரை வேலை செய்துகொண்டே இருக்கின்றன. எனவே காலையில் எழுந்தவுடன் பசி எதுவும் இருப்பதில்லை எனினும் காலையில் தேநீர் அல்லது குளம்பி (காப்பி) குடிப்பதால் அது மீண்டும் வேலை செய்ய ஆரம்பிக்கிறது. ஆக நம் செரிமான உறுப்புக்கள் 24 மணி நேரமும் வேலை செய்ய கட்டாயப்படுத்தப்படுகின்றன. இதுவே தொடர் நிலையாக ஆகிவிட்டால் அவை செயல் இழந்து ஹார்மோன் சுரத்தலில் சமநிலை இளப்பு, வயிற்றுவலி, செரிமான கோளாறு, வயிற்றுப்புண், மலச்சிக்கல், வாய்வுக் கோளாறுகள் போன்றவை ஏற்படுகின்றன.

நம் உடம்பின் முதல் பணி உண்ட உணவை செரிமானம் செய்வதுதான். எடுத்துக்காட்டாக, எல்லா வீடுகளிலும் காலை நேரத்தில் பார்த்தால் சமையல்போக மீதி உள்ள காய்கறிகள், நனைந்த துண்டுகள், கழுவப்படாத பாத்திரங்கள், வீண் பொருட்கள் ஆகியவை வீடு முழுக்க கிடப்பதைப் பார்க்கிறோம். எல்லோரும் வெளியில் கிளம்பியபிறகு வீட்டிலுள்ளவர்கள் அதை எல்லாம் எடுத்து ஒழுங்குபடுத்தி சீர் செய்கிறார்கள். அதே போன்று நம் வயிற்றில் உணவு ஏதும் இல்லாத பொழுது நம் உடம்பு தூய்மை செய்தல் மற்றும் பழுது பார்க்கும் பணியில் ஈடுபடுகிறது. இதுபோன்று பழுது பார்க்கும் வேலை இரவு நேரத்தில்தான் செய்யப்படுகிறது. ஆனால் நம்முடைய செரிமான உறுப்புக்கள் அதைச் செய்ய விடாமல் இயங்கிக் கொண்டே இருப்பதால் உடலில் நச்சுத்தன்மை பரவி நச்சுகள் சேர்ந்துவிடுகின்றன. ஏற்கனவே உண்ட உணவு செரித்த பிறகுதான் பசி எடுக்கிறது. அந்த உணவின் நச்சுகள் போன்றவை வெளியேற்றப்பட்டால் தான் பசி எடுக்கும்.

ஆனால் வீண்பொருட்களும் நச்சுகளும் வெளியேற்றப்படுவதற்கு முன்பே இடையிடையில் தேநீர் குடிப்பதுடன் அவசர அவசரமான

சிற்றுண்டி உண்ணுவதால் ஒட்டுமொத்தமாக நம்முடைய செரிமான அமைப்பு பாழ்படுகிறது. இதன் விளைவாக நீரழிவு, உயர் ரத்த அழுத்தம், ஆஸ்த்மா, ஈரல் வீக்கம், உடல் பருமன், உயர் கொழுப்பு, மூட்டுவலி, சிறுநீரக நோய்கள், சிறுநீரகக் கல், கருப்பைக் கட்டிகள், பி.சி.ஓடி போன்ற நோய்கள் ஏற்படுகின்றன. நமது உறுப்புகளுக்கு நாம் ஓய்வு கொடுப்பதில்லை.

பிராணிகள் எதுவும் மருந்துகள் உட்கொள்வதோ, மருத்துவரிடம் செல்வதோ இல்லை. பிராணிகள் அல்லது விலங்குகள் கன்று போடும்போது பக்கத்தில் மருத்துவர்கள் இருக்க வேண்டிய தேவையில்லை. எனவே பிறப்பு முதல் இறப்பு வரை இயற்கை முறையிலேயே அவற்றிற்கு எல்லாம் நடக்கிறது. கடைசி மூச்சு இருக்கும்வரை அவற்றிற்கு உணவு கிடைக்கிறது. ஆனால் மனிதர்களாகிய நாம் வாழ்நாளில் பாதியை நோய்வாய்ப்பட்டு படுக்கையிலேயே கழிக்கிறோம். நாம் ஓய்வு கொடுக்காததால் நச்சுகள் மற்றும் தீங்கு தரும் பாக்டீரியாக்கள் உடலில் தங்கும் கழிவுகளான நச்சுக்களை உண்டு லட்சக்கணக்கில் பெருகுகின்றன. இதற்குத்தான் மருத்துவர்கள் நோய் தொற்று, காய்ச்சல் என்று பெயர் இடுகிறார்கள்.

எந்தப் பிராணியும் *R.O* நீரைக் குடிப்பதில்லை. எனவே அவற்றிற்கு டைபாய்டு, மஞ்சள் காமாலை, மலேரியா போன்ற நோய்கள் வருவதில்லை. பிராணிகள் முகம் கழுவுவதில்லை உணவுப் பொருட்களை கழுவுவதுமில்லை. ஆனால் அவற்றிற்கு எந்த நோய்த்தொற்றும் வருவதில்லை. நாம் தூய்மையான உணவைச் சாப்பிடுவதாகச் சொல்லிக் கொள்கிறோம். ஆனால் நமக்கு பல்வேறு நோய்கள் வருகின்றன. நம்முடைய சக்தி கழிவு வெளித்தள்ளும் உறுப்புக்களில் வீணாகிறது.

நம் இதயம் ஒரு நிமிடத்திற்கு 72 முறை துடிக்கிறது. எனவே ஒரு துடிப்பு என்பது 0.4 நொடி ஆகும். எனவே அடுத்த 0.4 நொடி ஓய்வெடுக்கிறது. ஆனால் நமது இரைப்பை சார்ந்த உறுப்புக்கள் 12 மணி நேரம் ஓய்வு எடுக்க வேண்டியவை. ஆனால், வயிற்றில் உணவு இருக்கும்போது அது ஓய்வெடுக்க முடியாது. செரிக்கும் வேலையைச் செய்து கொண்டே இருக்கிறது. எனவே இதயத் துடிப்பு, இரத்த அழுத்தம் ஆகியவை அதிகமாகவே இருக்க வேண்டி உள்ளது.

நாம் இரவு நன்றாக முழு வயிறு சாப்பிட்டுவிட்டு அதன் பின்னர் பால் சாப்பிட்டால் நல்ல தூக்கம் வரும் என்று நினைக்கிறோம். ஆனால் அது இயற்கையான தூக்கம் அன்று. உணவு செரிக்கப்படும்பொழுது இரத்த ஓட்டம் மூளைக்குச் செல்வது குறைக்கப்பட்டு, செரிமான உறுப்புக்களுக்கு அதிக இரத்தம் பாய்வதால் நமக்குத் தூக்கம் வருகிறது. நாம் சாப்பிடுவதில் நன்றாக எண்ணெயில் பொரிக்கப்பட்ட உணவுகள், புலால் உணவு ஆகியவை செரிப்பதற்கு நேரம் ஆகிறது. அதற்குப் பிறகு வரும் தூக்கத்தில் கொடுமையான கனவும் ஏற்படுவதாக உள்ளது. இதன் பொருள் என்னவென்றால் வயிறு மிகவும் தொல்லைப்பட்டு எரிச்சலுக் குள்ளாகிறது. எனவே மனமும் அதன் பாதிப்பை அடைகிறது.

சீனர்கள் பெரும்பாலும் ஒல்லியாக இருப்பதற்குக் காரணம் அவர்கள் மாலை 6, 7 மணிக்குள் இரவு உணவை முடித்து விடுகிறார்கள். ஆனால் சீனாவில் உள்ள சுமோக்கள் வேண்டுமென்றே முழு உணவை இரவு நேரம் கடந்து உண்கிறார்கள். உடல் பருமன் அடைய வேண்டுமென்று விரும்பியே இதனை செய்கிறார்கள். இரவு நேரம் கடந்து உண்பதானது புகைபிடித்தல், மது அருந்துதல், பான் புகையிலை மெல்லுதல் போன்றவற்றைவிட மோசமான விளைவுகளை ஏற்படுத்தக்கூடியது. எனவே முன் இரவிலேயே உணவை உண்டு முடித்தால் நம் உடல் நலம் வளமாக இருக்கும்.

அதிலும் இரவு உணவில் 30-40 சதவீதம் அளவிற்குப் பச்சைக் காய்கறிகளான வெள்ளரிக்காய், கேரட், குடைமிளகாய், வெங்காயம், தக்காளி, முட்டைக்கோஸ் ஆகியவற்றையும் எஞ்சிய 30 விழுக்காடு அரைவேக்காடு உணவையும் சாப்பிடவேண்டும். வயிற்றில் மீதி உள்ள 30 விழுக்காடு காலியாக விடப்பட வேண்டும். வயிறு நிரம்ப உண்ணக்கூடாது. அப்படி கட்டாயமாக இரவு காலம் கடந்து உண்ணவேண்டிய நிலை ஏற்பட்டால் பழங்களை மட்டும் உண்ணுவதே சாலச்சிறந்தது. ஏனென்றால் அது எளிதில் செரிக்கக்கூடியது.

காலங்கடந்த இரவு உணவு காலங்கடந்து வரும் இறப்பினை முன்னதாகவே வரவழைக்கக்கூடியது.

22

நீரிழிவு நோய்

இது ஒரு நோய் அன்று. 30 நாளில் குணப்படுத்தலாம்.

இன்றைய நவீன உலகில் நவீன மருத்துவ முறையானது நீரழிவு நோயை மிகப்பெரிய ஆபத்து உள்ள நோயாகவும் அதைக் கட்டுப்பாட்டில் வைக்காவிட்டால் உடலில் பல்வேறு பக்க விளைவுகளை அது ஏற்படுத்தும் என்றும் கூறுகிறது. இது ஒரு பரம்பரை நோய் என்றும், அது ஒரு முறை வந்துவிட்டால் அதைக் குணப்படுத்த முடியாது. மருந்துகளின் மூலம் அதனை கட்டுப்பாட்டிற்குள் வைக்கலாம். வாழ்நாள் முழுதும் அதற்கான மருந்துகளை உட்கொள்ள வேண்டும் என்றும் ஆங்கில மருத்துவமுறை சொல்கிறது. அநேக ஆங்கில மருத்துவ நூல்கள்

எதனால் இந்த நோய் வருகிறது, அதன் நோய்முதல் காரணம் என்ன என்று கேட்டால் தெரியாது என்று கூறுகின்றன.

ஒரு நோயின் சரியான காரணத்தைக் கண்டறிய முடியாவிட்டால் ஒரு நோயாளிக்கு அதுவும் மருந்து கொடுத்து எவ்வாறு அந்த நோயைத் தீர்க்க முடியும்? இது பரம்பரை நோய் என்று அதன் தலையில் தூக்கிப் போட்டுவிடுகிறோம். தந்தைக்கு 60 வயதில் நீரிழிவு வருகின்றது என்றால் அவருக்கு 25 அல்லது 30 வயதாக இருந்தபோது பிறந்த மகனுக்கு நீரழிவு வருவதற்கு இது எப்படி பொறுப்பாக முடியும்? நீரிழிவு என்பது உணவு முறை சார்ந்த சீர்கேடு ஆகும். மன அழுத்தம் நிறைந்த பரபரப்பான வாழ்க்கைச் சூழலில் தவறான உணவு பழக்க வழக்கங்கள், தவறான உண்ணும் வகைகள், சரியான தூக்கமின்மை போன்ற பல காரணங்கள் நம் வாழ்க்கை முறையில் இடம் பெற்றுவிட்டன. வழக்கமாக நீரழிவுநோய் எவ்வாறு கண்டுபிடிக்கப்படுகிறது? உங்கள் ரத்தத்திலும், சிறுநீரிலும் சர்க்கரையின் அளவு அதிகமாக இருக்குமானால் நீங்கள் நீரழிவு நோயாளி என்று அறுதி இடப்படுகிறது ஆக இதற்கான நோய் அறி முறை முடிந்து வாழ்நாள் முழுக்க மருந்துகளை சாப்பிட வேண்டும் என்று மருத்துவர்களால் பரிந்துரைக்கப்படுகிறது.

ஆனால் ஏன் ரத்தத்திலும், சிறுநீரிலும் சர்க்கரை அதிகமானது என்பதற்கான காரணத்தைக் கண்டறிதற்கான சிந்தனை அல்லது தேடல் இல்லை. எல்லா நீரழிவு நோயாளிகளுக்கும் அந்த நோய் முதன் முதலாகக் கண்டுபிடிக்கப்படும் நேரத்தில் அவர்களுடைய சிறுநீரகங்கள் முழுமையாகச் செயல்பட்டுக் கொண்டுதான் வந்தன. அவர்களுடைய ரத்தத்தில் உள்ள வீண் பொருட்களை வடிகட்டும் வேலையை சரியாகத்தான் சிறுநீரகங்கள் செய்துவந்தன. முதன் முதலாக நீரழிவு நோய் கண்டுபிடிக்கப்படும் கட்டத்தில் சிறுநீரகத்தில் எந்த பிரச்சனையும் இருந்திருக்காது. சிறுநீரில் ஓரளவு சர்க்கரை இருந்திருக்கும். அவ்வளவே.

சிறுநீரகத்தின் வேலை என்ன என்பதை இப்பொழுது பார்ப்போம். ரத்த ஓட்டத்தில் வேண்டாத வீண் பொருட்களை வடிகட்டி சிறுநீரின் வழியாக வெளியே அனுப்பும் வேலையை இது செய்கிறது. உடம்புக்குத் தேவைப்படாத வீண்பொருட்களை

வெளியேற்றுவது தான் சிறுநீர் ஆகும். 100% முழுமையாக வேலை செய்யும் சிறுநீரகம், உடம்பிற்கு தேவையற்ற எந்த ஒரு கழிவுப் பொருளையும் உள்ளே தங்கவிடாது. அது சர்க்கரைக்கும் பொருந்தும். சிறுநீரகம் செயல் இழந்தால் மட்டும் தான் இரத்தம், புரோட்டின் வெளியேற்றப்படும்.

ஆனால் எல்லா நீரழிவு நோயாளிகளுக்கும், சிறுநீரகம் முழுமையான திறன் உள்ளதாகவே இருக்கிறது. எனவே நல்லநிலையில் இருக்கும் சிறுநீரகங்கள் நம் உடம்பிற்கு நன்மை தரக்கூடியவற்றை வெளியேற்றாது. அப்படியெனில் சிறுநீரில் சர்க்கரை வெளிவருகிறது என்றால் அந்த சர்க்கரையின் தரம் மோசமானது என்று பொருள். அது நஞ்சுகலந்த சர்க்கரைப் பொருளாகவும், சரியாக செரிக்கப்படாத அல்லது தீங்கான சர்க்கரையாகவோ இருப்பதால் அது அதிக நச்சுத்தன்மை வாய்ந்தது. கொழுப்பில் நல்ல கொழுப்பு, கெட்ட கொழுப்பு என்று இருப்பதுபோல சர்க்கரையிலும் நல்லதும், கெட்டதும் இருக்கிறது. எனவே தரம்தான் மிக முக்கியமானது. அதன் அளவு இல்லை. ஆதலால் 100 % திறன்மிக்க செயல்பாட்டை உடைய சிறுநீரகங்கள் வெளியேற்றும் சர்க்கரை அல்லது சிறுநீரகத்தின் வழியாக வெளியேற்றப்படும் எதுவானாலும் அது வீண் பொருள் என்றும் நம்முடைய உடம்பால் அது பயன்படுத்த முடியாதது என்றும் நன்மை செய்யாமல் இருப்பதைவிட அது நம் உடம்புக்குத் தீங்கு செய்கிறது என்றும் இதற்குப் பொருள்.

எனவே சிறுநீரில் சர்க்கரை சத்து கலந்து வெளியேறினால் அது நல்ல உடல் நலத்தைக் குறிக்குமே ஒழிய நோயுற்ற நிலையைக் குறிக்காது. தற்கால நவீன மருத்துவ முறையானது அதை நோய் என்று வரையறுத்து அதற்கு மெட்பார்மின் சார்ந்த மருந்துகளைப் பரிந்துரைக்கிறது. இந்த மருந்துகள் ரத்தத்தில் உள்ள சர்க்கரையைக் கட்டுப்படுத்தி சிறுநீரகத்தின் வழியாக வெளிச்செல்ல வேண்டிய தரம் குறைந்த சர்க்கரையை வெளியே அனுமதிக்காது. நம் உடம்பு சர்க்கரையை வடிகட்டி வெளியேற்றுகிறது என்றால் அது தரம் தாழ்ந்ததாகவும், நச்சுத்தன்மை வாய்ந்ததாகவும் உள்ளதாகப் பொருள். இயற்கையாக வெளியேறவேண்டிய சர்க்கரையை இந்த மருந்துகள் நம் உடலின் அணுக்களுக்குள்ளேயே திருப்பி

உட்செலுத்திவிடுகின்றன. இதில் தரமற்ற சர்க்கரை, நஞ்சுள்ள சர்க்கரை ஆகியவை அடங்கும்.

ஆக, உங்கள் நோய் இங்குதான் தொடங்குகிறது. நீங்கள் இப்போதுதான் நோயாளி ஆகிவிடுகிறீர்கள். உடம்பின் உறுப்புக்கள் பாதிக்கத் தொடங்குவதும் இந்தக் கட்டத்தில் தான். மருந்துகளின் உதவியுடன் ரத்தம் மற்றும் சிறுநீரில் உள்ள சர்க்கரையைக் கட்டுப்படுத்தத் தொடங்கிவிட்டீர்கள் என்றால் வகை வகையான நோய்களும் உடல் பாதிப்புகளும் ஆரம்பமாகின்றன. இதுபோன்ற கெட்ட அல்லது நஞ்சுள்ள சர்க்கரை ரத்தத்தின் வழியாக உடல் அணுக்களுக்குள் கட்டாயமாகச் செலுத்தப்படும்பொழுது அவை நலிவு அடைந்து அதனால் ஈரல், தசைகள், ரத்த நாளங்கள் போன்றவை பாதிக்கப்படுகின்றன. புவிஈர்ப்பு சக்தியினால் கெட்ட சர்க்கரையானது கால்கள், பாதங்கள் ஆகியவற்றில் சேர்ந்து நீரழிவு சார்ந்த நரம்பு நோய் *(Diabetic Neuropathy)* மரத்துப்போதல், புண்கள் உண்டாதல் போன்ற பல நோய்கள் நீரழிவு நோயாளிகளைத் தாக்குகின்றன.

இது எல்லாம் எதனால் என்றால் நச்சுத்தன்மை உள்ள சர்க்கரைப் பொருள்கள் மருந்துகளின் உதவியோடு உடலுக்குள்ளேயே இருப்பதால்தான் இந்நிலை ஏற்படுகிறது. அனேக நீரழிவு நோயாளிகள் தங்களுக்குக் கால் பாதத்தில் வலி, சிறுநீரகம், கண்கள் பாதிப்பு, செரிமான கோளாறுகள் ஆகியவை இருப்பதாகக் கூறுகிறார்கள். ஆனால் அவர்கள் தொடர்ந்து மருந்துகளைச் சாப்பிட்டு வருகிறார்கள். சர்க்கரை அளவை சரியான கட்டுப்பாட்டில் மருந்துகளின் உதவியோடு அவர்கள் வைத்துக் கொண்டிருந்தாலும் மேற்சொன்ன நோய்களால் அவர்கள் துன்பப்பட்டுக் கொண்டுதான் இருக்கிறார்கள். மருந்து சாப்பிட்டு சர்க்கரையின் அளவு சரியான கட்டுப்பாட்டிற்குள் இருக்கும்போது ஏன் இத்தனை நோய்கள் வரவேண்டும். இது எதனால் என்றால் மருந்துகளைக் கொண்டு சர்க்கரை அளவை நாம் வலிந்து கட்டுப்படுத்துகிறோம்.

பல கிராமவாசிகளுக்கு சர்க்கரை நோய் இருக்கிறது என்று கண்டுபிடிக்கப்படாமல் இருப்பதால் அவர்கள் மகிழ்ச்சியாக இருக்கிறார்கள். உடல் நலத்தோடு இருக்கிறார்கள் ஆனால்

மாநகரங்களில் உள்ள மக்கள்தான் முறையாக மாதா மாதம் மருத்துவர்களைச் சென்று பார்த்து வருகிறார்கள். அவர்கள் நிறைய சோதனைகளைச் செய்யச் சொல்கிறார்கள். இவர் தொடர்ந்து மருந்து சாப்பிட்டு வந்தால் கால் பாதம், சிறுநீரகங்கள், கண்கள் போன்றவற்றில் தொடர்ந்து கோளாறுகள் இருந்துகொண்டே இருக்கும். நாட்கள் செல்லச் செல்ல மருந்து அளவு கூடிக்கொண்டே போகும். இவ்வாறு மருந்து கூடிக்கொண்டே போகும்போது நோயின் தாக்கமும் அதிகமாகி கொண்டே போகும். தொடக்கத்தில் குறைந்த மில்லிகிராம் அளவுள்ள மெட்பார்மின் கொடுக்கப்படும். பின்னர் அந்த மருந்தின் அளவு கூடுவதுடன் வேறு சில மருந்துகளும் மற்ற மருந்து நிறுவனங்களின் மருந்துகளும் சேர்த்து எடுத்துக் கொள்ள வேண்டி வரும். கடைசியாக இன்சுலின் ஊசி போடும் அளவிற்கு வந்து விடும். பல ஆண்டுகளாக இயல்பாக இயங்கிக் கொண்டிருந்த கணையம் என்ற உறுப்பை நீங்கள் ஏற்கனவே கொன்று விட்டதால் இந்நிலை.

40 வயதில் உங்களுக்கு நீரழிவு நோய் வருகிறது என்றால் பிறந்தது முதல் 40 வயதுவரை உங்கள் சர்க்கரையின் அளவு, மருந்துகள் இல்லாமலேயே கட்டுப்பாட்டிற்குள் இருந்ததில்லையா! அந்த நீரழிவு மருந்துகளை எல்லாம் தூக்கி எறிந்துவிட்டு நோயின் உண்மையான காரணத்தைக் கண்டறிந்து அதைத் தடுத்துவிடலாம் அல்லவா? இதைச் செய்வதற்குச் சில நாள் அல்லது சில மாதங்கள் தான் பிடிக்கும். நம்முடைய பொது அறிவு சொல்கிறது. இத்தனை ஆண்டுகள் சர்க்கரை அளவுகள் இயல்பாகக் கட்டுப்பாட்டிற்குள் தானே இருந்தது, அது எப்படி திடீர் என்று அதிகரித்தது? இதற்குக் காரணம் என்ன? உணவுப் பழக்க வழக்கங்கள் தான். ஏற்கனவே நாம் சொன்னவாறு தரமற்ற சர்க்கரை அல்லது கெட்ட சர்க்கரை, சரியாக செரிக்கப்படாத சர்க்கரைப் ஆகியவைதான் நீரிழிவிற்குக் காரணம் என்று சொன்னோம். நம்முடைய குருதி ஓட்டத்தில் இத்தகைய கெட்ட சர்க்கரை படிவங்கள் எவ்வாறு சேருகின்றன, ஏன் சேருகின்றன என்பதைப் பார்ப்போம்.

காரணம் - 1

பசி இல்லாமல் சாப்பிடுவது நீரழிவிற்கு முழு முதல் காரணமாகும் நேரம் தவறாமல் சாப்பிடுவதை அநேகர் வழக்கமாக

வைத்திருக்கிறார்கள். காலை 8.00 மணிக்குச் சிற்றுண்டி மதியம் 1.00 மணிக்கு நண்பகல் உணவு, இரவு 8.00 மணிக்கு உணவு என்று அதனை ஒழுங்கமைத்துக் கொண்டிருக்கிறார்கள். அதைத்தான் பல மருத்துவர்களும் பரிந்துரைக்கிறார்கள். ஆனால் நாம் செரிமான முறையைப் புரிந்துகொள்ள வேண்டும். ஒருமுறை நாம் சாப்பிட்டோம் என்றால் அந்த உணவு செரிக்கப்பட்டாக வேண்டும். அந்த உணவில் உள்ள சத்துகள் உடலால் ஈர்க்கப்பட்டு, வீணானவை வெளியேற்றப்பட வேண்டும். ஏற்கனவே உண்ட உணவில் உள்ள அனைத்து நஞ்சுகளும் வெளியேறிய பிறகுதான் நமக்குப் பசி வரும். அப்பொழுது தான் உணவு உண்ணவேண்டும். பெரும்பாலான நேரங்களில் நாம் பசி இல்லாமலே நேரத்திற்குச் சாப்பிடுகிறோம்.

"மருந்தென வேண்டாவாம் யாக்கைக்கு அருந்தியது
அற்றது போற்றி உணின்"

என்று வள்ளுவர் இதனை வரையறுத்துக் கூறியுள்ளார். சரியான, முழுமையான, உண்மையான பசி இல்லாமல் நீங்கள் சாப்பிட்டால் அதில் உள்ள சர்க்கரைப் பொருட்கள் சரியாகச் செரிக்கப்படாத சர்க்கரை, கெட்ட சர்க்கரை, தரமற்ற சர்க்கரை, நஞ்சுமிக்க சர்க்கரை என்ற வகைகளில் அது மாற்றப்படுகிறது. தரம் குறைந்த சர்க்கரை வயிறு மற்றும் சிறுகுடலில் இருந்து ரத்த ஓட்டத்தில் உடம்புக்குள்ளே மீண்டும் செலுத்தப்படுகிறது. நம் உடம்பின் உயிர் அணுக்கள் அதனை ஏற்காது. நம் உடம்பிலுள்ள கணையம் வாயில் காப்போனைப் போல் செயல்படுவதால் சரியாக செரிக்கப்பட்ட சர்க்கரையை மட்டுமே உள்ளே அனுப்பும். ஆனால் கெட்ட சர்க்கரைகள் ரத்த ஓட்டத்திலேயே தங்கி விடுகிறது. அது சிறுநீரகத்தைச் சென்று அடையும்போது சிறுநீரகத்தின் வழியாக வெளியேற்றப்படும். இதுதான் இயற்கையான வழிமுறையாகும். இதை நோய் என்று கருதுதல் கூடாது. சிறுநீரகங்கள் கெட்ட சர்க்கரையை வெளியேற்றுவது நம்மை பாதுகாப்பதற்கே, அது வெளியேற்றப்பட்டால்தான் நாம் உடல் நலத்துடன் வாழ முடியும்.

இவ்வாறு கெட்ட சர்க்கரை அல்லது செரிக்கப்படாத சர்கரை தடுப்பதற்கும் அல்லது தவிர்ப்பதற்கும் சிறுநீரில் சர்க்கரை

வராமல் இருப்பதற்கும் நாம் பசி ஏற்பட்ட பிறகே எப்போதும் உண்ண வேண்டும். ஒருவேளை உணவை கைவிட்டால்கூட அது உயிருக்கு ஒன்றும் ஊறு செய்யாது. நீங்கள் நீரழிவு நோயாளியாக இருந்தாலும் சரி, இல்லாவிட்டாலும் சரி பசித்தால் மட்டுமே புசிக்க வேண்டும். பசித்து உண்டால் சாகா மருந்துண்டு வாழ்வதைப்போல் நீண்டகாலம் வாழலாம், பசியில்லாமல் சாப்பிட்டால் அதுவே நஞ்சாகும்.

பசியில்லாமல் சாப்பிடுபவர்களில் பலர் உணவுக்குப் பிறகு ஒன்று அல்லது இரண்டு மணி நேரம் கழித்து நொறுக்குத் தீனியைத் தின்னும் பழக்கத்தைக் கொண்டிருக்கிறார்கள். இதுவும் இயல்பான செரிமானத்தை பாதித்துக் கெட்ட சர்க்கரைத் தன்மையை வெளியேற்றக்கூடியது.

காரணம் - 2

எவ்வாறு உணவை உண்ண வேண்டும் என்பதில் கவனம் வேண்டும். எல்லா நீரழிவு நோயாளிகளையும் பார்த்தால் அவர்களிடம் ஓர் ஒற்றுமை உள்ளது. யாரும் உணவை நன்றாக மென்று, வாயை மூடியபடி சாப்பிடுவது இல்லை. வாய்க்குள் உணவு இருக்கும்பொழுது அது மூடி இருக்க வேண்டும். மென்று தின்னும் பொழுது உமிழ்நீருடன் சர்க்கரை சத்து நன்றாகக் கலப்பதற்கு அது வழி வகுப்பதால் உணவு நன்றாகச் செரிக்கப்படும். வாயைத் திறந்து காற்றை அவ்வப்பொழுது உள்வாங்கி சாப்பிடுவதால் நாம் உண்ணும் உணவு உமிழ்நீருடன் கலப்பதில்லை. எனவே உதடுகளை மூடி உணவை நன்றாக அரைத்து, மென்று, அது கூழ் ஆகி, சுவையற்ற திரவமாக மாறும்வரை அதை அரைத்து உண்ண வேண்டும். அப்பொழுதுதான் நீர்ம வழியில் உணவுக் குழலுக்குள் அது செல்வதற்கு வாய்ப்பாகிறது. சுவையற்ற நீராக மாறும்பொழுது உணவிலுள்ள எல்லா சர்க்கரையும் முழுமையாக செரிக்கப் படுவதால் தரமுள்ள சர்க்கரைச் சத்து மட்டுமே ரத்த ஓட்டத்தில் சேர்ந்து உடலால் நன்றாகப் பயன்படுத்தப்படும். நீரழிவு நோய் என்பது இன்சுலின் பற்றாக்குறை அல்ல, நல்ல தரமான சர்க்கரை எந்த அளவிற்கு இருக்கிறதோ அதைப்பொறுத்துதான் இன்சுலின் சுரக்கும். குருதி ஓட்டத்தில் கெட்ட சர்க்கரை இருந்தால் இன்சுலின்

தேவையான அளவிற்குச் சுரக்காது.

சரியான முறையில் உணவை மென்று உண்ணவில்லை என்றால் உணவின் வழியாகக் கிடைக்கும் எல்லா சர்க்கரையும் கெட்ட சர்க்கரையாக மாற்றப்படும். மருத்துவர் கொடுத்த மருந்துகள் உயர் ரத்த சர்க்கரையை குறைக்கவில்லை என்றால் இன்சுலின் ஊசி போடச் சொல்கிறார்கள். இன்னும் அது மோசமானது. இன்சுலின் ஊசி மருந்து வேதிப்பொருட்களைக் கொண்டு தயாரிக்கப்படுவதால் எல்லா கெட்ட சர்க்கரையையும் உடலில் உள்ள உயிர் அணுக்களுக்குள்ளேயே அவை தள்ளிவிடுவதால் நீங்கள் நிரந்தர நோயாளி ஆகிவிடுவீர்கள். மருந்து சாப்பிட சாப்பிட இந்நிலை தொடரும். அதற்கு மாற்றாக தரையில் சம்மணம் போட்டு உட்கார்ந்து, தொலைக்காட்சியை அணைத்துவிட்டு, பத்திரிக்கை இதழ்கள் படிப்பதை தூர எறிந்துவிட்டு, இனிப்பை அதாவது பனைவெல்லம், கருப்பட்டி, பேரிச்சம் பழம் அல்லது ஏதாவது இயற்கையான இனிப்பை முதலில் சாப்பிடுங்கள். இது செரிமானத்திற்கு தேவையான சாரங்கள், நொதிகள் ஆகியவற்றைச் சுரப்பதற்கு மூளைக்கு சமிக்ஞைகளை அனுப்பும். நாம் எதைச் சாப்பிடுகிறோம் என்பதை நாம் கண்களால் பார்க்க வேண்டும். மூக்கால் அதன் மணத்தை நுகரவேண்டும். நம் வாயின் தாடைகள் மேலும் கீழும் சரியாக அசைந்து உணவை அரைக்க வேண்டும். நாக்கினால் மட்டும் உணவை உண்ணாமல் மற்ற புலன்களையும் அதில் ஈடுபடுத்துவதால் முறையாகச் செரிக்கப்படும் உணவே மருந்தாக மாறி நமக்குத் துணைபுரிகிறது.

அதற்கு மாறாக, சரியாக செரிக்கப்படாத உணவும், தரம் குறைந்த உணவும் ரத்த ஓட்டத்தில் கலப்பதால் நோய் உண்டாகிறது. எனவே, உதடுகளை மூடிக்கொண்டு சாப்பிடும்பொழுது உணவிலுள்ள எல்லா சர்க்கரைச் சத்தும் நல்ல சர்க்கரையாகவே மாற்றப்படும். வாயைத் திறந்து கொண்டு 4 அல்லது 5 முறை மட்டுமே மென்று அப்படியே வாயின் உள்ளே செலுத்தினால் எல்லா சர்க்கரையும் கெட்டதாக, நஞ்சுள்ளதாக மாறுகிறது. எனவே நீரழிவு நோயிலிருந்து நீங்கள் விடுதலை பெறவேண்டுமென்றால் உணவை மென்று தின்ன வேண்டும்.

நொறுங்கத் தின்றால் நூறு வயது என்பது பழமொழி. நொறுங்கத் தின்றால் நூறு நாளில் ஓடி விடும் நீரழிவு என்பது இயற்கை மருத்துவ பழமொழி. இதுதான் நீரழிவு நோயைப் பொறுத்தவரை மிக முக்கியமாக கவனத்தில் கொள்ள வேண்டிய செய்தியாகும்.

திடப்பொருளாக நாம் உண்ணும் உணவு சுவையற்ற நீர் போன்று ஆக வேண்டும் என்று முன்னரே சொன்னோம். திரவ வடிவத்தில் பழச்சாறுகள் போன்ற வற்றை அருந்தினால் கூட 15-20 முறை மென்று உமிழ்நீருடன் கலந்து சுவையற்ற நீராக மாற்றி உள்ளே அனுப்ப வேண்டும். இதைப் பல நீரழிவு நோயாளிகள் செய்யத் தவறுவதால் அது சர்க்கரை அளவை அதிகப்படுத்துகிறது. ஆனால் அரைத்து உண்ணும்பொழுது உமிழ்நீருடன் நன்றாகக் கலப்பதால் அதிகமான அளவிற்குக் கூட பழங்களை உண்ணலாம். முழுமையாக மென்று தின்னப்படும் பழங்களில் இயற்கையான சர்க்கரை இருப்பதால் சர்க்கரை நோயாளிகள் பழங்களைக் கட்டாயமாகச் சாப்பிட வேண்டும். இதனால் ரத்தத்தில் சர்க்கரையின் அளவு கூடுவதற்கு வாய்ப்பில்லை.

மென்று உண்க, மென்று உண்க, மென்று உண்க.

காரணம்-3

நாம் எல்லாரும் சாப்பிடுவதற்கு முன்னும் பின்னும் தண்ணீர் குடிக்கும் பழக்கத்தைக் கொண்டிருக்கிறோம். நீரழிவு நோய்க்கு இது முக்கியக் காரணங்களில் ஒன்றாகும். நாம் உண்ணும் உணவை நன்றாக அரைத்து உண்ணாததால் அவை உணவுக் குழலுக்குள் தங்கிவிடுகிறது. அதை வயிற்றுக்குள் தள்ளுவதற்குத் தண்ணீர் தேவைப்படுகிறது. இவ்வாறு நாம் குடிக்கும் தண்ணீர் உணவை நீர்மமாக மாற்றுவதால் அது கெட்ட சர்க்கரையாக மாறுவதற்கு ஏதுவாகிறது. உணவும் தண்ணீரும் கலக்கும்பொழுது செரிமான அமிலமும் நீர்த்துப் போய்விடுகிறது. எனவே வயிற்றில் உள்ள உணவு செரிமானம் ஆக முடிவதில்லை. இதனால் நம் உடல் முதலில் தண்ணீரைச் செரித்துவிட்டு அதற்குப் பிறகு இன்னும் அதிகமாக செரிமான அமிலத்தைச் சுரந்து, அது செரிமானத்திற்குத் தேவையான அளவு திடமாக

வேண்டியிருப்பதால் இந்த முறையில் கொஞ்சம் காலம் எடுத்துக் கொள்கிறது. அதற்குள் வயிற்றில் உள்ள உணவு புளித்துவிடுகிறது. இதனால் ஏற்படும் வாய்வு செரிமானமின்மையையும், வயிற்றுப் புண்களையும் உருவாக்குகிறது. நீரிழிவு நோய் அல்லாதவர்களும் இந்த அடிப்படையான முறையைக் கடைபிடிக்க வேண்டும். அதாவது சாப்பிடும்போது தண்ணீர் குடிக்கக்கூடாது. நம்மில் அனேகம்பேர் இதை செய்வதால் அமிலச்சுரப்பு ஏற்பட்டு அதைச் சரிசெய்வதற்காகச் செரிமான மருந்துகளை (சிவப்புநிறம்) அது நமக்கு நன்மை செய்வதாக நினைத்துக் கொண்டு அதைக்குடிக்கிறோம். இதுபோன்ற ஆண்டாசிட் மருந்துகளில் அலுமினியம் ஹைட்ராசைடு உள்ளது. அலுமினிய பாத்திரங்கள் புற்றுநோயை ஏற்படுத்தும் என்பதால் அவற்றைப் பயன்படுத்துவதைத் தவிர்க்கிறோம். ஆனால் அலுமினியம் ஹைட்ராசைடு மருந்துகளை மருத்துவர்கள் பரிந்துரைப்பதால் பாட்டில் பாட்டில்களாக அவற்றைக் குடிக்கிறோம்.

நீரிழிவு நோய் வராமல் இருப்பதற்கும் வந்தபின் அதனைப் போக்குவதற்கும் மிக முக்கியமாக நீங்கள் செய்யவேண்டியது சாப்பிடுவதற்கு முன்னும் பின்னும் உடனடியாக தண்ணீர் குடிக்கக்கூடாது. உணவுக்கு அரைமணி நேரம் முன்பும் உண்டபின் ஒரு மணி நேரம் பின்னரும் ஒருமுறை அந்த தண்ணீரை கடித்துத்தின்பதுபோல் நிறுத்திக் குடிக்க வேண்டும். நீரழிவு நோய் அல்லாதவர்களும் இந்த முறையைப் பின்பற்றினால் வயிற்றுக் கோளாறுகள் வராமல் தடுக்கலாம். சாப்பிடும்போது தண்ணீர் குடிக்காமல் இருப்பதன் மூலம் எல்லா சர்க்கரையையும் நல்ல சர்க்கரையாக மாற்ற முடியும். இந்த தவறை இனி செய்யாமல் இருப்போமா! நீரழிவு நோய் உள்ளவர்கள் முக்கியமாக இதனை இனிமேலாவது கடைபிடிப்போமா? உடனடியாக இதனை நம் எண்ணத்தில் கொண்டு பழக்கத்தை மாற்றி நோய்களிருந்து விடுபடலாம்.

காரணம் - 4

இரவு நேரங்கழித்து சாப்பிடுதல் நீரழிவை உருவாக்குகிறது. எந்த விலங்கும் சூரியன் மறைந்ததற்கு பின்னர் எதையும்

உண்ணுவதில்லை. ஆனால் நாம் அந்த இரவுப் பொழுதுகளில் வயிறு நிரம்ப, அதுவும் அசைவ உணவுகளை இரவில் உண்கிறோம். சூரியன் மறைந்ததும் உடலில் செரிக்கும் தன்மை குறைகிறது. எனவே இது செரிமானத்தைக் குறைக்கிறது. புளிப்புத்தன்மை உணவில் உள்ள சர்க்கரைச் சத்துகளைக் கெட்ட சர்க்கரையாக மாற்றுகிறது. செரிமான உறுப்புக்கள் 12 மணி நேரம் ஓய்வெடுக்க வேண்டிய தேவை இருக்கிறது. ஆனால் இரவு நேரத்தில் உண்ணும் பழக்கத்தை நாம் வைத்திருப்பதால் நமது குடல் இரைப்பை சார்ந்த உறுப்புக்கள் 24 மணி நேரமும் வேலை செய்ய வேண்டிய நிலை ஏற்படுகிறது. இரவு நேர பணி செய்பவர்களுக்கு நீரழிவு நோய் வரும் வாய்ப்பு அதிகமாக உள்ளது. ஏன் என்றால் அவர்கள் இரவு பணி நேரத்தில் நள்ளிரவு 12 மணி அல்லது 1 மணிக்கு உணவு உண்கிறார்கள். அந்த உணவு நஞ்சாக மாறுகிறது. இரவுப் பணி தவிர்க்க முடியாததாகி விடுகிறது என்றால் அவர்கள் இரவு உணவைக் குறைந்தது 8 அல்லது 9 மணிக்கே முடித்துவிட வேண்டும். அதற்குப்பின்னர் வெறும் தண்ணீரை மட்டுமே குடிக்க வேண்டும். இதனைக் கடைப்பிடித்தால் நீரழிவு நோயை அவர்கள் தடுக்கலாம். ஆக இரவு உணவைக் காலங்கடந்து உண்பதால் அது நீரழிவு நோய்க்கான தலையாய காரணமாக உள்ளது.

காரணம் : 5

உடல் உழைப்பு இல்லாதிருத்தல் அல்லது குறைந்த உடல் உழைப்பு, சூரியஒளி உடலில் படாது இருத்தல் ஆகியவை நீரழிவு நோய் வருவதற்கான காரணங்களாகின்றன. இயற்கையிலிருந்து வெகுதூரம் சென்றுவிட்ட மனிதர்கள் காங்கிரீட் காடுகள் போன்ற நெரிசலான வீடுகளில் வாழ்வதால் சூரிய ஒளி நம் மீது படாமல் போவதால் இன்சுலின் சுரப்பதை தடை செய்கிறது. இதுபோன்று பலவிதமான நோய்கள் வருவதற்கு உடல் உழைப்புக் குறைவே காரணம். இவ்வாறு உடலை இயங்காமல் வைத்திருப்பதால் ஈரலுக்கும் தசைகளுக்கும் உரிய இரத்த ஓட்டம் குறைவதால் நம் உடல் அணுக்கள் வலுவிழந்து உரிய வேகத்துடன் வேலைகளைச் செய்வதற்குரிய ஆற்றல் இல்லாது போகிறது. இதற்கான ஆற்றல் உயிர்க் காற்றிலிருந்து வருகிறது. அது குறைவதால் ரத்த

ஓட்டத்தில் உயிர்க் காற்று குறைந்த உடல் அணுச்சுவர்களின் செயல்வேகம் குறைந்து குளுக்கோஸ் மற்றும் இன்சுலின் எதிர்ப்பு நிலை ஏற்படுகிறது.

எனவே குறைந்தது 45 நிமிடங்கள் உடற்பயிற்சி, யோகப்பயிற்சி அல்லது வேறு ஏதேனும் உடல் உழைப்பு இருந்தால் நீரழிவை இல்லாது செய்யலாம். நாள்தோறும் 20 நிமிடங்களாவது சூரிய ஒளி உடலில் படுமாறு செய்தால் செரிமானத்தை அது அதிகப் படுத்துகிறது. இதனால் சர்க்கரையை நல்ல சர்க்கரைச் சத்தாக மாற்றுவதற்கு உடம்பில் ஏற்படும் வியர்வை உதவுகிறது. வாரத்திற்கு மூன்று முறையாவது நல்ல உடற்பயிற்சி செய்தால் சர்க்கரை அளவைக் குறைப்பதற்கு இது உதவுகிறது. எனவே யோகப்பயிற்சி மேற்கொள்ளுங்கள். உடலில் சூரிய ஒளி படுமாறு வெளியில் நடந்து செல்வதன் மூலம் நீரழிவு நோயைப் போக்கலாம்.

காரணம் - 6 இன்சுலினுக்குத் தடை.

நம் உடல் அணுக்களில் இன்சுலின் மற்றும் குளுக்கோஸ்-க்கான தடை ஏற்படுவதற்குக் காரணம் அணு சுவரைச்சுற்றி கொழுப்பு ஒரு படலமாகப் படிந்து அதன் உள் உறிஞ்சுகளுக்கு இன்சுலின் செல்லாதவாறு தடுத்துவிடுகிறது. 2-ஆம் வகை நீரழிவு ஏற்படுவதற்கு இது ஒரு முதன்மைக் காரணமாகும். ஏன் இவ்வாறான கொழுப்பு அணுச்சுவர்களைச் சுற்றி உருவாகிறது? நம் உண்ணும் உணவில் உள்ள கூடுதல் கொழுப்பானது குறிப்பாக, அசைவ உணவுகளான விலங்குகளிலிருந்து கிடைக்கும் உணவு வகைகளான முட்டை, பால், தயிர், பாலாடைக்கட்டி, நெய், பன்னீர் போன்றவற்றில் சச்சுரேடட் வகை கொழுப்பு இருப்பதால் அது அணு சுவர் மீது படிந்துவிடுகிறது.

எடுத்துக்காட்டாக பூட்டில் உள்ள சாவி துளையானது சூவிங்கம் (Chewing gum) அடைத்துக் கொண்டுவிட்டால் எப்படியோ, அதைப்போன்று நல்ல சர்க்கரை உள்ளே இருந்தாலும் அணுச்சுவரை இன்சுலின் சென்று அடைய முடியாததால் உயர் ரத்த அழுத்தம் மற்றும் உயர் இன்சுலின் நிலை ஏற்படுகிறது. இடுப்பின்

அளவு 32 அங்குலத்திற்கு மேல் இருந்தால் அவர்கள் இன்சுலின் தடை படுவதற்கு அதிக வாய்ப்புள்ளவர்கள் ஆகிறார்கள்.

எனவே ரத்த நாளங்களில் கொழுப்பு அதிகமாகி இன்சுலினை தடைசெய்கிறது. தாவர எண்ணெய்களைப் பயன்படுத்தினாலும் கூட அளவாகத்தான் அவற்றை பயன்படுத்த வேண்டும். ஏன் என்றால் எண்ணெயில் இயற்கையாக உள்ள கொழுப்புக் கொல்லிகள். அது சுத்திகரிக்கச் செல்லும்பொழுது அடித்துச் செல்லப்படுகின்றது. தேங்காய், நல்லெண்ணெய், கடலை எண்ணையை நன்றாகப் பயன்படுத்தலாம், அதில் கொழுப்பு மட்டுமல்லாது கொழுப்புக் கொல்லிகளான வேதிப் பொருட்களும் அடங்கி உள்ளன. முழு வடிவத்தில் அதனைச் சாப்பிடும்பொழுது அது பயன்படுகிறது. செயற்கை உரங்கள் சேர்க்காமல் விளைவிக்கப்பட்ட கடலை, எள் போன்றவற்றிலிருந்து எடுக்கப்படும் எண்ணெயாக இருந்தாலும் குறைவாக அதனைப் பயன்படுத்திக் கொண்டால் இன்சுலின் தடையை அது தவிர்க்கிறது. இந்த வகையில் நீரிழிவு நோயைப் போக்குவதற்கு இது முக்கிய பங்களிக்கிறது.

மேலே சொன்ன ஆறாவது காரணத்தில் சொன்ன தகவல்களை 2 அல்லது 3 முறை நன்றாகப் படித்துப் பார்க்க வேண்டும். தவறான உணவு பழக்க வழக்கங்கள் என்ற வகையில் நாம் 1 அல்லது 2 வகையிலான தவறான உணவு பழக்க வழக்கங்கள் போன்றவற்றை நாம் அன்றாடம் கைக்கொண்டு வருகிறோமா, இல்லையா? எனவே அதனைப் போக்குவதற்கான நடைமுறைகளை மேற்கொள்ளுதல் அவசியம். நான் உறுதியாகச் சொல்வேன் இரண்டாம் வகை நீரழிவு நோயினை ஒருசில நாட்களில் அல்லது ஒருசில மாதங்களில் போக்க முடியும், அல்லது கட்டுப்படுத்த முடியும். பலப்பல ஆண்டுகளாக தொடர்ந்து மருந்துகளை சாப்பிட்டுவந்த அநேக நீரழிவு நோயாளிகளை மேற்காணும் வாழ்முறைக்கு மாற்றியதன் மூலம் 30 முதல் 50 நாட்களுக்குள் நான் அவர்களுடைய நோயைக் குணப்படுத்தி இருக்கிறேன்.

நாம் இதற்கு முன்னர் நல்ல சர்க்கரை, கெட்ட சர்க்கரை ஆகியவற்றைப் பற்றிப் பார்த்தோம் அல்லவா! அதனை எவ்வாறு

அடையாளம் காண்பது? அறிவியல் முறைப்படி அதனை நிறுவுவதற்கான சோதனை என்ன? நுண்ணோக்கியின் வழியாகப் பார்த்தால் கெட்ட சர்க்கரை, நல்ல சர்க்கரை ஒன்றாகவே தெரியும். அதனால் நுண்ணோக்கியால் அதனை அடையாளம் காண முடியாது. இவை இரண்டும் ஒன்றாகவே தெரியும். இதனைப் பொறுத்தவரை அறிவியல் இயற்கைக்கு நேர் எதிராக உள்ளது. நல்ல சர்க்கரையும், கெட்ட சர்க்கரையும் பார்ப்பதற்கு தோற்றத்தில் ஒரே மாதிரியாகத்தான் இருக்கும். ஆனால் அதன் குணத்தில் மாற்றம் உண்டு.

எப்படி ஒரு படக்கருவி நம்மை படம்பிடிக்கும்போது நம் உருவத்தைத்தான் அது பிடிக்குமே தவிர நம் குணத்தை அதனால் பிடித்துக் காண்பிக்க முடியாது. உலகெங்கும் ஓர் ஆண் ஆணாகவே தோன்றுகிறார். எல்லாருக்கும் கண், காது, மூக்கு, உதடுகள் ஆகியவை உடலில் உரிய இடத்தில் தான் இருக்கின்றன. ஆனால் ஒருவரிடமிருந்து இன்னொருவர் பண்பால் வேறுபடுகின்றார். அதேபோன்றுதான் நல்ல சர்க்கரையும், கெட்ட சர்க்கரையும் ஒரே மாதிரி தோன்றுகின்றன. ஆனால் பண்பு நிலையால் மாறுபடுகின்றன. சர்க்கரையின் குணம் நம் வாழ்முறையையும் உணவுகள் மற்றும் உண்ணும் பழக்கங்களையும் தீர்மானிக்கிறது.

அசைவ உணவு அல்லது இறைச்சிச் சார்ந்த உணவை நீரழிவு நோயாளிகள் தவிர்க்க வேண்டும். இதனைத் தொடங்கி *30* நாட்களில் உண்ணும் பழக்கங்கள் வாழ்முறை மாற்றம், புகைப்பிடித்தல்,. மது, தேனீர், குளம்பி, வெள்ளை நிற உணவுகள் ஆகியவற்றைத் தவிர்த்து வந்தால் கண்டிப்பாக இரண்டாம்வகை (இன்சுலின் தேவைப்படாதவர்கள்) நீரழிவினை கண்டிப்பாக குணமாக்கலாம். முதலாம் வகை (இன்சுலின் தேவைப்படுபவர்கள்) இந்த முறைகளைத் தவறாது கடைப்பிடித்தால் அவர்களின் இன்சுலின் ஊசி மருந்து அளவைக் குறைக்கலாம். இதனை முழுதும் குணமாக்குவது என்பது அவர்களுடைய வயதையும் மற்ற அம்சங்களையும் பொறுத்தது.

நீரிழிவு நோய்க்கு மருந்து உட்கொள்ளும் நோயாளியின் நிலை,

அதற்கான மாற்றுமுறை

மெட்பார்மின் 250 எம்.ஜி	மாற்று முறை
சில ஆண்டுகள் கழித்து மெட்பார்மின் 500 எம்.ஜி	காலை உணவுக்குப் பழங்களைச் சேர்த்துக் கொள்ளுதல். பசித்தபின் மட்டுமே சாப்பிடுதல்
சாப்பிட்டதற்குப் பின்னர் மெட்பார்மின் 1000எம்.ஜி	நன்றாக உணவை அரைத்து சுவையற்ற நீராக ஆக்கி விழுங்குதல்
இந்த மருந்து போதுமான அளவிற்கு வேலை செய்யவில்லை	சாப்பிடுவதற்கு உடனடியாக முன்னும் பின்னும் தண்ணீர் குடிப்பதைத் தவிர்த்தல்
அதற்குப்பின்னர்	இரவு காலங்கடந்து உண்ணுதலை தவிர்த்தல்
மருந்துகளை மாற்றுதல்	நாள்தோறும் 45 நிமிடங்கள் யோகப்பயிற்சி
அதற்குப்பின்னர்	உடலில் வெயில் படுமாறு வெளியில் செல்லுதல்
இந்த மருந்தும் கேட்கவில்லை	எண்ணெயில் மூழ்கப் பொரித்த கொழுப்பு மிக்க உணவுகளைத் தவிர்த்தல்
அதற்குப்பின்னர்	நீரழிவு நோய் குணமாகிவிட்டது
இன்சுலின் 20 யூனிட்டுக்கள்	
அதற்குப்பின்னர்	
30, 40, 50, 60... யூனிட்	
அதற்குப்பின்னர்	
பக்கவிளைவுகள் கண்கள், சிறுநீரகம், கால்கள் போன்ற உறுப்புக்களின் பாதிப்புக்கள்	
அதற்குப்பின்னர்	
அமரர் என்ற நிலை	

23

உயர் ரத்த அழுத்தம் – இது ஒரு நோய் அன்று. உடல் நலத்திற்குத் தேவை

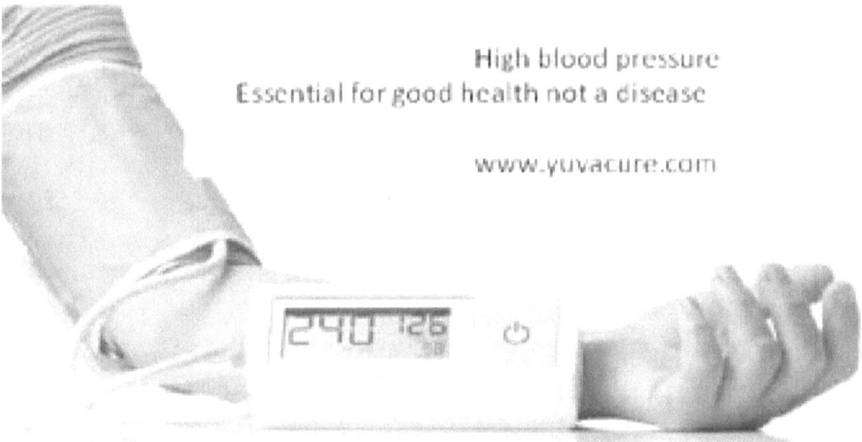

நம் உடலில் ஓர் அவசரமான தேவை ஏற்படும்பொழுது ரத்த அழுத்தம் அதிகரிக்கிறது. நாம் கொஞ்ச தூரம் ஓடுகிறோம் என்று வைத்துக் கொண்டால் நம் இதயம் வேகமாகத் துடிக்கிறது. கால் தசைகளுக்குச் செல்லும் ரத்த ஓட்டம் அதிகரித்து அந்த தசைகளுக்கு அதிக குளுக்கோசை கொண்டு செல்கிறது. அதாவது உயிர்க் காற்றைத் தசைகளுக்கு அளித்து கரிக்காற்று, லேக்டிக் அமிலம், உடலுக்குத் தேவையற்ற வீண்பொருள் ஆகியவை அந்தக் குறிப்பிட்ட கால் தசைகளிலிருந்து நீக்கப்படுவதால் இந்த முறை நிகழ்வதற்காக இதயத்துடிப்பு அதிகமாகிறது.

உயர் ரத்த அழுத்தம் இயல்பு நிலைக்கு வராது எதுவரை என்றால் நல்ல உயிர்க்காற்றை உள்ளே அனுப்பிக் கெட்டதை வெளியே தள்ளும் இந்த இயற்கையான ரத்த ஓட்ட முறையில், அதிக ரத்த அழுத்தம் ஏற்பட்டு, பின்னர் படிப்படியாக இதயத் துடிப்பு இயல்பு நிலைக்குத் திரும்புகிறது. எனவே, இது ஒரு இயல்பான இயற்கையான முறை என்று எந்த மருத்துவமுறையும் மருத்துவர்களும் ஒத்துக் கொள்வார்கள்.

எடுத்துக்காட்டாக, கல்லீரலில் எதாவது கோளாறு இருக்குமானால் அல்லது செரிமான உறுப்புக்கள் அல்லது மண்ணீரலில் அல்லது உடம்பின் ஏதாவது ஒரு உறுப்பு மெதுவாக செயல்படுகிறது என்றால், அந்த உறுப்பைப் பொறுத்தவரை அது நோயுற்றுள்ளதாக நம் உடல் அதனை அடையாளம் கண்டு அவசர நிலையை அறிவிக்கிறது. உடனே இவ்வாறு துன்பத்திற்குள்ளான உறுப்புக்குத் தேவையான அத்தனை ஆற்றலும் பிற உறுப்புகளிலிருந்து நோய் கண்ட உறுப்புக்கு மாற்றப்படுகிறது. முதன் முதலில் அட்ரினல் சுரப்பிக்கு இந்த முதல் அறிவிப்பு கொண்டு செல்லப்படுகிறது. சிறுநீரகத்திற்கு மேலே அமைந்துள்ள அட்ரினல் சுரப்பி உடனடியாக அட்ரினலின் என்ற ஹார்மோனைச் சுரக்கிறது. இந்த ஹார்மோனானது ரெணின் என்பதைக் கொண்டு ரத்த நாளங்களைச் சுருங்கச் செய்கிறது. இதுபோன்று நோயுற்ற உறுப்புக்கு உடனடியாக அதிக ரத்த ஓட்டம் ஏற்படுவதற்காக ரத்த நாளங்கள் சுருக்கப்படுகின்றன. சிறுநீரகத்தில் ஆஞ்சியோ டென்சன் என்ற முறை மூலம் இது நிகழ்கிறது. கல்லீரல் மற்றும் நல்ல சர்க்கரை அதிக அளவில் சுரப்பதற்கு அட்ரினலின் உதவுகிறது.

அதிகமான ரத்த ஓட்டம் என்பது கூடுதலான உயிர்க்காற்று, கூடுதலாக நீர் சத்துப் பொருட்கள் ஆகியவை நோயுற்ற உறுப்புக்கு செல்வதைக் குறிக்கிறது. இத்தகைய ரத்த நாளத்தைச் சுருக்கும் நிலையில் நோயுற்ற உறுப்பு இயல்பு நிலைக்கு வரும்வரையில் அதற்குத் தேவையான அதிக ரத்தம் பாய்ந்து கொண்டிருக்கிறது. இப்போது மருத்துவரிடம் சென்று ரத்த அழுத்தத்தை சோதித்தால் இயல்பு நிலையைவிட அதிகமாக இருக்கும். இப்போது சொல்லுங்கள். இந்த அதிக ரத்த அழுத்தம் என்பது தேவையா இல்லையா

என்று ஆனால் இந்த முறையை எல்லாம் வெளிக்காட்டாமல் நோயுற்ற உறுப்பினை குணமாக்குவதற்கு உடம்பு முடிந்த அளவு முயற்சிகளை மேற்கொள்கிறது. ஆனால் இப்போதைய கால கட்டத்தில் உயர் ரத்த அழுத்தம் ஒரு நோயாகப் பார்க்கப்படுகிறது. இதனை மருத்துவர்கள் உயர் ரத்த அழுத்தம் என்பது நோய் என்று சொல்லி நமக்கு எச்சரிக்கிறார்கள். இதனால் கடும் விளைவுகள் ஏற்படும் என அவர்கள் சொல்கிறார்கள். எனவே உடனடியாக இதனைக் கட்டுப்படுத்த வேண்டும் என்றும் சொல்கிறார்கள். உடனே அதனைச் சரி செய்ய வேண்டி மருத்துவர்களை நம்பி ரத்த அழுத்தத்தைக் கட்டுப்படுத்தும் மருந்துகளை எடுத்துக் கொள்ளத் தொடங்குகிறோம். இவ்வாறு மருந்துகளைக் கொண்டு ரத்த அழுத்தத்தை கட்டுப்படுத்தும்போதுதான் உண்மையிலேயே நோய் வரத் தொடங்குகிறது.

உயர் ரத்த அழுத்தத்தை மருந்துகளைக் கொண்டு இவ்வாறு கட்டுப்படுத்தினால் தொடர்ந்து நோயாளியாகவே இருக்க வேண்டியதுதான். எனவே நாம் சொல்ல வேண்டுவது என்னவென்றால் உயர் ரத்த அழுத்தம் என்பது ஒரு நோய் அல்ல. உடம்பின் உள்ளே உள்ள உறுப்பு நோய்வாய்ப் படும்போது அதனை சரி செய்வதற்கு நாம் அறியாமலேயே இயற்கை ஏற்படுத்தியிருக்கும் ஒரு தேவையான முறையாகும். ஆனால் ரத்த அழுத்த மாத்திரைகள் அட்ரினல் சுரப்பியின் அட்ரினல் சுரப்பதைக் கட்டுப்படுத்தி, கட்டாயமாக ரத்த நாளங்களை விரிவுபடுத்துகிறது. இவ்வாறு நீங்கள் விரிவு படுத்தும்பொழுது உடல் அதனைச் சுருக்குவதும் இதுபோன்ற கட்டாயமான சுருக்குவதும், விரிப்பதும் உடலின் பல உறுப்புக்களுக்குக் கடும் சேதத்தை விளைவிக்கும்.

மருந்துகளைக் கொண்டு ரத்த அழுத்தத்தைக் கட்டுப்படுத்தும் போது நோயுற்ற உறுப்பு இயல்பு நிலைக்குத் திரும்பவே திரும்பாது. நோயின் தன்மை வளர்ந்துகொண்டே வரும். ஏன் என்றால் ரத்த ஓட்டம், உயிர்க்காற்று ஓட்டம், நல்ல சர்க்கரை அளிப்பு, நுண் உயிர்ச்சத்துக்களை வழங்குதல் ஆகிய அனைத்தும் குறைவதால் நோய் வேகமாக வளர்கிறது.

ஒவ்வொரு உறுப்பிற்கும் ரத்த ஓட்டம் வேறுபடும். எனவே நம் கைகளில் உள்ள ரத்த ஓட்டத்தைக் கொண்டு ரத்த அழுத்தத்தைக் கணக்கிட்டால் உண்மையான அளவு தெரியாது. ரத்தத்தில் மருந்துகளின் வேதிப் பொருள்கள் ஆற்றலுடன் வேலை செய்யும் சில மணி நேரத்திற்கு மட்டுமே அது உதவும். அத்தகைய வேதிப் பொருட்களை வேகமாக வெளியேற்றுவதற்கு நம்முடைய உடல் முயல்கிறது. அதற்குப்பிறகு மீண்டும் அட்ரினல் சுரப்பு மூலம் நோய் தீர்க்கும் வழிமுறை ஆரம்பிக்கிறது. இதனால் ரத்த நாளங்கள் சுருங்குகின்றன.

அப்பொழுது இந்த மருந்து மாத்திரைகளை இன்னொருமுறை எடுத்துக் கொள்வதால் தொடர்ந்து அழுத்தம் ஏற்பட்டு நமக்கு இயற்கையில் அளிக்கப்பட்ட உன்னதமான முறையில் தடை ஏற்படுவதால் அது இதய தசைகள், ரத்த நாளங்கள், கல்லீரல், மண்ணீரல். சிறுநீரகங்கள் ஆகியவற்றை நலிவடையச் செய்கின்றன. இவ்வாறு ரத்த நாளங்கள் நலிவடையும்போது நாட்கள் செல்லச் செல்ல நீண்டநாள் மருந்து எடுத்துக் கொள்ளும் பழக்கத்தை உடைய உயர் ரத்த அழுத்தம் உள்ளவர்கள் திடீரென ஒரு நாள் மறந்து மருந்து உட்கொள்ளத் தவறிவிட்டால் உடனே நமது உடல் அதனை அறிந்து இயற்கை முறையில் ரத்த நாளத்தை சுருக்குவதால் இதயத் துடிப்பு அதிகமாகிறது. அதன் வேகம் மேலும் கூடுகிறது. ஆனால் மருந்து சாப்பிட்டதால் ரத்த நாளங்கள் நலிவடைந்துவிட்டதால் அந்த அழுத்தத்தை அதனால் தாங்க முடியாமல் ரத்த நாளங்கள் வெடிக்கின்றன இதனால் பக்கவாதம் (ஸ்ட்ரோக்) *(Paralys)* ஏற்படுகிறது. இப்போது கொஞ்சம் சிந்தித்துப் பாருங்கள் மேலே சொன்ன கருத்துக்களை இரண்டு முறை படித்துப் பார்த்து எதனால் இந்த பக்கவாதம் வந்தது என்று நன்றாக எண்ணிப்பாருங்கள். அதற்கு விடையாக, ரத்த அழுத்தத்திற்கான மருந்துகள் தான் இதனை உருவாக்கின என்பது தெரியவரும்.

ஆனால் உயர் ரத்த அழுத்தத்தை மருந்து இல்லாமல் அப்படியே தொடர அனுமதித்து இயற்கையான உணவு முறைகளால் அதற்குத் தீர்வுகாண முயன்றால் நோயுற்ற உறுப்பு குணமாகி

ஒரு சில மாதங்களிலேயே ரத்த அழுத்தம் இயல்பு நிலைக்கு வந்திருக்கும். ஆனால் அது குணமாகும்வரை காத்திருக்காமல் அதற்குள்ளேயே மருத்துவர்கள் பயத்தை ஏற்படுத்தி ரத்த அழுத்தத்தை குறைப்பதற்காக வேதிப்பொருட்கள் சேர்ந்த மருந்தைக் கொடுப்பதால் எண்ணற்ற நோய்கள் உருவாகின்றன. தவறான உணவு வகையால் தமனிகளில் அடைப்பு ஏற்படும்பொழுது ரத்த ஓட்டத்தில் அதிக அழுத்தத்தைக் கொடுத்து அந்த அடைப்பை நீக்குவதற்கு நம் உடல் முயல்கிறது. இதைத்தான் நாம் உயர் ரத்த அழுத்த நோய் என்று அழைக்கிறோம். இது ஒரு நோய் அல்ல நமது உடல் சமநிலையை காப்பதற்கும் உடல் அணுக்களை உயிர்ப்புடன் வைப்பதற்கும் நமது உடல் மேற்கொள்ளும் சரிக்கட்டல் நடவடிக்கையே இது. எனவே இதனை நோயாக கருதக்கூடாது. மருந்து சாப்பிடும்போது அந்த ரத்த நாளங்களை விரிவடையச் செய்வதால் தசைகளுக்குச் செல்லும் ரத்த ஓட்டம் குறைக்கப்படும். இந்நிலை ரத்தத்தில் குறைந்த உயிர்க் காற்று உள்ள நிலையைக்குறிக்கும், இது ஹைப்பாக்சியா எனப்படும். குறைந்த ரத்த ஓட்டம் உள்ள உயிர் அணுக்கள் மெல்ல மெல்ல சாகும் நிலை அடைகிறது. குறிப்பாக அந்த உறுப்பு புற்றுநோய் உள்ளதாக மாறுகிறது. கரிக்காற்று, அமிலம் நிறைந்த ரத்தம் மற்றும் குறைந்த வெப்பநிலை ஆகியவற்றைக் கொண்டு புற்றுநோய் அணுக்கள் உயிர் பெற்று வாழ்கின்றன. இதற்கு ரத்த அழுத்தத்திற்கான மருந்து மாத்திரைகள் துணைபோகின்றன.

ரத்த அழுத்தத்திற்கான மருந்து கொடுப்பதனால் எத்தனை பேருக்கு பக்கவாதம் தடுக்கப்பட்டிருக்கின்றன? ஒருவருமில்லை. மருத்துவர்களும் மருத்துவமனைகளும் அதிகம் ஆக ஆக பக்கவாதம் பாதிப்புகள் எண்ணிக்கை அதிகமாகிறது. நோயாளிகள் ஒழுங்காக மருந்து சாப்பிடாததால் தான் இதுபோன்ற நோய் வருகிறது என்று எளிதாக மருத்துவர்கள் நோயாளிகளைக் குற்றம் சொல்லிவிடுவார்கள். ஆனால் அவர்களால் கொடுக்கப்பட்ட மருந்துதான் இதற்கு காரணம் என்பதைப்பற்றி அவர்கள் சிந்திப்பதில்லை. ரத்த அழுத்தத்தை மருந்துகளைக் கொண்டு கட்டுப்படுத்தும் பொழுது வயிற்றுக்குச் செல்லும் ரத்த ஓட்டம் தடைப்பட்டு ஒரு சில மாதங்களிலேயே வயிற்றுப்புண்,

செரிமானமின்மை, மலச்சிக்கல் ஆகியவை ஆரம்பமாகும்.

எனவே சரியாக செரிக்கப்படாத உணவு, தரம் குறைந்த சர்க்கரை ரத்த ஓட்டத்தில் புகுவதற்குக் காரணமாவதால் இது நீரழிவை உருவாக்குகிறது. ரத்த அழுத்தத்திற்கான மருந்து மாத்திரை ஒருவர் தொடர்ந்து சாப்பிட்டுவந்தால் அவருக்கு ஒரு சில ஆண்டுக்குள் நீரழிவு வருவது உறுதி. அவர் நீரழிவு நோய்க்கான மருந்துகளைச் சாப்பிடும்பொழுது உயர் ரத்த அழுத்தம் கண்டிப்பாக அவருக்கு வரும். நீரழிவைக் குறைப்பதற்காக மருந்துகளைச் சாப்பிடும்பொழுது உடலில் சேரும் தரம் குறைந்த சர்க்கரையை செரிக்கப்படாத, கெட்ட சர்க்கரை அதனை வெளியேற்றுவதற்காக உயர் ரத்த அழுத்தத்தை உடல் உருவாக்குகிறது. இவ்வகையில் நீரிழிவுக்கான மருந்துகள் உயர் ரத்த அழுத்தத்தை உருவாக்கும் உயர் ரத்த அழுத்த மருந்துகள் நீரிழிவை உருவாக்கும், இரண்டும் ஒன்றையொன்று விட்டுவிடாமல் பாதுகாக்கின்றன. நீரழிவையும் உயர் ரத்த அழுத்தத்தையும் வாழ்முறை மாற்றம், உணவுப் பழக்கங்கள், உண்ணும் வழக்கங்கள் ஆகியவற்றை இதற்குமுன் நாம் சொன்னபடி கடைப்பிடித்து வந்தால் இவற்றைக் கட்டுக்குள் வைக்கலாம். உடலுக்குத் தீங்குவிளைவிக்கின்ற ஆபத்தான மருந்துகள் இதற்குத் தேவையில்லை.

காரணம் 2

உயர் ரத்த அழுத்தத்தை உருவாக்கும் இன்னொரு காரணி ரத்தக்குழாய்களில் கொழுப்புச் சேருதல் ஆகும். இதனால் ரத்தக்குழாய்கள் தடிப்பாகி கெட்டியாகின்றன. இந்தவகை ரத்த அழுத்தத்தை இடுப்பின் அளவு 32க்கு மேல் இருப்பதைக் கொண்டு கண்டுபிடிக்கலாம். கொழுப்பு அதிகமாக சேருவதால் இடுப்பளவு அதிகமாகிறது. இத்தகைய கொழுப்பு சேருவதை குறைக்க முடியும். உணவு பழக்க வழக்கங்களை மாற்றுதல், புலால் உணவை முற்றுமாகக் கைவிடுதல், வெள்ளை நிற உணவுகள், பதப்படுத்தப்பட்ட உணவு வகைகள், ஊறுகாய்கள், புட்டிகளில் அடைக்கப்பட்ட உடனடி உணவு வகைகள் ஆகியவற்றைத் தவிர்ப்பதுடன் ரத்த நாணங்கள் தடிப்படைவதையும் தடுக்கலாம்.

மேலும் யோகாப் பயிற்சி, மூச்சுப்பயிற்சி, சுறு சுறுப்பான நடை, வியர்த்துக் கொட்டும் அளவிற்கு உடல் உழைப்பு ஆகியவை ரத்த குழாய்களிலுள்ள கொழுப்பைக் குறைத்து தடையின்றி ரத்த ஓட்டம் நடைபெற வழிவகுக்கிறது. இந்த இரண்டு காரணங்களிலும் வாழ்முறை மாற்றமும் உணவு வகைகள், உண்ணும் பழக்க வழக்கங்கள் ஆகியவற்றில் மாற்றமும், செய்தால் மருந்துகளைக் கொண்டு நோயைத் தீர்க்கவேண்டிய அவசியம் இருக்காது.

வாழ்க்கையில் நோயால் வரும் துன்பமும் அதனால் மருந்து மாத்திரை சாப்பிடுவதற்குரிய பணமும் மிச்சமாக வேண்டுமென்றால் அன்றாடம் கடைப்பிடிக்கும் பழக்க வழக்கங்கள் உணவுசார்ந்த பழக்கங்கள் ஆகியவற்றில் மாற்றம் தேவை. நோயை வேரோடு களைவதற்கு இது உதவும். ஆனால் மருந்து மாத்திரை சாப்பிடுவதால் மேலும் சிக்கல் உண்டாகிறது. ஒரு முறை நோயாளி ஆகிவிட்டால் நிரந்தர நோயாளி ஆகிவிடுகிறார்கள். மருந்துகள் இல்லாமலே மகிழ்ச்சியான வாழ்க்கை வாழ்வதற்கு நோயாளிக்கு கற்பித்து அதைச் செயல்படுத்தக்கூடிய வல்லமை உள்ளவரே மிகச்சிறந்த மருத்துவராவார்.

24

ஆஸ்த்மா

நுரையீரல்கள் உடலுள் செல்லும் காற்றினை உள்வாங்கி தூய்மையற்ற காற்றை வெளிவிடும் மூச்சுப்பரிமாற்ற வேலையைச் செய்யும் மிக முக்கியமான உறுப்பாகும். நம் உடம்பில் உள்ள ஒவ்வொரு உயிர் அணுவுக்கும் இந்த மூச்சுக்காற்றுதான் முக்கிய உணவாகிறது. உயிரின் இயக்கம் அல்லது உயிராற்றல் கண்ணுக்குத் தெரியாமலேயே நம் உடலை இயக்குகிறது. நுரையீரல்களில் பலூன் வடிவிலான காற்று அறைகள் உள்ளன. இவற்றால்தான் காற்றுப்பரிமாற்றம் செய்யப்படுகிறது. நல்ல காற்றை உள்வாங்கி கெட்ட காற்றை இது வெளியேற்றுகிறது. ஆஸ்த்மா என்பது காற்று அறைகளில் நச்சுப் பொருள்கள் சேர்ந்து விடுவதைத் தவிர

வேறு ஒன்றுமில்லை. இதனால் மூச்சுக்காற்று பரிமாற்றம் மிகுந்த சிரமத்துடன் நடப்பதால் மூச்சு இரைப்பு, மூச்சுத்திணறலையும் இது உருவாக்கிறது. எங்கிருந்து இந்த நஞ்சுகள் வருகின்றன? இதை எப்படி தடுக்கலாம்? நாம் உண்ணும் உணவு வயிற்றிலும், சிறு குடலிலும் செரிக்கப்பட்டு அதிலுள்ள சத்துக்களை உறிஞ்சவும் தேவையற்றதை வெளித் தள்ளுவதற்காகவும் கல்லீரலுக்குச் செல்கிறது.

இதுபோன்று மிக அதிக அளவில் நச்சுகள் உருவாகும் போது சிறுநீரகங்கள் முடிந்தளவிற்கு அதனை வெளியேற்ற முயற்சிக்கின்றன. அது சிறுநீரகத்தின் சக்திக்கு அப்பால் போகும் பொழுது நச்சுகள் அல்லது வீண் பொருள்கள் வெளியேற்றப் படுவதற்காக நுரையீரலுக்குச் செல்கின்றன. வெளிவிடும் மூச்சுக்காற்றின் வழியாக அதனை வெளித்தள்ள முடியாத அளவிற்கு இந்த நச்சுகள் தடிப்பாக இருப்பதால் நுரையீரல் தசைகள் சளி திரவத்தை சுரந்து எல்லா நச்சுக்களையும் சளியாக மாற்றி இருமல், தும்மல் என்ற பெயரில் கூடுதல் சக்தியுடன் வெளியேற்றுகிறது. ஏற்கனவே நாம் சொன்னவாறு இருமல், தும்மல், மூக்கு ஒழுகுதல், தடுமன் போன்றவை ஒரு நோயல்ல.

நம் உடலில் சேர்ந்துகிடக்கும் நச்சுக்களை வெளியேற்றுவதற்குக் கடைபிடிக்கும் ஒரு சிகிச்சை முறைதான் இது. நமக்கு இருமல் அல்லது தும்மல் வரும்பொழுது மருத்துவர்களிடம் சென்றோ மருந்து கடைகளுக்குச் சென்றோ சில மருந்துகளை வாங்கி உட்கொள்கிறோம். அப்பொழுது இருமல், தும்மல், மூக்கு ஒழுகுவது நின்றுவிடுகிறது. உடனே நமக்கு ஒருவிதமான விடுதலை கிடைக்கிறது. இப்போது இந்த மருந்துகள் செய்வது என்ன? எல்லா நச்சுகளையும் நுரையீரல் திசுக்களுக்குள்ளேயே உள்முகமாகத் திருப்பி விடுவதால் அவை அங்கேயே தங்கி விடுகின்றன. இதுதான் ஆஸ்த்மா எனப்படுகிறது.

தொடர்ந்து இதுபோன்று இருமல், தும்மல், அடிக்கடி காய்ச்சல் ஆகியவற்றை பிறந்ததிலிருந்து தொடர்ந்து அழுத்தி வைத்துக் கொண்டிருந்தால் அது ஆஸ்த்மா வருவதற்கு

காரணமாகிறது. பல ஆண்டுகளாகச் சேர்க்கப்பட்ட கழிவுகள், வீண்பொருள்கள் நுரையீரல் திசுவுக்குள் சேர்ந்து தங்கிவிடுகின்றன. குறைந்தது இந்த நிலையிலாவது மருத்துவர்கள் இந்த நோயாளியை விட்டு விடுவார்களா? இதனை எவ்வாறு போக்குவது என்று அவர்களுக்குத் தெரிவதில்லை, அந்த நிலையில் அவர்கள் என்ன செய்கிறார்கள், ஸ்பிரே அல்லது மூச்சு உள்வாங்கி போன்ற கருவிகளை பயன்படுத்தச் சொல்கிறார்கள். அதற்குமேல் நெபுலைசர் எனப்படும் சளி உறிஞ்சி கருவியைப் பயன் படுத்துகிறார்கள். இதனால் மூச்சுக்காற்று அறைகள் விரிவடைந்து காற்றுப்பரிமாற்றம் எளிதாக நடக்கிறது. தொல்லையில்லாமல் நன்றாக மூச்சுவிடுவதுபோல் அந்த நேரத்தில் தோன்றும். மருந்தின் சக்தி வேலை செய்யும்வரை இவ்வாறு இருக்கும். சிலமணி நேரங்கள் கழித்து காற்றுப் பைகள் இயல்பு நிலைக்குத் திரும்பும் போது இதே தொல்லை மீண்டும் தொடர்கிறது. அதனைத் தொடர்ந்து ஆண்டுக்கு ஆண்டு ஸ்பிரே, டானிக்குகள், மருந்துகள், மாத்திரைகள் ஏராளமாக கொடுக்கப்படுகின்றன.

இயற்கையாக அதனைக் குணமாக அனுமதித்தால் மூச்சு இறைப்பிலிருந்து சில வாரங்களுக்குள் எவரும் விடுதலைப் பெறலாம். நுரையீரல்களுக்கு சிகிச்சை அளிப்பதற்கு முன்னால் முதன் முதலில் சரி செய்ய வேண்டியது மலச்சிக்கல் தான். முறையற்ற வயிறு, குடல் அசைவுகள் ஆஸ்த்மாவுக்கும், மூச்சி இறைப்புக்கும் காரணமாகின்றன. எனவே அந்த நோயாளிகள் கொலோன் ஹைரோ தெரப்பி என்ற குடல் கழுவுதல் சிகிச்சை, பழச்சாறுகளை மட்டும் குடித்தல், நீராவிக்குளியல் போன்றவற்றைக் கடைப்பிடித்து உடல் முழுவதிலுமுள்ள நச்சுக்களை வெளியேற்ற வேண்டும்.

அடுத்ததாக அனைத்து வகை வெள்ளைநிற உணவுகள் மற்றும் புலால் உணவுகளைத் தவிர்த்தால் மூச்சு காற்றறைகளில் உள்ள நச்சுக்களை வெளியேற்றலாம். பழங்கள், காய்கறிகள், காரச்சத்துள்ள உணவுகள் ஆகிய வண்ணமிகு உணவுகளை உட்கொண்டால் பாதிக்கப்பட்ட நுரையீரல் திசுவை மீண்டும் நல்லநிலைக்குக் கொண்டுவரலாம். காற்று இழுக்கும் கருவிகளை

பயன்படுத்தும்போது அதிலுள்ள வேதிப்பொருள்கள் ஏற்கனவே உள்ள நச்சுப்பொருளுடன் கூடுதலாக சேர்வதால் இன்னும் நாள்பட்ட நோய்களான நிம்மோனியா, காசநோய் போன்றவையும் அதற்குமேல் தொற்றுநோய்கூட வருவதற்கு வாய்ப்பளிக்கிறது. ஆஸ்த்மா வராமல் தவிர்ப்பதற்குரிய வழி என்னவென்றால் தடுமன், இருமல், தும்மல் ஆகியவற்றை மருந்துகளைக் கொண்டு அழுத்தாது இருக்க வேண்டும். உணவு மற்றும் உண்ணும் பழக்க வழக்கங்களை நிரந்தரமாகச் சரி செய்ய வேண்டும்.

எதிர்மறை எண்ணங்கள், உணர்ச்சி, வேகம் ஆகியவை மன அழுத்தத்தை உருவாக்கி ஹிஸ்டமின் போன்ற ஹார்மோன்கள் சுரப்பதால் அவை ஒன்று சேர்ந்தும் ஆஸ்மாவை உருவாக்கலாம். எனவே நேர்மையான எண்ணங்கள், நலமிக்க உணவுப் பொருள்கள் சிறந்த உணவு பழக்க வழக்கங்கள் ஆகியவை ஆஸ்த்மாவை குணப்படுத்தக்கூடியன. ஸ்பிரே, இன்ஹேலர் ஆகியவற்றிற்கு விடை கொடுங்கள் இன்றைய அளவில் நிறைய குழந்தைகள்கூட மூச்சிரைப்பு ஆஸ்த்மா ஆகியவற்றால் பாதிக்கப்படுகின்றன. தடுமன், இருமல், தும்மல் ஆகியவற்றை மருந்துகளால் அழுத்தாவிட்டாலும் கூட நுரையீரலுக்குரிய சக்தி ஓட்டம் குறைவதால் அல்லது கல்லீரலின் செயல்வேகம் மிகவும் குறைவதால் இது ஏற்படுகிறது. இதனை ஆய்வுக்கூடங்களில் ஸ்கேன் படமெடுத்து கண்டுபிடிக்க முடியாது. நிறைய குழந்தைகளுக்குப் பிறக்கும் பொழுதே மஞ்சள் காமாலை இருந்ததால் ஆஸ்மா பாதிப்பு உண்டாவதைப் பார்க்க முடிகிறது. எனவே பழச்சாற்று உணவு, அக்குப்பஞ்சர், தொடுசிகிச்சை ஆகியவற்றைக் கொண்டு மருந்துகள் இல்லாமல் கல்லீரலுக்குரிய சிகிச்சை அளித்தால் ஆஸ்த்மாவைக் குணப்படுத்தலாம். ஆஸ்த்மா அல்லது எந்த நோயையும் தீர்ப்பதற்கு கல்லீரல் மருத்துவத்தைச் செய்தால் அது குணமாகும்.

ஆஸ்த்மாவிற்கு ஆங்கில மருத்துவ பயணமும், மாற்று முறையும்

	மாற்றுமுறை மருத்துவம்
தடுமன், மூக்கு ஒழுகுதல், இருமல், தும்மல்	புலால் உணவு பால், தயிர், மைதா, பேக்கரி உணவுகள், வெண்ணெய், பாலாடைக்கட்டி, நெய், தீட்டப்பட்ட சர்க்கரை, அயோடின் கலந்த உப்பு ஆகியவற்றை தவிர்த்தல்
மருந்துகளைக் கொண்டு அவற்றை அழுத்துதல்	நிறைய பழங்கள் பச்சைக் காய்கறிகள், காய்கறி சூப்புகள், தாவர உணவுகளை உண்ணுதல்
ஆஸ்த்மா, மூச்சு இரைப்பு	பசித்தால் மட்டுமே சாப்பிடுதல் உணவை நன்றாக அரைத்து விழுங்குதல். சாப்பிடும்போது தண்ணீர் குடிக்காதிருத்தல், யோகப்பயிற்சி
இன்ஹேலர்கள், மாத்திரைகள் அதற்குப்பின்னர்	ஆஸ்த்மாவிற்கு முடிவு
அதிக மருந்துகள், அதிக தடவைகள் மருந்து சாப்பிடுதல் அதற்குப்பின்னர்	
சளி உறிஞ்சிகள் உள்ள நெபிலைசர்	
ஆஸ்த்மா மருந்து எடுத்ததற்கான போனஸ்	
தோல் நோய்கள் (அரிப்பு செல் உதிர்வு தோல் வடிதல்)	
முடிவில்லாத கதை:	

25

சிறுநீரகக் கற்கள் மற்றும் பித்தப்பை கற்கள்

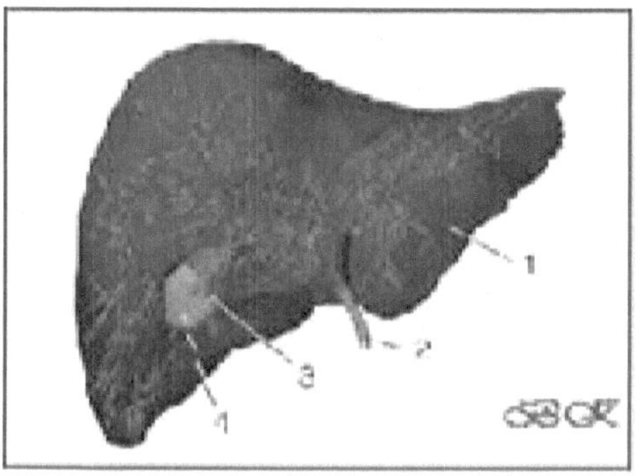

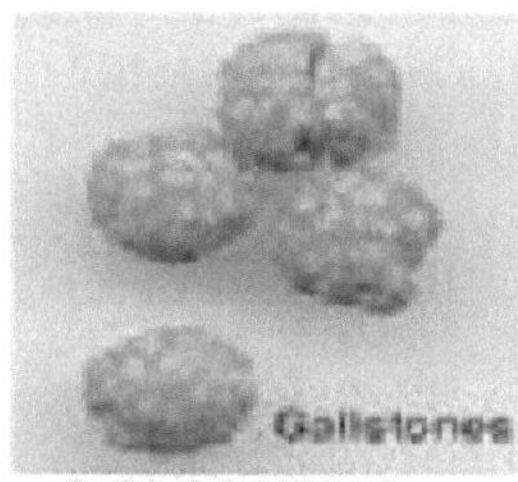

REMOVING GALLSTONES NATURALLY

The following *natural treatment* is an effective method for *removing stones* without any side effects.

பின்வரும் இயற்கை முறையைப் பின்பற்றிப் பக்க விளைவுகள் எதுவும் இல்லாமல் கற்களை அகற்றலாம்.

பெரும்பாலும் நகரங்களில் வாழும் மக்களில் உட்கார்ந்தபடி வேலை செய்யும் வாழ்க்கை முறையில் உள்ளவர்கள் சிறு நீரகக்கற்கள் மற்றும் பித்தப்பை கற்கள் ஆகியவற்றால் பெரும் வலியுடன் துன்பப்படுகிறார்கள். இது எதனால் வருகிறது என்றால் ஒருவருடைய வாழ்க்கை முறையில் அவருடைய அன்றாடப் பழக்க வழக்கங்கள், உணவு, நீர், உண்ணும் பழக்கம், உறங்கும் பழக்கம் போன்ற பல்வேறு காரணங்களால் சிறுநீரகம் மற்றும்

பித்தப்பை கற்கள் உண்டாகின்றன. உடம்பில் சேரும் நச்சுகள் அல்லது வேண்டாத பொருள்கள்தான் இந்த நோய்க்கான மூல காரணமாகிறது. சரியான வழியில் நச்சுகள் வெளியேற்றப்படாமல் இருக்கும்போது இவை உடம்பில் சேரும் அளவைவிட வெளியேற்றும் அளவு குறைவாக இருப்பதால் இந்நோய் வருகிறது.

நாம் உண்ணும் உணவில் அதாவது புலால் உணவு, முட்டை, பால் பொருள்கள் மைதாவால் தயாரிக்கப்படும் பேக்கரி தயாரிப்புகள் மென்பானங்கள் உப்பு சேர்ந்த உணவு பொருள்கள் சிப்ஸ், ஊறுகாய், எண்ணெயில் மூழ்கி பொறிக்கப்பட்ட உணவுகள், தீட்டப்பட்ட அரிசி, தீட்டப்பட்ட சர்க்கரை அயோடின் உப்பு ஆகியவை நம் இரத்தத்தில் உள்ள காரத் தன்மையை அமிலத் தன்மையாக மாற்றுகிறது. அத்துடன் வீண் பொருள்களான யூரிக் அமிலம், நைட்டிரஜன், யூரியா போன்ற ஏராளமான பொருள்களை விடுவிக்கின்றன. இத்தகைய அமிலத்தன்மை உள்ள வீண் கனிமங்கள் ஓரிடத்தில் ஒன்றாக சேர்ந்து கற்களாக மாறுகின்றன. இதை ஒரு நோய் என்று சொல்ல முடியாது. இது நம் உடம்பிலுள்ள எல்லா வீண் பொருள்களையும் சிறுநீரகம் அல்லது பித்தப்பையில் சேர்த்து வைத்து நம் உடலுக்கு பாதுகாப்பு அளிக்கும் ஏற்பாடுதான். பசியில்லாமல் சாப்பிடுதல், கொழுப்பு நிறைந்த உணவுகளை இரவில் நேரம் கடந்து சாப்பிடுவது, தூக்கமின்மை உண்ணுதல் போன்ற உணவுப் பழக்கங்கள் ஈரலில் கூடுதலாக பித்த நீர் சுரப்பதற்குக் காரணமாகிறது. இந்த பித்த நீர் நீண்டநாள் சேமிக்கப்படும் பொழுது திரவ நிலையிலிருந்து திட நிலையாக மாறி கெட்டிப்பட்டுக் கற்களாக மாறுகின்றது. அவசரமாக உண்ணுதல், நன்றாக அரைத்து உண்ணாமை ஆகியவை அதிகமான பித்த நீர் சுரப்பதற்குக் காரணமாகிறது. சாப்பிடுவதற்கு மற்றும் முன்னும், சாப்பிட்டு முடித்தவுடனேயும் தண்ணீர் குடிப்பதால் வயிற்றில் உணவு நொதித்து, புளித்து நீண்ட நேரம் அங்கேயே இருப்பதால் இது ஈரலையும் பித்தப் பையையும் தொல்லைக்குள்ளாக்குகிறது. இரவில் நெடு நேரம் கழித்து சாப்பிடுதல் இந்த நோய்க்கு மட்டுமல்லாமல் எல்லா நோய்களுக்கும் முக்கியக் காரணமாகிறது.

எல்லோரும் செய்யும் முக்கியமான தவறு என்னவென்றால்

வீட்டில் தூங்கும்போது எல்லா சன்னல்களையும் இரவு முழுவதும் மூடிவிட்டு தூங்குவது தான். சிறுநீரக மற்றும் பித்தப்பை கற்கள் கருப்பைக் கட்டிகள், சினைப்பையில் நீர்க்கட்டிகள் ஆகியவை ஏற்படுவதற்கு மிக முக்கிய காரணம் இதுவே ஆகும். இதயத்தில் அடைப்பு வருவதற்கும் இது காரணமாகிறது. எடுத்துக் காட்டாக 250 சதுர அடி அளவுள்ள ஒரு அறையில் இரண்டு பேர் தூங்குகிறார்கள் என்று வைத்துக் கொண்டால் அந்த அறையில் உள்ள உயிர்க் காற்று இரண்டு பேருக்கும் அரைமணி நேரத்திற்கு மட்டுமே போதுமானதாக இருப்பதால், மீதி உள்ள ஆறு முதல் 7 மணி நேரம் அந்த அறையில் காற்று சுழற்சிக்கோ புதிய காற்று வருவதற்கோ வழியில்லாமல் போகிறது. நாம் வெளிவிடும் மூச்சுக் காற்றை அதாவது கரிக்காற்றை(CO_2) மீண்டும் நாம் சுவாசித்து நுரையீரலுக்கு அனுப்புகிறோம். கரிக்காற்று அமிலத்தன்மை வாய்ந்தது. அது நமது இரத்தத்தை காரத்தன்மையில் இருந்து அமிலத் தன்மையாக மாற்றுகிறது.

அத்துடன் ஏற்கனவே நாம் குறிப்பிட்டவாறு உணவு மற்றும் உண்ணும் பழக்கங்களில் ஏற்படுகிற தவறுகளால் இந்நோய் ஏற்படுகிறது. மேலும் மிக முக்கியமாக நாம் பயன்படுத்தும் கொசுவிரட்டி சுருள்கள், திரவங்கள் ஆகியவை காரணமாகின்றன. நான் ஒரு கேள்வி கேட்க விரும்புகிறேன். நம்மை கடிக்க வரும் கொசுவுக்கு மட்டுமா உயிர் இருக்கிறது. அதைக் கொல்லப் பயன்படுத்தும் சுருள்கள், வேதிப்பொருட்களால் ஆன திரவங்கள் போன்றவை நம்முடைய உடல் அணுக்களையும் கொல்லக் கூடியவை என்பதை மறந்துவிடக்கூடாது. எனவே தூங்கும் போது சன்னல்களை மூடிவிட்டு தூங்கும்போது வேதிப் பொருட்களாலான கொசுக் கொல்லிகளால் சிறுநீரகக் கற்கள் உருவாகின்றன. அத்துடன் புற்றுநோய், படை, தோல் உதிர்வு நோய், தலைமுடி சார்ந்த பிரச்சினைகள் மூச்சுக் கோளாறுகள் ஒற்றைத் தலைவலி, செரிமானக் கோளாறுகள், மூட்டுவலி என்று பட்டியல் நீண்டு கொண்டே போகிறது. இதற்குக் காரணமாக கொசுக் கொல்லிகள் அமைந்துவிடுகின்றன. நோயாளிகளாய் இருந்தாலும் சரி உடல் நலமுள்ளவர்களாக இருந்தாலும் சரி இதற்கான தீர்வு என்ன இயற்கையோடு இயைந்து வாழ்வதே இதற்கு விடையாகும்.

குளூமை கருவிகள் உள்ள அறையில் படுத்து உறங்குபவர்களாக இருந்தாலும் ஒரு சன்னலை திறந்து வைத்து இருந்தால் புதிய காற்று கிடைப்பதற்கு வாய்ப்பாகும். உணவு முறையில் மாற்றம், உண்ணும் பழக்கங்களை சரி செய்தல் ஆகியவற்றின் மூலம் சிறுநீரக கற்களை உடனடியாக கரைத்து விடலாம். இரவு உணவுக்கு பின்னர் நிறையபேர் தண்ணீர் போதுமான அளவிற்கு குடிப்பதில்லை. அவர்களுடைய தூக்கத்தை அது கெடுத்துவிடும் என்று எண்ணுவதே இதற்கு காரணம்.

ஆனால் நமது உடல் தேவையில்லாதவற்றை வெளி தள்ளுதல், அணுக்களை புதுப்பித்தல், இறந்த அணுக்களை வெளியேற்றுதல், பழுது பார்த்தல் ஆகிய அனைத்தையும் இரவு நேரத்திலே செய்கிறது. இரத்தத்தில் போதுமான அளவு தண்ணீர் இருந்தால் அதன் வழியாக எல்லாக் கழிவுகளையும் வெளியேற்றப்படும். அவ்வாறு இல்லையானால் நச்சுகள் உடம்பிலே தங்கி நோயை உருவாக்குகிறது. ஏற்கனவே நோய்கள் இருந்தால் அவற்றின் வீரியத்தை அதிகப்படுத்துகிறது. காலையில் எழுந்த உடன் முதல் முறை சிறுநீர் கழிக்கும்போது அது மஞ்சளாக ஆக இருப்பின் இரவு முழுதும் உங்கள் உடல் பெரும் துன்பத்திற்கு உள்ளாகி இருந்தது என்று பொருள். சிறுநீர் எப்போதும் நிறமற்றதாக இருக்க வேண்டும். அதில் நிற மாற்றம் தென்பட்டால் நச்சுகளை வெளியேற்றுவதற்காக தண்ணீர் தேவைப்படுகிறது. அப்போது தான் நச்சுகளை வெளியேற்ற முடியும். தண்ணீரை அருந்தும்போதுகூட அதனை அப்படியே குடித்து விடாமல் **15-20** தடவை அதனை மென்று உமிழ்நீருடன் கலந்து விழுங்க வேண்டும். அது அவ்வாறு உமிழ்நீருடன் நன்றாக கலக்க வேண்டும். இல்லையேல் நீரில் உள்ள கனிம சத்துக்கள் நம் உடலால் உறிஞ்சப்படுவதில்லை.

நீரிழிவு, உயர் ரத்த அழுத்தம், சிறுநீரகக் கற்கள், தைராய்டு நோய் ஆகிய அனைத்து வகை நோய்களுக்கும், தடுமன் பிடித்தல் முதல் புற்று நோய் வரை உள்ள நோய்களுக்கு உங்கள் வாய் தான் உங்களுடைய முதல் மருத்துவர் அதே போன்று முதலாவதும் மிகச் சிறந்ததுமான மருந்து உமிழ்நீர் தான். எனவே அதனை முழுவதும் பயன்படுத்திக் கொள்ள வேண்டும். தற்கால மருத்துவத்தில் உள்ள ஒரே தீர்வு பித்தப்பையை

எடுத்துவிடுவது தான். கருப்பையை அதிலுள்ள கட்டிக்காக அப்படியே முழுதும் எடுத்துவிடும்போது தங்கள் உடம்பிலுள்ள ஒரு உறுப்பை இயற்கையால் உருவாக்கப்பட்ட அந்த உறுப்பை அறுத்து குப்பையில் எறிந்து விடுகிறோம். உடம்பின் எந்த ஒரு தனிப் பகுதியும் தேவை இல்லாத வீண் உறுப்பு அன்று. உங்கள் உடம்பின் உறுப்புகளை மருத்துவமனையில் விட்டுவிட்டு வீட்டுக்குத் திரும்பும்போது எடுத்து வருவது பல்வேறு வகையான மருத்துவ விவரங்களை உள்ளடக்கிய ஆவணம் மட்டுமே. நீங்கள் செலவழித்த பணத்திற்கு ஈடாக மருத்துவ அறிக்கைகளைத் தான் வீட்டுக்கு எடுத்துச் செல்கிறோம். ஒரு உறுப்பு நல்ல நிலையில் இருக்கும் போது மட்டுமே அதற்காக சிகிச்சை செய்ய வேண்டும் ஒட்டு மொத்தமாக அந்த உறுப்பை அகற்றிவிடுவது இதற்குத் தீர்வு ஆகாது. பித்தப்பையில் உள்ள கற்களை அகற்றுவதற்கு இயற்கை மருத்துவம் கை கொடுக்கிறது. ஈரலை முழுத் தூய்மைப்படுத்துதல் *(Liver Flush)* இத்தகைய பித்தப்பை கற்களை அகற்றுவதற்கு பேருதவியாக இருந்தது என்பது உறுதியாகிறது. நீண்ட நாள் செரிமானம் சார்ந்த நோய்களான வயிற்றுப்புண், செரிமானமின்மை, வாயுக் கோளாறுகள், உப்புசம், மலச்சிக்கல் போன்ற நோய்கள் பித்தப்பையை நீக்குவதால் உண்டாகின்றன. வாழ்க்கை முறையில் மாற்றத்தை ஏற்படுத்திக் கொண்டால், முதன்மையான பல நோய்கள் வருவதிலிருந்து உடலைக் காப்பாற்றி கொள்ளலாம்.

ஈரலைத் தூய்மைப்படுத்துதல்:

படிநிலை- *I:* குடல் தூய்மை செய்து கொள்ளுதல்

(Colon Hydrotherapy)

படிநிலை-*II*

குடல் தூய்மையே உடல் தூய்மை. ஒரு நாளைக்கு 1 லிட்டர் ஆப்பிள் சாறு வீதம் வாரத்தில் ஆறு நாட்களுக்கு நாள்தோறும் எந்த நேரத்திலாவது குடிக்க வேண்டும்.

படிநிலை- *II*

ஏழாவது நாள் காலை சிற்றுண்டி, மதிய உணவு ஆகியவற்றுக்கு ஆப்பிள் மட்டுமே உண்ணவும். மதியம் இரண்டு

மணிக்குள் சாப்பிடுவதை நிறுத்தி விட வேண்டும். அதற்கு பின்னர் பழச்சாறு ,தண்ணீர் மட்டும் குடித்துக் கொள்ளலாம்.

படிநிலை - *IV* (அ) மாலை 6 மணிக்கு எப்சம் உப்பு 10 கிராம் (மக்னீசியம் சல்பேட் மருந்துக் கடைகளில் கிடைக்கும், எப்சம் உப்பை எடுத்து 1 லிட்டர் தண்ணீரில் கலக்கி நான்கு பங்காகப் பிரித்துக் கொள்ளவும்.

(ஆ) மாலை 6.30 மணிக்கு இந்த எப்சம் உப்பு நீர் 250 மில்லி குடிக்கவும்

(இ) 7.30 மணிக்கு இன்னும் 250 மில்லி குடிக்கவும்.

(ஈ.) 8.30 மணிக்கு 150 மில்லி கருப்பு திராட்சை சாறு எடுத்து 100 மில்லியை ஆலிவ் எண்ணெயுடன் சேர்த்து நன்றாகக் கலந்து உறிஞ்சு குழல் மூலமாக மிக அதி விரைவாக அதனைக் குடித்துவிட்டு வலப்பக்கம் ஒருக்களித்து இடதுகாலை பாதி மடக்கிய நிலையில் அரை மணி நேரம் படுத்து இருக்கவும். கழிப்பறைக்குப் போகும்படியான உணர்வு ஏற்பட்டால் செல்லலாம்.

படிநிலை - *V* (அ) அடுத்த நாள் காலையில் 6 மணிக்கு எப்சம் உப்பின் மூன்றாவது பாகத்தைக் குடித்துவிட்டு யோகாசானம் செய்யலாம்.

(ஆ) மீண்டும் அதே நாள் காலையில் 7 மணிக்கு எப்சம் உப்பு நான்காவது பங்கைக் குடிக்கவும்.

(இ) வெந்நீர் இனிமாவை எடுத்துக் கொள்ளலாம்.

(ஈ) இப்பொழுது பாருங்கள் உங்கள் மலத்தில் பித்தப்பை கற்கள் வெளிவந்து இருக்கும்.

படிநிலை - *VI* மீண்டும் குடல் கழுவு சிகிச்சை மேற்கொள்ளவும்.

இந்த பயிற்சி தெரிந்த மருத்துவரின் ஆலோசனை பெற்றுக் கொள்ளவும்.

26

தைராய்டு நோய்கள்

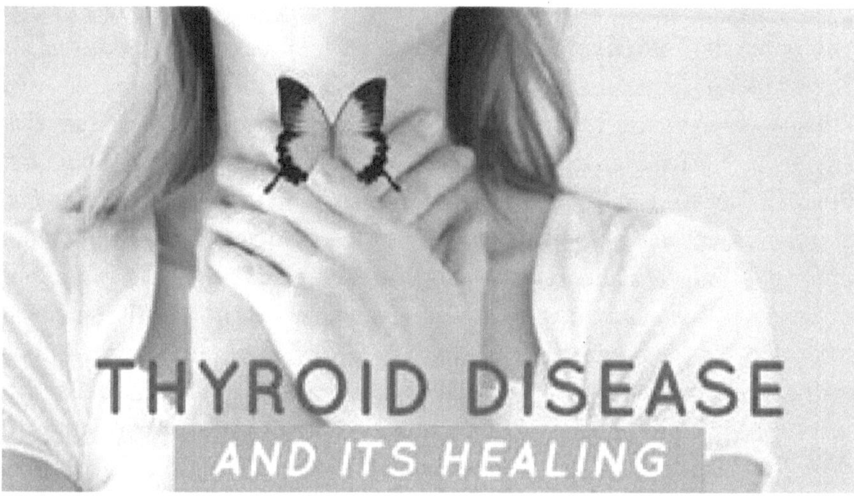

தைராய்டு சுரப்புக்குறைவு என்பது ஒரு சத்துக் குறைபாட்டால் வரும் நோயாகும். அதனை *2-3* மாதங்களில் குணப்படுத்திவிடலாம், நகரங்களில் வாழும் மக்களிடையே இது பரவலாகக் காணப்படுகிறது. இந்நோய்கண்டவர்களில் 98% பெண்கள்தான். அது எதனால் வருகிறது? தைராய்டு செயல்பாட்டைக் குறைப்பது எது, என்பதை நாம் புரிந்து கொள்ள வேண்டும். மருந்து அல்லது வேதிப்பொருள் உள்ள மாத்திரைகளால் குணப்படுத்த வேண்டிய ஒரு நோய் அன்று தைராய்டு சுரப்பியை நன்றாக செயல்பட விடாமல் செய்வது எது? முழுக்க முழுக்க சத்துக்குறைபாடே இதற்குக் காரணமாகும்.

அது என்ன சத்து? பெண்களை இது அதிகமாக குறி வைக்கிறது என்றால் அதிலிருந்து நீங்கள் தெரிந்து கொள்ளலாம் வைட்டமின் டி குறைபாடுதான் தைராய்டு குறைபாட்டிற்குக் காரணமாகும்.

தைராய்டுகளினால் தொல்லைப்படும் பெண்கள் அனைவரும் வைட்டமின் D பற்றாக்குறையினால் பாதிக்கப்பட்டவர்களாக இருக்கிறார்கள் என்பது தான் உண்மை. எல்லா இளம் பெண்களும், பெரியவர்களும்கூட சூரிய ஒளி தம்மீது படாமல் பார்த்துக் கொள்கின்றனர். வைட்டமின் டி யானது கனிமங்களை உள்ளுறிஞ்சுவதில் முக்கிய பங்கு ஆற்றுகிறது. தைராய்டு ஹார்மோன் சுரப்பதற்கு கால்சியம், பாஸ்பரஸ், அயோடின் போன்றவை தேவைப்படுகிறது. ஆனால் கால்சியம் பற்றக்குறை இல்லாதவர்கள்கூட தைராய்டு நோய்க்குள்ளாகின்றனர். ஏன்னெனில் ரத்தத்தில் கால்சியம், பாஸ்பரஸ் ஆகியவை செரிக்கப்படாத நிலையிலேயே காற்றோட்டத்தில் உள்ளது. இதனை செரிப்பதற்கு வைட்டமின் டி தேவைப்படுகிறது. அதனை பல கூறுகளாக உடைத்து தாது உப்புக்களை தைராய்டு சுரப்பிக்குத் தேவையான வடிவத்தில் அதனை விட்டமின் டி மாற்றிக்கொடுக்கும். எனவே தைராய்டு சுரப்பியை மீண்டும் நன்கு செயல்பட வைப்பதற்கு ஒரு வாரத்திற்கு 4 அல்லது 5 தடவைகள் காலை 7 மணி 8 மணிக்குள் அல்லது 3 மணியிலிருந்து 5 மணி வரை ஒரு நாளைக்கு 20 நிமிடங்கள் வீதம் சூரிய ஒளி உடலில் படுமாறு செய்யவேண்டும். தைராய்டு குறைபாட்டைப் போக்குவதற்கு இதுதான் மிகச்சிறந்த ஒரே வழியாகும்.

தற்காலத்தில் அநேகப் பெண்கள் தங்கள் நிறம் குறைந்து விடக்கூடாது என்பதற்காக சில பூச்சுகளை பூசிக்கொள்கிறார்கள். ஆனால் தைராய்டு குறைநிலையினால் உடல் பருமன், மாதவிடாய் கோளாறுகள், வெள்ளைப்படுதல், இறுதியாக குழந்தைப் பேறு இன்மை போன்ற கடும் நோய்களை விளைவிக்க இது காரணமாகிறது. இது எதனால் ஏற்பட்டது என்றால் இயற்கையோடு சேர்ந்து வாழாமலும், இயற்கை முறைமைக்கு ஒத்து செல்லாமலும் இருப்பதே. வெயிலின் பாதிப்பு களிம்புக்கான விளம்பரங்களில் அவர்கள் சொல்வது போன்று சூரிய ஒளி எப்போதும் தீங்கு

செய்வதில்லை. தோல் புற்றுநோயை அது ஏற்படுத்தாது. சூரிய ஒளி படாமல் இருந்தால்தான் எல்லா வகை நோய்களையும் அது ஏற்படுத்தும்.

தற்காலம் பெண்கள் அழகு முகப்பூச்சுகளையும், ஈரத்தன்மை உலராமல் காப்பதற்கான திரவங்களையும் பயன்படுத்துகின்றனர். இவற்றில் அடங்கியுள்ள வேதிப்பொருள்கள், தோல் மீது படும் சூரியஒளி அதனைத் துளைத்து உள்ளே செல்லவிடாமல் தடுக்கின்றன. இதனால் வைட்டமின் டி, இதனை நம் உடம்புக்கு ஏற்றவகையில் மாற்றிக்கொடுக்க முடிவதில்லை. மூன்று அல்லது ஆறு வாரங்களுக்குள் அழகு தேவதையாக உங்களை மாற்றுவோம் என்று சொல்லும் அழகுப்பூச்சு தயாரிப்பாளர்களைப் பார்த்து நான் ஒன்று கேட்கிறேன். இதனை எருமை மாடுகளுக்குப் பூசி அதன் நிறத்தை எத்தனை மாதங்களுக்குள் மாற்றமுடியும்?

வாசகர்களே! 20 ஆண்டுகளுக்கு இந்த அழகு க்ரீமை எருமை மாட்டிற்கு பூசினாலும் அது ஒருபோதும் வெள்ளையாக மாறாது. உங்களுக்கு உள்ள இயற்கையான நிறத்தை அப்படியே ஏற்றுக் கொள்ளுங்கள். எந்த களிம்பும் பூச்சும் தேவையில்லை. அதனால் உங்கள் தனி வாழ்க்கையும், குடும்ப வாழ்க்கையும் பாதிக்கக்கூடிய நோய்களும் தேவையில்லை.

நாம் பயன்படுத்தும் சோப்புகளில் உள்ள வேதிப் பொருட்கள் தோல்மீது ஒரு படலத்தை ஏற்படுத்துகிறது. எனவே இயற்கை முறையில் தயாரிக்கப்பட்ட சோப்புகள்தான் சிறந்தவை. வியர்வை நாற்றத்தைத் தடுப்பதற்கான (ஸ்பிரே) பயன்படுத்தினால் அது கல்லீரலை பாதிக்கக்கூடியது. வியர்வை என்பது நச்சுகளை உடலிலிருந்து வெளியேற்றும் இயற்கையான முறையாகும். அதனைத் தடுத்தால் ஈரல், சிறுநீரகங்கள், நுரையீரல்கள் ஆகியவற்றிற்கு சுமைகூடும் உடலின் உள் சூழலுக்கும், வெளிச்சூழலுக்கும் இடையே ஏற்படும் பரிமாற்றத்திற்குப் பெரிதும் உதவும் உறுப்பாக தோல் உள்ளது. நச்சுப்பொருள்களை வெளியேற்றுவதில் சிறுநீரகத்தின் வேலையைத் தோல் பகிர்ந்து கொள்கிறது. எனவே தைராய்டு குறைபாட்டினை நீக்குவதற்கு

முதலில் நச்சுக்களை வெளியேற்ற வேண்டும்.

அதிக உயிர் சத்துள்ள உணவு வகையிலான பழங்கள், பச்சைக் காய்கறிகள்,. முளைகட்டிய தானியங்கள், கொட்டைகள், பருப்பு வகைகள் ஆகியவற்றைச் சாப்பிடுவது இதற்கு மிகசச்சிறந்த தீர்வாகும். உண்ணும் பழக்கங்களை உடல் நலத்திற்கேற்ப மாற்றிக் கொள்ளுதல், உடலில் சூரிய ஒளியை பட அனுமதித்தல், நேர்மறை எண்ணங்கள், வெள்ளைநிற உணவுகள் மற்றும் அசைவ உணவுகளை தவிர்த்தல் ஆகியவற்றின் மூலம் தைராய்டு சுரப்பியின் செயல்வேகத்தை அதிகப்படுத்தலாம். தைராக்சின், எல்ட்ராக்சின் மாத்திரைகள் தைராய்டு சுரப்பிக்கு பாதிப்பினை ஏற்படுத்துவதுடன் வேறு பக்க விளைவுகளையும் உருவாக்கக்கூடியவை. தைராய்டு குறைவுநிலை என்பது தைராய்டு சுரப்பிசார்ந்த ஒரு நோய் அல்ல. வெறும் சத்துக் குறைபாட்டினால் ஏற்படுவதே தேவையான சத்துணவை முறையாக சாப்பிட்டு வந்தால் இரண்டு மூன்று மாதங்களில் தைராய்டு நோய் குணமாகிவிடும். வாழ்நாள் முழுக்க மருந்து சாப்பிட வேண்டிய அவசியமில்லை.

இன்றைய காலக்கட்டத்தில் பொதுவாக மனிதர்களுக்கு வரும் நோய்களை இதன் கீழ் பட்டியல் இட்டுள்ளேன். அவற்றில் 98% நோய்கள் மன அழுத்தம் மற்றும் வாழ்முறை சார்ந்ததாக உள்ளன. எல்லா நோய்களுக்கும் காரணம் ஒன்றே.

1. செரிமான முறையில் குறைபாடு

2. நச்சுப்பொருள்களும் வீண் பொருள்களும் உடலில் சேருதல்

3. உடல் உழைப்பு இல்லாமை அல்லது வீட்டுக்குள்ளேயே இருத்தல், சூரிய ஒளி உடலில் படுமாறு செய்யாமை

4. கோபம், அச்சம், துக்கம், கவலை, பொறாமை, எதிர்மறை எண்ணங்கள்

5. பதனிடப்பட்ட, சுத்திகரிக்கப்பட்ட, நறுமணப்பொருள்கள் சேர்க்கப்பட்ட, நீண்டநாள் பாதுகாக்கப்பட்ட உணவுப் பொருள்களை உண்ணுதல்

6. முறையற்ற உண்ணும் பழக்கங்கள் (பசியில்லாமல் சாப்பிடுதல், நன்றாக மென்று சாப்பிடாமை, சாப்பிடும்போது தண்ணீர் குடித்தல்)

7. மனிதர்க்கு ஒவ்வாத உணவு பழக்கங்கள் (அசைவ உணவு, முட்டை, பால், பால்பொருள்கள்)

8. வெள்ளைநிற உணவுகள் (தீட்டப்பட்ட அரிசி, தீட்டப்பட்ட சர்க்கரை, அயோடின் உப்பு, மைதா, பால்)

9. சரியான தூக்கமின்மை மற்றும் முறையற்ற தூங்கும் பழக்கங்கள்.

10. மிகையான பழக்க வழக்கங்கள், தேனீர், குளம்பி, புகைபிடித்தல், மது ஆகியவற்றிற்கு அடிமையாகுதல்.

எந்த நோயினால் மக்கள் துன்புற்றாலும் சரி மேலே குறித்த ஏதாவது ஒரு தவறை அவர்கள் செய்வார்கள். மாறி மாறி பல மருத்துவர்களை பார்க்கிறோம், மருந்துகளையும், மருத்துவர்களையும் அடிக்கடி மாற்றுகிறோம். ஆனால் நோய்களுக்கு அடிப்படை காரணமான வாழ் முறையை மாற்றுவதற்கு எந்த அக்கறையும் கொள்வதில்லை. இயற்கையில் உயிரினங்கள் ஏராளமாக வாழ்கின்றன. அவை இயற்கையோடு சேர்ந்து வாழ்வதால் மருத்துவர்கள், மருந்துகள், அறுவை சிகிச்சைகள் ஆகியவற்றை நாடி அவை செல்வதில்லை. ஆனால் மனிதன் மட்டும் இயற்கையிலிருந்து வெகுதூரம் விலகிச் சென்று தாறுமாறான வாழ்க்கை முறையில் செல்வதால் நோய்களுக்கு ஈடு கொடுக்க முடிவதில்லை.

சில நோய்களுக்கான அறிகுறிகளை உடல் வெளிக்காட்டும் பொழுது இயற்கையாகவே அவற்றிற்குத் தீர்வு காணாமல் மருந்துகளையும், மருத்துவர்களையும் கொண்டு உடலுக்கு தீங்கு இழைக்கிறோம். தீரா நோய்களுக்கு இது காரணமாகிறது. தாவரங்களிலிருந்து கிடைக்கும் உணவுப் பொருட்களையும் நாம் வாழும் இடத்தில் அந்த தட்ப வெட்ப நிலைக்கு ஏற்ப வளரும் தாவர உணவுகளையும் நாம் சாப்பிட வேண்டும். நாகரிகம் என்ற

பெயரில் இறக்குமதி செய்யப்பட்ட பழங்களை உண்ணுதல் இயற்கைக்கு மாறானது. வெளிநாடுகளிலிருந்து அனுப்பப் படும் பழங்கள் பாதுகாப்புக்கான வேதிப்பொருள்கள் சேர்க்கப்படாமல் இறக்குமதி செய்யப்படுவதில்லை. பன்னாட்டு நிறுவனங்கள் விளம்பரப்படுத்தும் கடை பிடிக்கும் உணவு முறைகளை நாம் பின்பற்றினால் அதிகமான நோய்கள் வருவதற்கு வாய்ப்புண்டு.

மென்பானங்கள் கழிப்பறைகளைக் கழுவுவதற்கு மட்டுமே ஏற்றவை. அதனை யானைக்கு கொடுத்தால் அதற்கு கூட எலும்பு நலிவு நோய் வந்து கால்கள் ஒடிந்துவிடும். அடுத்ததாக பக்கெட் சிக்கன் எனப்படும் கோழி இறைச்சி உணவுகள், பர்கர்கள் ஆகியவற்றை கொடுத்தால் நாய்களுக்குக் கூட புற்றுநோய் வரும். பன்னாட்டு உணவு நிறுவனங்கள் பயன்படுத்தும் கோழிகள் பல நாட்களுக்கு முன் இறந்தவை, இதை பதப்படுத்தி நமக்கு உணவாக கொடுக்கிறார்கள். வெளிநாடுகளிலிருந்து வரும் ஏராளமான உணவுகள் உலகில் எந்த உயிர் இனத்திற்கும் ஏற்றதாக இல்லை. வியாபாரத்திற்காக அது விற்கப் படுகிறது. உங்கள் பைகளிலுள்ள பணத்தைப் பிடுங்கி விடுவதுதான் அந்த நிறுவனங்களின் நோக்கம். அவர்களுடைய நாடுகள் இதனால் செழிக்கின்றன.

இந்தியர்களாகிய நாம் நோய்களுக்கு ஆளாவதுடன் பொருளாதார வீழ்ச்சிக்கும் உள்ளாகிறோம். மருத்துவமனைகள், மருந்து நிறுவனங்களின் முகவர்களாக இப்பொழுது மாறிவிட்டனர். ஒருசில நோய்களுக்கான எளிய தீர்வினைப்பற்றி இந்நூலில் நாம் இதுவரை பேசி இருக்கிறோம். அனேக நோய்கள் வராமல் தடுக்கவும் வந்தபின் அவற்றைத் தீர்க்கவும் உரியவழி இயற்கையை சார்ந்து வாழ்வதுதான். எளிய வாழ்க்கை முறை, தேவையான பழக்கங்களை நலம்பெறும் வகையில் மாற்றுதல், உணவு, நீர், காற்று ஆகியவற்றை முறையாக அணுகுதல், பயிற்சி அல்லது யோகா செய்தல், மலச்சிக்கல் இல்லாதிருத்தல், தேவையான ஓய்வு, நேர்மறை எண்ணங்கள், மலர்சியான சொற்கள், நல்ல செயல்கள் இயற்கையின் போக்கில் செல்லுதல் அதன் அழகிலும், நல்ல தன்மையிலும், ஈடுபட்டு அதனை அனுபவித்தல் ஆகியவை நோய் இல்லாத, மருந்து இல்லாத, வலியில்லாத, மருத்துவர் சாராத,

அறுவை சிகிச்சை இல்லாத வாழ்க்கையை உங்களுக்கு அளிக்கும். உடம்பை அதன்போக்கில் அனுமதித்தால் தானாகவே நோயை அது தீர்த்துக் கொள்ளும் என்று எப்போதும் நம்புங்கள். நீரழிவு மருந்துகளைச் சாப்பிடுவதால் நீரழிவு நோயையும், உயர் ரத்த அழுத்தத்திற்கான மருந்துகளை சாப்பிடுவதால் அந்நோயையும் தடுக்க முடியாது. ஆக, நம் கல்லீரலில் உள்ள பலகோடி அணுக்கள் செயல்பட்டுக் கொண்டே இருக்கின்றன. ஆனால் அவை சில நாட்களில் அல்லது சில மாதங்களில் இறந்துபோகின்றன. புதிய அணுக்கள் உருவாகின்றன இந்த மாற்றம் தொடர்ந்து நடந்து கொண்டே இருக்கிறது. புதிய உடல் அணுக்கள், உணவு, நீர், காற்று ஆகியவற்றால் உருவாக்கப் படுகின்றன. நம் உடம்பு மருந்துகளால் உருவாக்கப்படுவதில்லை. உயிராற்றல் அல்லது பிராணன் என்பது உணவு, நீர், காற்று ஆகியவற்றில்தான் உள்ளது. இதனால் உருவாகும் புதிய உடல் அணுக்கள் திறம்பட செயல்படக்கூடியன.

உணவே மருந்து, மருந்தே உணவு... திருவள்ளுவர்.

27

மன அழுத்தம், கோபம், அச்சம் உள்ளுக்குள் ஒரு போர்

நாம் வாழும் **21-ம்** நூற்றாண்டில் மனித வாழ்க்கையானது மிகவும் அழுத்தம் நிறைந்தது. வாழும் தரமான வாழ்வு மிகக் குறுகியதாகவும், இறப்பை நோக்கிச் செல்லும் துன்ப வாழ்வு பெரிதாகவும் இருக்கிறது. அதாவது நீண்ட நாள் நோய் அழிவை ஏற்படுத்தும் நோய்கள், நாள்பட்ட நோய்கள் ஆகியவற்றால் வாழும் வாழ்நாள் காலம் அதிகமாக உள்ளது. இதனுள் இதயநோய், புற்றுநோய், மூளைதாக்குதல், கண்குறைநோய், சோர்வு, தசை இயக்கமின்மை, வயிற்றுப்புண், நடுக்க நோய், மறதி, நோய் எதிர்ப்புத்திறன் குறைவு ஆகியவை அடங்கும். மன அழுத்தத்தால்

உள்ளுக்குள் ஒரு போர் நடந்து கொண்டே இருக்கிறது. எடுத்துக்காட்டாக உடலில் ஒவ்வொரு அணுக்குள்ளும், ஓர் உலை இயங்கிக் கொண்டிருக்கிறது. எரிந்து கொண்டிருக்கும் தீயை நீங்கள் கற்பனை செய்து பாருங்கள்; அது பாதுகாப்பாகத் தான் பெரும்பாலும் எரிந்து கொண்டிருக்கிறது. ஆனால் அதிலுள்ள விறகில் ஏதோ ஒன்று வெடித்து உங்கள்மேல் விழுந்து உங்கள் சட்டையைப் பொத்தலாக்குகிறது. ஓரே ஒரு சிறிய துளையாக இருந்தால் அதைப்பற்றி கவலையில்லை. அதை மறைத்துவிடலாம். ஆனால் ஒவ்வொரு மாதமும் இவ்வாறு வெடித்து வெடித்து அதே துணி ஆண்டுதோறும் துளையிடப்பட்டால் அந்த துணி கடைசியாக என்னவாகிறது. கந்தலாகி ஓட்டை நிறைய விழுந்து எதற்கும் பயனற்றதாகிறது இந்த நிலைதான் உடம்புக்கும் ஏற்படுகிறது.

மிக அதிகமான மன அழுத்தம், துக்கம், பொறாமை, கோபம், அச்சம், கவலை, காற்று, மாசு, புகைப்பிடித்தல், மருந்துகள், பதப்படுத்தி பாதுகாக்கப்பட்ட உணவுகள் போன்றவற்றால் வெடிப்புக்குள்ளாகும் செல்களிலிருந்து வெளியாகும் எலக்டான்கள் ஒருவகை போரிடும் அணுக்கூறுகளை வெளியிடுகின்றன. உடலின் எந்த உறுப்பு அதிகமாக இத்தகைய அணுக்களின் தாக்கத்திற்குள்ளாகிறதோ அந்த உறுப்புகள் நலிவு தரும் நோய்களுக்கு உள்ளாகின்றன. இந்த பாதிப்புக்கு உட்படும் கண்களுக்கு புரைநோய் வருகிறது. ரத்த நாளங்கள் என்றால் அவை இதய தாக்குதலுக்கு உள்ளாகின்றன. மூட்டுகளுக்கு மூட்டுவலி வருகிறது, மூளை பாதிக்கப்பட்டால் பார்க்கின்சன் எனப்படும் நடுக்கல் நோய் அல்லது மறதி உண்டாகிறது. தோலில் செல் உதிர்வு நோய், படை போன்றவை உண்டாகின்றன. நம் உடம்பினுள் போரிடும் அணுக்கூறுகள் முடிந்தவரை போரிட்டுப் பார்க்கின்றன. இதிலிருந்து தீர்வு பெறவேண்டுமானால் அமைதியாக வாழ்வின் நோக்கத்தைப் புரிந்து நடந்து கொள்ள வேண்டும். புற்றுநோய்க்கு எதிரான உணவு வகைகளை அதிகமாக உண்ணவேண்டும். புற்றுநோய்க்கு எதிரிகளில் உள்ள எலக்டரான்கள் போரிடும் அணுக்களுடன் இணைந்து அதனை அழித்து வெளியேற்றுகிறது.

புற்றுநோய் எதிர்ப்பிகள் என்பன வைட்டமின்கள் ஏ, சி, டி, இ, கே துத்தநாகம், செலீனியம், மெக்னிசியம், மாங்கனிஸ்,

வைட்டமின் பி6, பி12, போலிக் அமிலம் போன்றவை. இவை பெரும்பாலும் எல்லா தாவரங்களிலிருந்தும் கிடைக்கிறது. தாவரங்களிலிருந்து கிடைப்பவற்றை நம் உடல் ஏற்றுக் கொள்ளப்படுகிறது. அசைவ உணவுகள், அல்லது மாத்திரைகள் அல்லது பதனிடப்பட்ட பொருள்களிலிருந்து கிடைப்பதை நம் உடல் ஏற்றுக் கொள்வதில்லை முக்கியமாக எலுமிச்சை, மாதுளை, திராட்சை, கொய்யா, நெல்லிக்காய் ஆகிய அனைத்தும் நம்மைச்சுற்றி வளரும் தாவரங்கள் இவை அனைத்திலும் புற்றுநோய் எதிர்ப்பிகள் ஏராளமாக உள்ளன. இதனை சமைத்த உணவுகள் அழித்து விடுகின்றன. எண்ணெயில் நன்றாகப் பொரித்த உணவுகள், நீண்ட நேரம் நன்றாக சமைத்த உணவுகள் ஆகியவை போரிடும் அணுக்கூறுகள் உற்பத்தி ஆவதற்கு காரணமாகின்றன.

அசைவ உணவும் மற்ற விலங்குகள் சார்ந்த உணவு தயாரிப்புகளும் இதனை பெரிதும் ஊக்குவிக்கின்றன. எனவே பழங்களை அதிகமாக உண்ண வேண்டும். ஒருவேளை உணவை பழத்திற்காகவே ஒதுக்கி விடலாம். இதனால் ஒரு நாளைக்குத் தேவையான உயிர் சத்துக்களும் கனிமங்களும் நம் உடம்பிற்கு கிடைக்கின்றன. சமைத்த உணவைக் குறைப்பதும், அசைவ உணவைத் தவிர்ப்பதும் இதற்குப் பெரிதும் உதவும். வெள்ளை நிற உணவுகள் தேனீர், குழம்பி, துரித உண்பண்டங்கள், ரொட்டிகள், சாக்லட்டுகள், சிப்ஸ்சுகள், மென் பானங்கள், ஊறுகாய் போன்ற பாதுகாக்கப்பட்ட உணவுகள் போன்றவற்றை தவிர்த்தால் அனேக நீண்ட நாள் நோய்கள் குணமாகும். ஒரு நாளைக்கு ஒரு தடவை எலுமிச்சை சாறு குடித்தால் இளமையாக இருப்பதோடு பல நோய்களைத் தள்ளி வைக்கலாம். சூரியகாந்தி விதைகள், தேங்காய், கடலை ஆகியவற்றில் வைட்டமின் இ உள்ளது. அதன் எண்ணெயைப் பயன்படுத்தாமல் நேரடியாக இவற்றைச் சாப்பிட வேண்டும்.

கீரைகளை பெரும்பாலும் நாம் சமைத்து உண்கிறோம். அதற்கு மாற்றாக கறிவேப்பிலை, கொத்தமல்லி ஆகியவற்றின் சாற்றைக் குடிக்கலாம். சமைக்காத பதப்படுத்தப்படாத உணவில்தான் புற்றுநோய் எதிர்ப்பிகள் உயிர்த் தன்மையோடு இருக்கின்றன. எனவே நேரடியாக அவற்றை உண்பதும் அருந்துதலுமே முழு நலம் தரும்.

28

தடுப்பூசி போடுதல் – ஆபத்தானது. மனவளர்ச்சிக் குறைபாட்டிற்கு உண்மையான காரணம்.

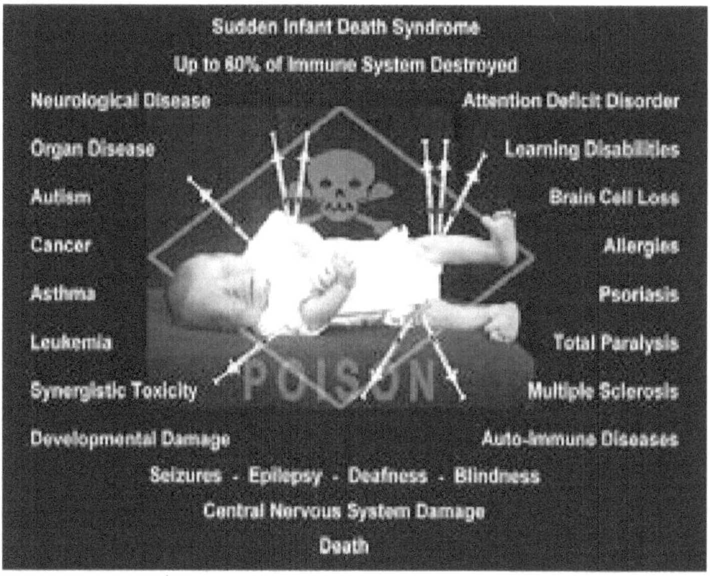

தடுப்பூசி போடுவது என்பது மருந்து தயாரிக்கும் தொழிற் துறை பணம் சம்பாதிப்பதற்குரிய வளமான வழியாகும். பெற்றோர்களை பயமுறுத்தி இத்தகைய மருந்துகளை மருத்துவர்கள் பரிந்துரைத்து அவற்றை வளர்த்தெடுக்கிறார்கள். இயற்கையாக நோய் வரும்போது ஏற்படும் இடர்களை மிக பெரிதாக்கி மக்களை அச்சத்திற்குள்ளாக்குகிறார்கள். தடுப்பூசியைப் பற்றி தவறாக எதுவும் சொல்லிவிடாதவாறு மருத்துவர்களுக்கு பயிற்சி அளிக்கப்படுகிறது.

எனவே ஆண்டுக்காண்டு தடுப்பூசி காலமுறைகள் வளர்ந்து கொண்டே வருகின்றன. எனவே முதலில் இந்த தடுப்பூசிகளில் என்னவெல்லாம் உள்ளன. அது எப்படி வேலை செய்கிறது என்பதை முதலில் நாம் புரிந்து கொள்ள வேண்டும். மஞ்சள் காமாலை, காசநோய், தட்டம்மை, கழுத்துக் கழலை, இளம்பிள்ளை வாதம், மூளைக்காய்ச்சல் முதலியவை வராமல் தடுப்பதற்காக இந்த தடுப்பூசிகள் போடப்படுகின்றன என்று சொல்லப்படுகிறது. பி.சி.ஜி. தடுப்பூசி காசநோய் தடுப்புக்காக போடப்படுகிறது. அதில் காசநோய் பேக்டிரியாக்கள் கொல்லப்பட்டோ, ஆற்றல் குறைக்கப்பட்ட வடிவத்திலோ உள்ளன. இந்த தடுப்பூசிகளில் உள்ள பாக்டிரியா, அல்லது வைரஸ் கொல்லப்பட்டுள்ளது அல்லது அதன் உயிர் வீழ்ச்சி பெரிதும் குறைக்கப்பட்டு அல்லது பாதி இறந்த நிலையில் உள்ளது. இறந்த பாக்டிரியாவை உடலில் ஊசி மூலம் செலுத்தினால் எவ்வாறு நோயை அது தடுக்கும்? அல்லது நோய் வராமல் காக்கும்? பாக்டிரியா அல்லது வைரஸ்சுக்கு எதிராக நோய் வராமல் காக்கும் நிலையை உருவாக்குவதற்காக தடுப்பூசி போடப்படுவதாக சொல்லப்படுகிறது. அந்த நோய் எதிர்ப்புத்தன்மையை உருவாக்க முடியாது. ஏன் என்றால் அது பாதி இறந்த நிலையில் உள்ளது. எனவே உள்ளே செலுத்தப்பட்ட தடுப்பூசி மருந்தை எதிர்த்து உடம்பு போரிடுகிறது.

இந்த தடுப்பூசி போட்ட பின்னர் ஊசி போடப்பட்ட இடத்தில் வீக்கம் உண்டாகிறது. இதன் பொருள் என்னவென்றால் தடுப்பூசிகளில் உள்ள இறந்த பாக்டிரியாக்களின் வேதிப்பொருள்களை வெளித்தள்ளுவதற்கு முழு சக்தியையும் பயன்படுத்தி இயற்கையான நோய் எதிர்ப்புத் தன்மையை உடல் வெளிக்காட்டுகிறது. இது பல மாதங்களுக்கு நீடிக்கிறது. தோலில் நோய் எதிர்ப்பு தன்மையை நமது உடல் பெற்றிருந்தாலும் இந்த தடுப்பூசிகளிலிருந்து வரும் நச்சுகள் உடம்பில் கசிந்து ரத்தத்தில் கலந்து தொண்டை அழற்சி நோயை உருவாக்குகிறது.

இதனால் அனைத்து சுரப்பிகளும் குறிப்பாக கல்லீரல், மண்ணீரல், எலும்பு மச்சை முதலிய உறுப்புகளை வலிவிழக்கச் செய்கிறது. பிறந்த குழந்தை முதல் ஓராண்டு ஆகும் குழந்தை

வரை பாதி இறந்த பாக்டிரியா அல்லது வைரஸ் மற்றும் தீய வேதிப் பொருள்களின் சேர்க்கையால் குழந்தையின் உடல் தடுப்பூசிகளில் உள்ள நச்சுகளை வெளியேற்றும் வேலையை செய்து கொண்டிருக்கிறது. அதனால் இயற்கையான நோய் எதிர்ப்பு சக்தி உருவாக்குவதற்கு நம் உடலிற்கு சக்தியும், நேரமும் குறையும் காரணத்தினால் வகை வகையான பாக்டிரியாக்களும், வைரஸ்களும் பச்சிளம் குழந்தைகளைத் தாக்குகின்றன. இவ்வாறு குழந்தையிடம் இயல்பாக உள்ள நோய் எதிர்ப்புத்திறன் தடுப்பூசியை எதிர்த்துப் போரிடும் காலமான **12** மாதங்களில் மிக அதிகமாக வீணாகிறது.

இதனால் நோய் எதிர்ப்புத் திறன் இழப்புக்குள்ளாகி செரிமான உறுப்புகள் கல்லீரல், மண்ணீரல் ஆகியவை நலிவுறுகின்றன. இதனால் செரிமானம் இன்மை, கழிச்சல் நோய், வயிற்று வலி முதலியவை குழந்தைக்கு உண்டாகின்றன. இதுவே நீண்டகால நோய்களாக பின்பு மாறுகின்றன. இயற்கையான நோய் எதிர்ப்புத் திறன் வேறுவகையில் மாற்றப்பட்டு வீணடிக்கப்படுவதால் பொதுவான தடுமன், இருமல், தும்மல், மூக்கு ஒழுகுதல் ஆகியவை ஏற்படுகின்றன. இது இன்னும் அதிகமாகும்போது ஆஸ்துமா, மூச்சிரைப்பு நோய் காசநோய், நிமோனியா நுரையீரல், செயல் இழப்பு ஆகியவற்றை உருவாக்குகின்றன. பச்சிளம் குழந்தைக்கு தடுப்பூசி போடாவிட்டால் குறிப்பிட்ட பேக்டிரியா அல்லது வைரசை கொல்வதற்கான நோய் எதிர்ப்புத்திறன் இயற்கையாகவே அதன் உடலில் உள்ளதால் அந்த பாக்டிரியா, மற்றும் வைரஸ்களை மிக நன்றாகக் குழந்தையின் உடல் தடுத்து அவற்றைச் சமாளிக்கும்

29

தடுப்பூசிகளில் உள்ள அதிர்ச்சிதரும் வேதிப்பொருட்கள்

நமக்குப் பல்வேறு நோய்கள் வருவதுபோன்று மிருகங்களுக்கு வருவதில்லை. நீரழிவு, உயர் ரத்த அழுத்தம், வயிற்றில் அமிலத்தன்மை அதிகரித்தால், பல் கொட்டுதல், முடி நரைத்தல் போன்றவை பிராணிகளுக்கு வருவதில்லை. அவற்றிற்கு இருமல், தும்மல், ஆஸ்துமா, மூக்கு ஒழுகுதல் ஆகியவைகூட மழையில் நனைந்தால் வருவதில்லை. பொதுவாக மருந்து தடுப்பு மருந்துகள் விலங்குகளிடமிருந்து உறிஞ்சி எடுக்கப்பட்ட திரவக் கூறுகளிலிருந்து தயாரிக்கப்படுகின்றன. பி.சி.ஜி, எம்.எம். ஆர். போலியோ, ரோட்டா வைரஸ், நியுமோகாக்கை முதலிய மருந்துகள் பொவைன் எனப்படும் கன்றுக்குட்டியின் சீரத்திலிருந்து தயாரிக்கப் படுகிறது.

எல்லாத் தடுப்பு மருந்துகளும், பிற மருந்துகளும் முதலில் எலிகளுக்கு கொடுத்து பரிசோதிக்கப்படுகின்றன, அடுத்து குரங்குகளுக்கும் பின்னர் மனிதர்களில் தாமாக விரும்பி சோதனைக்கு உட்படுவோருக்கும் மருந்தின் வீரியம் மற்றும் அது வேலை செய்யும் விதம் ஆகியவற்றை கணிப்பதற்காகக் கொடுக்கப்படுகின்றன. பேக்டீரியா அல்லது வைரஸ்களுக்கு கொடுக்கப்படும் தடுப்பூசிகளின் வீரியத்தைத் தடுப்பதற்காகப் பசுக்களுக்கு அவை மகப்பேறு நிலையில் இருக்கும்போது முதலில் ஊசியின் மூலம் செலுத்தப்படுகிறது. கன்று போட்ட பின்னும் இவ்வாறு செலுத்தப்படுகிறது. அந்த கன்றிலிருந்து சீரத்தை எடுத்து அத்துடன் தீங்கான வேதிப்பொருள்களான டைபேசிக் பொட்டாசியம் பாஸ்பேட், மனித ஆல்புமின், ஹைரோலைஸ்டு ஜிலட்டின், சோடியம் பை கார்பனேட்,

சார்பில்டால், பொட்டாசியம் குளோரைடு பார்மல் டி கைடு போன்றவை கலக்கப்படுகின்றன. மூளைக் காய்ச்சலுக்கான மெனிஞ்சோ காக்கல் தடுப்பூசியில், லேட்டோஸ், சோடியம் குளோரைடு, திமரோசால்,. (எத்தில் மெர்குறி) ஆகியவை உள்ளன. பாதரசம் அனேக தடுப்பூசிகளில் காப்புப் பொருளாக பயன்படுத்தப்படுகிறது. மனவளர்ச்சி குறைந்த நோய் வருவதற்கு இதுதான் முக்கிய காரணமாகும். அதிகமாக தடுப்பூசி போடும் எண்ணிக்கை கூடும்பொழுது மனவளர்ச்சி குறைந்த குழந்தைகளின் எண்ணிக்கையும் அதிகமாகிறது. சிசு தாய் ஆகியோருக்கு போடப்படும் தடுப்பூசிக்கும், ஆட்டிசம் நோய்க்கும் நேரடியாகத் தொடர்பு உண்டு. அதே போன்று மகப்பேறு காலத்தில் கால்சியம் மாத்திரைகள், இரும்புச்சத்து, போலிக் அமில மாத்திரைகள் சாப்பிடுவதால் ஆட்டிசம் ஏற்பட காரணமாகிறது. இவ்வாறு நாம் இயற்கையில் இருந்து பிரிந்து வெகுதூரம் சென்று விட்டதால் அது நம்மைத் தண்டிக்கிறது.

எந்தப் பிராணியும் குருடாகவோ, ஊனமுற்றோ பிறப்பதில்லை. அவற்றிற்கு மருத்துவரிடம் சென்று கால்சியம், இரும்புச்சத்து மாத்திரைகளை பெறவேண்டிய அவசியமில்லை. அவை மகப்பேறு காலத்தில் தூய்மையற்ற தண்ணீரைக் குடித்தாலும் அவற்றிற்கு நோய் வருவதில்லை. நோய்கிருமிகளால் மட்டும் நோய் தொற்று பிடிப்பதில்லை என்பதை முதலில் நாம் புரிந்து கொள்ள வேண்டும். உடம்பில் நச்சுப்பொருள்கள், வீண்பொருள்கள் அதிகமாக சேரும்பொழுது நோய்க்கிருமிகள் பலமடங்கு பெருகி அந்த நச்சுக்களை உண்கின்றன. அவற்றை தின்று முடிப்பதற்காகவே அவை பல லட்சமாக பெருகுகின்றன. இவ்வாறு எண்ணிக்கை பெருகிய நோய்க்கிருமிகள் மற்றும் நச்சுக்களை வெளியேற்றுவதற்காகவே காய்ச்சல் உண்டாகிறது.

ஒரு சாக்கடையில் கொசுக்கள், ஈக்கள், மூட்டைப் பூச்சிகள் போன்ற பல்வேறு வகையான பூச்சிகள் உள்ளதையும், தூய்மையான தண்ணீரில் அவை இல்லாததையும் சற்று எண்ணிப்பார்க்கலாம். அதேபோன்று நம் உடம்பில் நச்சுகளும், தேவையற்ற பொருள்களும் அதிகமாக சேரும் பொழுது கிருமிகள் பல மடங்கு பெருகி நன்மை

செய்ய முனைகின்றன. ஆக, எல்லாத் தடுப்பூசிகளிலும் விலங்கின் சாரம் உள்ளது. இது நமக்கு பொருந்தாதது மேலும் அலுமினியம் பாஸ்பேட், அம்மோனியம் சல்பேட், மெக்னீசியம் சல்பேட், பெரிக் நைட்ரேட் போன்ற வேதிப்பொருள்கள் உடலுக்குத் தீங்கு தருவன. இவை ஆய்வுக் கூடங்களில் இருக்க வேண்டியவை இவற்றை பச்சிளம் குழந்தைகளுக்கு ஊசி மூலம் செலுத்தும் பொழுது அவற்றின் உடம்பில் வீக்கம், அரிப்பு, இருமல், சரியான தூக்கமின்மை, வாந்தி, மலச்சிக்கல், சிரங்கு, மூச்சுக்கோளாறுகள், வலிப்பு, வலி, காய்ச்சல், நிம்மோனியா வயிற்றுப்போக்கு, குளிர் காய்ச்சல், கண் சார்ந்த நோய்கள் இன்னும் எத்தனையோ நோய்களுக்கு இவை காரணமாகின்றன. உண்மையிலேயே நீங்கள் கடவுளை விரும்பினீர்கள் என்றால் இயற்கை கொடுத்த குழந்தையை இவ்வாறு வேதிப்பொருள்களையும், விலங்குகளின் சாரங்களையும் கொடுத்து கொடுமைப்படுத்துவீர்களா. இதைத் தாங்கக்கூடிய சக்தி உள்ள குழந்தைகள் இதிலிருந்து தப்பி விடுகின்றன. இயற்கையான உணவுப்பொருள்களைச் சாப்பிடாத மற்றும் மன அழுத்தம் உள்ள தாய்மார்களுக்குப் பிறக்கும் குழந்தைகள் அதிகமாக இந்த வேதிப்பொருள்களின் பாதிப்புக்கு ஆளாகிறார்கள்.

ஏறத்தாழ எல்லாக் குழந்தைகளுமே பிறக்கும்போது நன்றாகத்தான் பிறக்கிறார்கள். நாட்கள் செல்லச் செல்ல அவர்கள் வளரவளர நோய்த்தொற்று ஏற்படுவதால் நரம்பு சார்ந்த நோய்கள் ஏற்பட்டு கவனக்குறைவு நோயான ஆட்டிசம் வருகிறது. ஏனென்றால் தடுப்பூசிகளிலுள்ள வேதிப் பொருள்கள் ரத்தம் - மூளை தடுப்பைத் தாண்டிச் செல்வதால் ஆட்டிசம் நோயை ஏற்படுத்துகின்றது. நவீன மருந்துகள் எந்த நோயையும் தடுப்பதில்லை. எடுத்துக்காட்டாக நீரழிவு நோய் மருந்துகள் அது வராமல் தடுப்பதில்லை, அதேபோன்று எந்த நோய்தொற்று வராமலும் தடுப்பூசிகள் தடுப்பதில்லை. ஏனென்றால் தடுப்பூசி மருந்தை எதிர்த்துப் போரிடுவதே உடலுக்கு ஒரு வேலையாகிப் போகிறது. பாதி கொல்லப்பட்ட பேக்டீரியா அல்லது வைரசை எதிர்த்து உடல் வேலை செய்வதில்லை. எந்த நோய்க்கும் காரணம் எதுவாக இருப்பினும் இயற்கையிடமிருந்து அதற்கான தீர்வு கிடைக்க வேண்டும். அது உணவு முறையால்

ஏற்படவேண்டும். குளிர்காலத்தில் பெரும்பாலானவர்களுக்கு நோய்கள் வருவதற்கு காரணம் பேக்டீரியாவோ, வைரசோ இல்லை. உணவும் அதை உண்ணும் முறையும் தான் காரணம். ஏனெனில் கோடைக்காலத்தைப் போன்று குளிர்காலத்திலும் அதேபோன்று செரிமான சக்தி இருப்பதில்லை. சூரிய வெப்பம் இருக்கும்போது செரிமானம் செய்யக்கூடிய தீ அல்லது சக்தி அதிகமாக இருக்கும். குளிர்காலத்தில் அது குறைவாக இருக்கும். எனவே ஆண்டு முழுவதும் ஒரே மாதிரியாக சாப்பிடும் முறை நமக்கு உதவுவதில்லை. அதற்கேற்ப உண்ணும் முறையை மாற்றிக் கொள்ள வேண்டும். அசைவ உணவுகள், எண்ணெயில் முழுதும் பொரிக்கப்பட்ட உணவுகள், பாதுகாக்கப்பட்ட உணவுகள் ஆகியவற்றை குளிர்காலத்தின் போது செரிப்பதற்கு பெரும்பாடுகிறது.

ஆகவே பல்வேறு வகையான பழங்கள், பச்சைக்காய் கறிகள் ஆகியவற்றை சாப்பிட்டு குளிர்காலத்தில் செரிமான பாதையை நன்றாக தூய்மையாக வைத்துக் கொள்ள வேண்டும். ஏனென்றால் பொருங்குடல் தான் எல்லாவகை பாக்டீரியாக்களுக்கும் இருப்பிடமாகும். பழங்கள், பழச்சாறுகள், சூப்புகள் ஆகியவற்றை அதிகமாக குடிப்பதுடன், சூரிய வெளிச்சம் உடம்பில் படுமாறு செய்தல், முறையான உடற்பயிற்சி சரியான தூக்கம், உணவு உண்ணும் முறைகள் ஆகியவற்றை ஏற்கனவே முந்திய பகுதிகளில் நாம் விரிவாகச் சொன்னவாறு கடைப்பிடித்து வந்தால் உடல் வலிமை குறையாமல் திட்பமாக இருக்கும். கிருமிகளுக்கு உணவு உள்ளே இல்லாதபோது உள்ளே அது எண்ணிக்கையில் பெருக முடியாது. ஆகவே நம் உடம்பையும், சுற்றுப்புறத்தையும் தூய்மையாக வைத்துக் கொண்டு நல்ல காற்றையும், உயிருள்ள நீரையும், உணவுகளையும் உண்டு வந்தால் நோயின்றி இன்பமாக வாழலாம்.

30

புற்றுநோய் இது ஒரு நோய் அல்ல: அது ஒரு நோய் தீர்வு முறையே

புற்றுநோயை இப்பொழுதே குணப்படுத்தலாம். ஆனால் மருந்துகளால் அல்ல. அறிவைக்கொண்டு குணப்படுத்தலாம்.

அவ்வப்போது நமக்கு ஏற்படும் தடுமன், இருமல், தும்மல், தலைவலி, காய்ச்சல், வாந்தி, வயிற்றுப்போக்கு ஆகிய நோய்களுக்கு மருந்துகளை எடுத்துக் கொள்கிறோம். நோய்களால் ஏற்படும் நச்சுகள் மற்றும் மருந்து நச்சுகள் ஆகியவை உடலில் இவ்வாறு பலநாள் சேரும்பொழுது அவை ஓரிடத்தில் ஒன்று சேருகின்றன. இதனால் அந்த இடத்தில் ரத்தம் பாய்வது குறைந்து விடுகிறது.

இது கட்டி அல்லது புற்றுநோயை உருவாக்குகிறது. உடனடியாக இறப்பு வராமல் உடம்பு உங்களை காப்பாற்றும் கடைசி முயற்சிதான் இது. நச்சுகள் தீங்குதரும் பொருள்கள் புற்றுநோயை உண்டாகக்கூடிய வேதிப்பொருள்கள், மருந்துகள், டானிக்குகள், ஆகியவை ஒன்று சேருவதுதான் புற்றுநோயாக மாறுகிறது.

இதில் ஆச்சரியமூட்டும் உண்மை என்னவென்றால் ஒவ்வொரு மனிதர்க்குள்ளும் புற்றுநோய் உருவாக்கும் கூறுகள் உள்ளன. ஆனால் அதை வெளியேற்றுவதில் உடம்பின் ஆற்றல் எத்தகையது என்பதைப் பொறுத்து புற்றுநோய் வருவது தீர்மானிக்கப்படுகிறது. நம் பெற்றோர் அல்லது முன்னோர்கள் யாரேனும் புற்றுநோயால் பாதிக்கப்பட்டு இருந்தால் நம்மையும் தாக்கும் என்று கூறி விடுவார்கள். ஆனால் இருமல், தும்மல், சளி போன்ற எண்ணற்ற நோய்களுக்கு கொடுக்கப்பட்ட மருந்துகள் புற்றுநோய் ஏற்படுத்தும் என திசை திருப்பி விடுவார்கள்.

ரத்தப்போக்கு பெண்களுக்கு அதிகமாகும் பொழுது அதற்காகவும், ஒழுங்கற்ற மாதவிலக்கின் போது வலி, குழந்தையின்மைக்கான மருந்துகள் ஆகியவை கருப்பை புற்றுநோய், சினைப்பை புற்றுநோய், மார்பக புற்றுநோய் ஆகியவை வருவதற்கு காரணமாகின்றன. அதே போன்று நீரழிவு, உயர் ரத்த அழுத்தம், கொழுப்பு குறைப்புக்கான மாத்திரைகளை சாப்பிடுவதால் ஈரல் புற்றுநோய், *Prostrate* புற்றுநோய் ஆகியவை வர காரணமாகலாம். எடுத்த எடுப்பில் நோயைப் போக்குவதற்கு மருந்துகள் தேவைப் படுவதில்லை. உடம்பில் சேரும் நச்சுகளை வெளியேற்றுவதற்காக இயற்கையான முறையில் தடுமன், இருமல், தும்மல், ஆகியவற்றின் மூலம் நமது உடல் அவற்றை வெளியேற்றப் பார்க்கிறது. நம்முடைய அறியாமையாலும் மருத்துவர்கள் உடல்நலம் பற்றி அறியாததாலும் நோய்களைப் பற்றியே அவர்கள் அதிகம் படிப்பதாலும் உடம்புக்கு மருந்துகளை கொடுத்து கடும் எதிர்விளைவுகளை ஏற்படுத்துவதால் அது புற்றுநோயாக மாறுகிறது.

இப்பொழுது புற்றுநோய் சிகிச்சை முறையைப் பார்ப்போம். புற்றுநோய் பாதிப்புக்குள்ளான அணுக்களை கொல்வதற்கு

கொடுக்கப்படும் நவீன மருந்துகள் உடம்பில் நன்றாக உள்ள அணுக்களையும் சேர்த்தே கொல்லக்கூடும். எனவே நோய் வருவதற்கான காரணத்தை அறிந்து அதன் வேரை வேர் அறுப்பது தான் சரியான சிகிச்சையாக இருக்க முடியும். ஏற்கனவே உடம்பில் குவிந்துள்ள நச்சுகள் நீக்கப்பட்டால்தான் இதனை குணமாக்க முடியும். மிகக் கடுமையான துன்பச் செய்திகள் தரும் மன அழுத்தத்தால் எல்லாவித புற்றுநோய்களும் வருகின்றன என்பதற்கு ஆதாரங்கள் அதிகமாகி வருகின்றன. மிக நெருங்கியவர்களின் இறப்பு, கணவன் மனைவி மணவிலக்கு, சொத்து பறிபோதல், விபத்துக்கள், சண்டை சச்சரவு, முரண்பாடுகள், ஏமாற்றப்படுதல், எதிர்மறை எண்ணங்களும், செயல்களும், உணர்ச்சி சார்ந்த முரண்பாடுகள், குற்ற உணர்வு, மானக்கேட்டு உணர்வு ஆகியவை நோய் எதிர்ப்புத் தன்மையை அழுத்தக்கூடிய தன்மை பெற்றன. அது மட்டுமின்றி செரிமானத் தன்மை உடல் உறுப்புகள் இயங்கும் தன்மை ஆகியவற்றாலும் ஏற்படும் கடுமையான மன அழுத்தம் புற்றுநோய்க்கு முக்கியக் காரணமாகிறது. இதனால் வெளிப்படும் ப்ரிட்ரேடிக்கல்ஸ் *(Free radicals)* என்பது இணையற்ற எலக்ரான் ஆகும். இத்தகைய செல்கள் இயல்பான ஆரோக்கியமான அணுக்களின் மீது ஊர்ந்து அவற்றல் உள்ள எலக்ரானை எடுத்துவிடுவதால் எலக்ரான் பங்கீடு சமநிலையற்று எந்த உறுப்பு பாதிக்கப்படுகிறதோ, அந்த உறுப்பில் புற்றுநோய் உருவாகிறது. எளிதாக இவற்றை நீக்குவதற்கு புற்றுநோய் எதிர்ப்பி உணவுகளை உண்ணவேண்டும். அவற்றில் வைட்டமின் சி, இ, சிங்கு, செலினியம், மெக்னீசியம், பாஸ்பரஸ் அதிகமாக உள்ள உணவை உண்பதால் இவற்றை தவிர்க்கலாம். உணவில் பிரிராடிக்கலுக்கும் புற்றுநோய் எதிர்ப்பிகளுக்கும் இடையே உள்ள சமநிலை கெட்டுவிடும்போது இச்சம நிலையற்ற உணவுகளை உண்ணும்போது அது புற்றுநோயை உருவாக்குகிறது. ஒவ்வொரு மனிதர்க்குள்ளும் புற்றுநோய் உருவாக்கும் தன்மை இருக்கத்தான் செய்கிறது.

இன்றைய கால கட்டத்தில் குழந்தைகளுக்குக்கூட ரத்த புற்றுநோய், அல்லது மூளை புற்றுநோய் வருகிறது. குழந்தை கருவிலிருக்கும் பொழுதே அது மன அழுத்தத்திற்கு உள்ளாகிறது.

தாயின் வயிற்றில் இருக்கும்பொழுதே தாய்க்கு சத்துமாத்திரைகள் என்ற பெயரில் போலிக் அமிலம், கால்சியம், இரும்புச்சத்து மாத்திரைகள் ஆகிய வேதிப்பொருள்கள் அடங்கிய மாத்திரைகள் கொடுக்கப்படுவதால் உடல் இயங்கியல் சார்ந்த அழுத்தத்தை மகப்பேற்றில் உள்ள தாய்க்கு அது உருவாக்குகிறது. இதனால் பிரிடாடிக்கல் செயல் அதாவது போரிடும் அணுக்களை வெளியிடுமாறு கட்டாயப்படுத்துவதால் உணர்ச்சி சமநிலை பாதிக்கப்பட்டு மன அழுத்தம் உண்டாகிறது. எனவே மன அழுத்தத்திற்குரிய ஹார்மோன்களை சுரக்கச் செய்கிறது. இதனால் ஆரோக்கியமான உடல் அணுக்களில் ஆக்சிடேசன் உண்டாவதால் குழந்தையும் தாயும் பாதிக்கப்பட்டு இயல்பான மகப்பேறு இல்லாமல் போகிறது. குழந்தைக்குத் தாய்பால் கொடுக்க முடிய வில்லை, மன நோய் பாதிப்புகள், உணர்ச்சி சார்ந்த கோளாறுகள் குழந்தை உருவாவதில் ஏற்படும் சிக்கல்கள் என்று மகப்பேறு காலத்தில் பல தொல்லைகள் ஏற்படுகின்றன. இது மட்டுமின்றி தடுப்பூசிகள் போடுவதால் உயிரி சார்ந்த அதிர்ச்சிகள் ஏற்படுவதுடன் தடுப்பூசி மருந்துகளிலுள்ள புற்றுநோய் உருவாக்கிகள், கவனச்சிதைவு நோயையும் உருவாக்குகின்றன.

சமச்சீர் அற்ற உணவு, பசும்பால், இறைச்சி, புரோட்டீன், பொரித்த உணவுகள், அமெரிக்க நாட்டு விரைவு உணவுகள் ஆகியவை குழந்தைகளின் உடல் நலத்தை பாதிக்கின்றன. இயற்கையில் இருந்து மனிதன் விலகிச் செல்வதை இது நன்றாகக் காட்டுகிறது. பல வகைகளில் தயாரிக்கப்படும், உணவுகள், மருந்துகள், அறிவியல் முறையில் (மிக மோசமான ஏமாற்றும் முறை) தயாரிக்கப்படும் உணவு மற்றும் மருந்துகள் ஆகியவற்றால் நாம் பல்வேறு நோய்கள் என்ற பெயரில் தண்டனைக்குள்ளாகிறோம். அண்மைக்கால ஆய்வுகளின்படி குழந்தைகளின் ரத்தத்தில் ஏறத்தாழ 250 வேதிப்பொருள்கள் இருப்பதாகவும் அவற்றில் பெரும்பாலானவை புற்றுநோய் உருவாக்கிகளாகவும் இருப்பதாக அறியப்படுகிறது. எடுத்துக் காட்டாக, பற்பசையில் உள்ள புளோரைடு, சோடியம், சேக்கரின் ஆகியவை மிக அதிகமான புற்றுநோய் உருவாக்கும் தன்மை கொண்டவை. ஆனால் அதைத்தான் நாம் பயன்படுத்திக் கொண்டிருக்கிறோம்.

நோய் நாடி, நோய் முதல் நாடி என்பதற்கிணங்க நோயின் வேரைக் கண்டுபிடித்து மருத்துவம் செய்ய வேண்டும்.

நச்சுத்தன்மை உள்ள மருத்துவ முறைகளான வேதி மருத்துவம் எனப்படும் கீமோ தெரப்பி, கதிர்வீச்சி, அறுவை சிகிச்சை ஆகியவை புற்றுநோய்க்கான மருத்துவ முறைகளாக தற்போது மேற்கொள்ளப்படுகின்றன. இதனால் நன்றாக உள்ள உடல் அணுக்களும் கொல்லப்படக்கூடும். எதனால் நோய் ஏற்படுகிறது என்ற காரணத்தை ஆராய்ந்து அதற்கு மருத்துவம் செய்யும் முறைதான் நல்ல மருத்துவமாகும். எடுத்துக்காட்டாக ஒரு மரம் காய்ந்து இலைகள் உதிர்ந்துவிடுகின்றன. அதற்காக இந்த இலைகளின் மீது எவ்வளவு தான் தோட்டக்காரர் தண்ணீர் அடித்தாலும் அது மீண்டும் துளிர்ப்பதில்லை. ஆனால் அதனை போக்குவதற்கு அதன் வேரில் தண்ணீர் பாய்ச்சவேண்டும். அப்போதுதான் அதன் நிறம் மாறி பசுமைப் பெற்று மீண்டும் தளிர்விடும்.

எனவே நோய்க்கான அறிகுறிகளுக்கு மருத்துவம் செய்யாமல் நோயின் மூலக்காரணம் என்ன என்று தெரிந்து அதற்கான சிகிச்சையை செய்ய வேண்டும். நமது உடலில் உள்ள நோய் எதிர்ப்பு முறையில் வெள்ளை அணுக்கள் உள்ளன. அவை புற்றுநோயின் 50 விழுக்காடு கட்டிகளை உருவாக காரணமாகின்றன. நம் நோய் எதிர்ப்பு முறையானது புற்றுநோய் அணுக்களுடன் சேர்ந்து ஏதாவது ஒரு உறுப்பில் சேர்ந்து ஒன்றாகிப் பெரிய கட்டியாகிறது. எனவே புற்றுநோய் என்பது ஒரு நோய் அல்ல உடல் தன்னை மீட்டு எடுக்கும் முறையாகும்.

புற்றுநோயின் மூலம் புற்றுநோயை உருவாக்கக்கூடிய உணவு, தண்ணீர், காற்று மன அழுத்தத்தை நீக்கும் ஹார்மோன்கள் ஆகியவற்றில் உள்ள நச்சுகள், வீண்பொருள்கள், ஆகியவற்றை வெளியேற்றுவதற்கு உடல் கடைபிடிக்கும் உத்திதான் புற்றுநோய் ஆகும். இது ஒரு தடுப்பு முறை எப்படி எனில் ரத்தம் மற்றும் நிணநீர் வழியாக இவ்வகையான நச்சுகள், இதயம், மூளை மற்றும் பிற முக்கிய உறுப்புக்களை சென்றடைந்து உடனடி இறப்பை

உருவாக்காமல் காப்பதற்கு உடல் இந்தப் பாதுகாப்பு முறையை கடைபிடிக்கிறது. ஆகவே புற்றுநோயை ஒரு முக்கியமான பாதுகாப்பு முறையாக உடல் கொண்டுள்ளது.

இன்னும் சொல்லப்போனால் புற்றுநோய் கண்ட உடல் அணுக்களைச் சுற்றி புதிய ரத்த நாளங்களை உருவாக்கி அதன் வழியாக குளுக்கோஸ் சத்தினை கொண்டு செல்வதற்குக் கூட நம் உடல் ஏற்பாடு செய்கிறது. எனவே ஒரு இடத்தில் நச்சுகள் சேர்ந்து கட்டியாவதற்கு முன் அவற்றை நம் உடலிலிருந்து வெளியேற்றுவதற்கு நாம் அவற்றை அனுமதிக்காமல் தடுத்துவிடுகிறோம். அப்படி கட்டியாகாவிட்டால் நீர்மமாகவே உடல் முழுவதும் அது பரவி எல்லா உறுப்புகளும் செயல் இழப்பதற்கு காரணமாகி விடும்.

மீண்டும் நாம் சொல்ல விரும்புவது என்னவென்றால் புற்றுநோய் ஒரு நோய் அல்ல. உடல் தன்னை காத்துக் கொள்வதற்கு பெரும்பாடுபட்டு கடைசியாக மேற்கொள்ளும் போராட்டமே புற்றுநோய் எனப்படுகிறது. உண்மையாகவே புற்றுநோயை குணமாக்க வேண்டுமென்றால் அதன் காரணத்தைப் புரிந்து கொள்ள வேண்டும். சில உறுப்புகளில் உள்ள அணுக்களை இயல்புக்கு மீறிய வகையில் வளரவிடுவதால் அது அந்த உறுப்பை அழித்துக் கொள்ள முனைகிறது என்பதற்கான குறியீடாக அதனைக் கொள்ள முடியாது.

உடம்பு தன்னை நோயிலிருந்து காத்துக் கொள்வதற்கு தானாகவே மேற்கொள்ளும் கடைசி முயற்சிதான் புற்றுநோய். இந்த குணமாக்கும் முயற்சிக்கு இடையூறு செய்தால் அது உடம்பை முழுதுமாக அழிக்கும். ஆனால் அவ்வாறு குணமாக்கும் முயற்சியில் நாம் அதை ஆதரித்தால் அதுவே குணமாக்கும் முயற்சியாகும். புற்றுநோய் அணுக்களில் மனிதர்களைக் கொல்லக்கூடிய அம்சம் எதுவுமில்லை. உயிர் சக்தி அற்ற (சமைத்த உணவை) உண்ணுதல், உயிர்ப்பு இல்லாத நீர் (மினரல் வாட்டர்) அருந்துதல் வேதித்தன்மை மிகுந்த காற்று, நீர் ஆகியவற்றை உட்கொள்ளுதல் ஆகியவற்றால் புற்றுநோய் ஏற்படுகிறது.

இயல்பான ஆரோக்கியம் மிகுந்த உடல் அணுக்கள் உயிர்க் காற்றைக் கொண்டு வாழ்கின்றன. உடல் அணுக்களில் உள்ள உயிர்க் காற்று அற்றுப்போகும்போது உடல் அணுக்கள் இறக்கத் தொடங்குகின்றன. ஆனால் உயிர்க் காற்று இல்லாமலேயே வாழக்கூடிய தன்மையை புற்றுநோய் அணுக்கள் பெற்றிருப்பதால் இறந்த அணுக்களையும், நச்சுகள், புற்றுநோய் உருவாக்கிகள் ஆகியவற்றைத் தின்று புற்றுநோய் அணுக்கள் பிழைத்து உயிர் வாழ்கின்றன. எனவே புற்றுநோயை குணமாக்குவதற்கு சிறந்த முறை என்னவென்றால் உடலில் உள்ள நச்சுகளை முழுதும் நீக்குவதுதான்.

புற்றுநோய் வளர்வதற்குக் காரணமான நச்சுகள் இந்த நோயாளிகளின் உடலில் மிக அதிகமாகச் சேர்ந்திருப்பதால் அவற்றை உடனடியாக வெளியேற்றுவது அவசியம். புற்றுநோய்க்கு மருத்துவம் செய்வதைவிட புற்றுநோயை நாமே உருவாக்குவதை உடனே நிறுத்த வேண்டும். குடல் தூய்மை செய்யும் முறையை கடைபிடிப்பதுடன் கல்லீரல், சிறுநீரகம் ஆகியவற்றையும் முழுதும் நச்சுகள் இல்லாமல் தூய்மைப்படுத்த வேண்டும். இதற்குரிய வழியாக நோன்பு, காரத்தன்மை உள்ள உணவுகள் உயிருள்ள பச்சைக் காய்கறி உணவுமுறை, சூரியஒளி உடலில் படவிடுதல் நேர்மறை சிந்தனைகள் ஆகியவற்றைக் கடைபிடிப்பதன் மூலம் புற்றுநோயை உடனடியாக குணமாக்கலாம். இதயத்தில் புற்றுநோய் வந்ததாக நாம் எங்கும் கேள்விப்படவே எங்கும் இல்லை. ஏன் என்றால் இதயத்தில் எப்போதும் நிறைவான ரத்த ஓட்டம் உள்ளது. எங்கே உயிர்க் காற்று நிறைந்த, காரத்தன்மை உள்ள ரத்தம் ஓடுகிறதோ அங்கே புற்றுநோய் அணுக்கள் பிழைத்திருக்க முடியாது. அமிலத்தன்மை நிறைந்த உணவுகளான சமைத்த உணவுகள், அசைவ உணவுகள் இறைச்சி சார்ந்த உணவுப் பொருட்கள், வெள்ளைநிற உணவுகள், பதப்படுத்தப்பட்டு சிப்பம் செய்யப்பட்ட, சுத்திகரிப்பு செய்யப்பட்ட, நீண்ட நாள் பாதுகாப்புக்குள்ளான நறுமணப்பொருட்கள் சேர்க்கப்பட்ட உணவு வகைகள் நம் ரத்தத்தை அமிலத்தன்மை உள்ளதாக மாற்றுகிறது. இத்தகைய அமிலத் தன்மை உள்ள ரத்தம் புற்றுநோய் அணுக்களைத் தீனி போட்டு வளர்க்கிறது.

எனவே புற்றுநோய் வராமல் தடுக்கவும் அதனை குணமாக்கவும் மிகச்சிறந்த மருத்துவ முறை என்னவென்றால் நோன்பு இருத்தல், சமைக்காத இயற்கை உணவு, மருத்துவம், யோகப்பயிற்சிகள் ஆகியவற்றுடன் உடலில் உள்ள நச்சுக்களை முழுவதுமாக நீக்குதலும் ஆகும். இதற்கு முன் நான் சொல்லி உள்ளவாறு பால், தயிர், பாலாடைக்கட்டி, வெண்ணெய், பன்னீர் ஆகியவற்றில் உள்ள வளர்ச்சிக்கான ஹார்மோன்கள் புற்றுநோய் அணுக்களுக்கு உணவாகின்றன. ஒருபக்கம் வேதிப்பொருள் களாலான மருந்துகள் நல்ல உயிர் அணுக்களையும் கொன்று விடுகின்றன. மறுபக்கம் பார்த்தால் உணவு வல்லுநர் அறிவுரைப்படி பாலைக் குடிக்கும்போது அது புற்றுநோய்க்கு உணவாகிறது. இந்த நிலை தொடர்ந்தால் ஐந்து ஆண்டுகளுக்குமேல் நோயாளி உயிர் வாழ முடியாது. வீட்டிலேயே உட்கார்ந்து கொண்டு சமைக்காத உணவை உண்டு இந்நோயை குணப்படுத்திக் கொள்ள முடியும்,

ஆனால் வேதிப்பொருள் உள்ள மருந்துகளை அவர்களுக்குக் கொடுத்து கொடுமைக்குள்ளாக்கி கடைசியாக இறக்கவும் செய்யும் மருத்துவமுறை முழுதும் பயனற்றது. புற்றுநோயைக் குணப்படுத்த முடியாது என்று நாம் எல்லாம் நம்புகிறோம். அந்த நோயாளிகளின் வாழ்நாளை எண்ணிவிடலாம் என்று நினைக்கிறோம். ஆனால் உயிருள்ள சைவ உணவுகளை உண்டு இந்நிலையை பலர் மாற்றியிருக்கின்றன. புற்றுநோய் பற்றிய அச்சமும் கவலையுமே நோயாளியை இறக்கச் செய்வதற்கு பெரிதும் காரணமாகிறது. மருத்துவர்களும், ஊடகங்களும் சொல்வதை அப்படியே ஆராயாமல் நாம் நம்புகிறோம். இயற்கைக்கு நேர்மாறான அறிவியலை ஒருபோதும் நம்பி பின்பற்றாமல் உங்கள் உள் உணர்வு என்ன சொல்கிறதோ அதனைப் பின்பற்றுங்கள் இயற்கையோடு வாழுங்கள், இயற்கையோடு வளருங்கள், மருத்துவர்தான் எல்லாம் என்று எண்ணுவது அறியாமை. அந்த இருளில் இருந்து வெளியே வாருங்கள்.

31

நரம்பு சுருட்டுதல், குடல் இறக்கம்

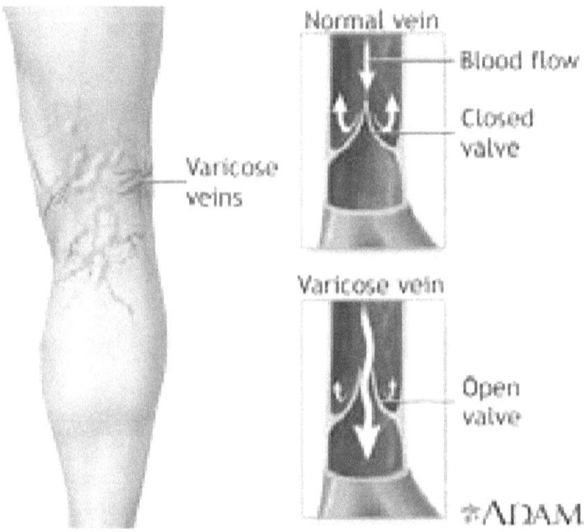

கொழுப்பு நிறைந்த கல்லீரல்தான் நரம்பு சுருட்டுதல் *(Varicose veins)* குடல் இறக்கம் ஆகியவற்றிற்கான உண்மையான காரணமாகும். மிகையாக இறைச்சி உண்ணுதல், மது, புகைபிடித்தல், உடற்பயிற்சி இல்லாமை ஆகியவற்றால் கல்லீரல் அணுக்களில் கொழுப்பு சேர்வதால் கல்லீரலின் செயல்பாட்டை அது குறைத்து விடுகிறது. கல்லீரல் தான் எல்லா தசைகளையும் கட்டுப்படுத்தும் தலைமைச் சுரப்பியாகும். குடல் இறக்கம் என்ற நோய் அடி வயிற்றுத் தசைகளில் நலிவு ஏற்படுவதால் வருகிறது. அதேபோன்று நரம்பு சுருட்டுதல் என்பது ரத்த நாளங்களில் உள்ள தசைகளின் நலிவால் ஏற்படுவதாகும். நவீன மருத்துவ முறையான அறுவைசிகிச்சை மூலம் குடல் இறக்கத்தைக் குணப்படுத்துவது

என்பது நோயின் அறிகுறியிலிருந்து நோயாளியை விடுவிப்பதற்குப் பயன்படுமே ஒழிய அதன் மூல காரணத்தை தொடர்ந்து அனுமதிப்பதற்கே உதவுவதாகும். கல்லீரலில் ஏற்பட்ட பாதிப்பு தொடர்ந்து இருக்கும். எதிர்காலத்தில் இதனால் பல்வேறு சிக்கல்கள் உருவாகின்றன. சிறுநீர் கழித்தலில் கோளாறு விந்துப்பை பெருக்கம் போன்றவை இதனால் ஏற்படுகின்றன. அதேபோன்று எங்கு ரத்த நாளங்கள் வீங்கி இருக்கிறதோ அந்த இடத்தில் அதற்கான சிகிச்சையை செய்யக்கூடாது. அறுவை சிகிச்சை மூலம் குடல் இறக்கம் மற்றும் நரம்பு சுருட்டல் ஆகியவற்றை வேரோடு நீக்க முடியாது. கல்லீரலில் அதிக கொழுப்பு சேருவதால் உருவாக்கப்படும் இந்நோய்க்கு கல்லீரலில்தான் சிகிச்சை செய்ய வேண்டும் அப்படி இல்லாவிட்டால் இதனைக் குணப்படுத்த முடியாது. ஒட்டுமொத்த உடலில் உள்ள நச்சுகள் அனைத்தையும் வெளியேற்றுவது தான் இதற்கு மிக எளிய சிகிச்சையாகும். உடலின் உள்ளே சேர்ந்துள்ள கொழுப்பு நச்சுகள் ஆகியவற்றை இயற்கை வழியில்தான் வெளித்தள்ள வேண்டுமே ஒழிய செயற்கையான உயிரிமுறை அல்லாத மருந்து மாத்திரைகளை உண்டு இதனைக் குணப்படுத்த முடியாது.

நம்முடைய உணவு முறைகளில் அதிகமான அசைவ உணவு அதிலும் குறிப்பாக எண்ணெயில் முழுதும் பொரிக்கப்பட்ட புகை வெப்பமூட்டப்பட்ட உணவுகள் ஏராளமான நச்சுகளை வெளியிடுகின்றன. மேலும் போரிடும் உயிர் அணுக்கள் பால், தயிர், நெய், வெண்ணெய், பாலாடைக்கட்டி ஆகிய கொழுப்பு நிறைந்த உணவு வகைகளை உண்பதால் கல்லீரலில் வளர்ச்சிக்கான ஹார்மோன்கள் அதிகமாகச் சேர்ந்துவிடுகின்றன. வெள்ளை நிற உணவுகள், பேக்கரி பண்டங்கள், சுத்திகரிக்கப்பட்ட சர்க்கரை, வெள்ளை பிரட், ஊறுகாய்கள், ரொட்டிகள், சாக்லெட், சிப்ஸ் போன்ற சிப்பம் செய்யப்பட்ட, பாதுகாக்கப்பட்ட உணவுப் பொருட்களை உண்பதால் உணவில் சேர்ந்துள்ள வேதிப்பொருள்களை கல்லீரல்தான் அழிக்க வேண்டியுள்ளது. அவ்வாறு அழிக்கும்போது மீண்டும் உயிர் பெறுவதற்கு வாய்ப்புள்ள உயிரணுக்களும் அழிக்கப்பட்டு விடுகின்றன. கல்லீரல் அணுக்களின் வாழ்நாள் 3 முதல் 6 மாதங்கள் மட்டுமே.

ஒவ்வொரு 6 மாதங்களுக்கு ஒரு முறையும் நமது கல்லீரல் தாமே தம்மைப் புதுப்பித்துக் கொள்கிறது. ஆனால் தகாத உணவு தவறான உண்ணும் முறைகள், பொதுவான நோய்களுக்கு எடுத்துக் கொள்ளும் மருந்துகள் ஆகியவை கல்லீரலில் நேரடியான தாக்கத்தை உண்டாக்குவதால் உயிர் அணுக்கள் சேதமுற்று அழிவதற்கும் அவை மீட்டுயிர்ப்பு பெறுவதற்கும் இடையில் ஒரு சமநிலையற்ற தன்மை ஏற்படுகிறது. அடிவயிற்றின் தசைகளுக்கும் ரத்த நாளங்களுக்கும் உரிய ஆற்றல் ஓட்டம் குறைவதால் குடல் இறக்கமும், நரம்பு சுருட்டல் நோயும் உண்டாகின்றன. உடல் முழுவதையும் நச்சுப் பொருள்கள் உள்ளிருப்பிலிருந்து காப்பாற்றினால் கல்லீரல் தம்மைத்தாமே மீட்டுருவாக்கம் செய்துகொள்ள முடியும். உயிர்ச்சத்துகளும் கனிமங்களும் நிறைந்த உணவை மட்டும் சாப்பிட்டால் போதாது உயிர்த்தன்மை உள்ள உணவுகளை நாம் சாப்பிடவேண்டும். அதாவது சூரிய ஒளியில் சமைத்த, பதப்படுத்தல் இல்லாத, தீயில் வேக வைக்காத, அப்படி சமைக்க வேண்டி இருந்தால் 100 டிகிரிக்கு மிகாத வெப்பத்தில் சமைக்கப்பட்ட உணவை சாப்பிட வேண்டும். அப்போதுதான் உடம்பிலுள்ள நச்சுகளை வெளியேற்ற முடியும்.

உயிர்ப்புத்தன்மை உள்ள குடிநீரைக் குடிக்க வேண்டும் கனிமங்கள் நிறைந்த பாட்டிலில் அடைக்கப்பட்ட தண்ணீரைக் குடிக்கக் கூடாது. உயிர் சக்தி நிறைந்த தண்ணீரை குடித்தால்தான் அது நச்சுகளையும், கொழுப்பையும் வெளியேற்றும். மூச்சுப் பயிற்சி, யோகப்பயிற்சி, அகச்சிவப்பு கதிர் சிகிச்சை ஆகியவற்றால் கல்லீரல் மற்றும் உடம்பில் உள்ள மிகையான கொழுப்பை வெளியேற்ற முடியும். கல்லீரலைக் குணப்படுத்துவதன் மூலம் நோயைக் குணப்படுத்தலாம் என்ற மந்திரம் குடல் இறக்கநோய் நரம்பு சுருட்டல் ஆகியவற்றிற்கு மட்டுமல்லாது உயர் ரத்தக் கொழுப்பு, உயர் ரத்த அழுத்தம், உறுப்புகள் வீங்குதல், செரிமானம் மற்றும் இனப்பெருக்கம் சார்ந்த கோளாறுகள் ஆகிய நோய்களை நம்முடைய மரபு சார்ந்த மருத்துவமுறையை பின்பற்றி கல்லீரலை வலுப்படுத்தினாலன்றி அவற்றைக் குணமாக்க முடியாது.

32

கருமவிதி – வாழ்க்கையின் நோக்கம்

வெளியில் உள்ள எதோ ஒரு ஆற்றலால் தீர்மானிக்கப் பட்டு அதனைச் சுற்றியே வாழ்க்கை இயங்குகிறது. நம் விருப்பப்படி நடக்காத எத்தனையோ செயல்கள் நம் அன்றாட வாழ்க்கையில் உண்டு. வாழ்க்கையில் பணம் படைத்த நல்ல பெற்றோர் வேண்டுமென்று நினைத்தால் அது நடப்பதில்லை. ஆனால் இறைவனை தொழுது இறைஞ்சும்பொழுது அது சக்தி மிக்கதாக மாறுகிறது. நேர்மறை எண்ணங்களாக உருவெடுத்து நன்மைகள் நடக்கின்றன. இந்த வேறுபாட்டுக்கு காரணம் என்ன. வாழ்வில் துன்பங்கள் ஏன் ஏற்படுகின்றன.

நம்முடைய பிறப்பு, இறப்பு, உடல்நலம் அல்லது நோய் வளம் அல்லது வறுமை, மகிழ்ச்சி அல்லது துன்பம், அமைதியான அல்லது தொண்டுமிகு வாழ்வு ஆகிய அனைத்தும் கருமா என்ற ஒன்றால் தீர்மானிக்கப்படுகிறது. நம் பிறப்பின் நோக்கம் என்ன என்பதை தெளிவான உள் உணர்ச்சியாக அது தருகிறது. நாம் எதற்காக உலகில் பிறந்தோம், நாம் என்ன செய்து கொண்டிருக்கிறோம் என்பதைப் பற்றி ஆழமாக எண்ணிப்பார்த்தால் பல்வேறு ஏற்றத்தாழ்வுகள் புலப்படும். பணக்காரன் அல்லது ஏழை உடலாலும், மனத்தாலும் நலமாய் இருத்தல் அல்லது மனநலம் குன்றுதல், போன்றவற்றை சமமாகவே இறைவன் கொடுக்கிறான். ஆனால் ஒவ்வொருவருடைய வாழ்க்கையிலும் வலியும் துன்பமும் இருக்கவே செய்கிறது. அப்படியானால் அதை யார் தீர்மானிக்கிறார்கள். நம்முடைய வாழ்வையும், இறப்பையும் உருவாக்குவது எது! அதுதான் கருமா அல்லது விதி ஆகும்.

நம்முடைய பிறப்பின் நோக்கமே கர்மாவால் தான் தீர்மானிக்கப்படுகிறது. நம்முடைய பெற்றோரை நாம் தேர்வு செய்யவில்லை. அதே போன்று நம்மையும் அவர்கள் தேர்வு செய்யவில்லை. அவர்களின் வழியாக ஒரு நோக்கத்திற்காக பிறந்து இருக்கிறோம். அந்த நோக்கம் என்ன? நாம் குறிப்பிட்ட பெற்றோருக்கு ஏன் பிறந்து இருக்கிறோம்? குறிப்பிட்ட குடும்பத்தில் சேர்ந்து வாழ்கிறோம் அது ஏன்? நாம் இவ்வுலகத்தில் வாழ்வதற்கும் படிப்பதற்கும், வேலை பார்ப்பதற்கும் குடும்பம், குழந்தைகளை பேணுவதற்கும் கடைசியாக இறப்பதற்கும் மட்டும் தான் நாம் பிறந்து இருக்கிறோமா? நம்மை இந்த பூமி இதற்காகவா சுமந்து கொண்டு இருக்கிறது. ஒவ்வொரு மனிதனுடைய வாழ்க்கையின் நோக்கமும் மனித குலத்தையும் மற்ற உயிரனங்களுக்கும் சேவை செய்வது தான் ஒவ்வொருவரும் மிக விரைவாக சம்பாதிப்பதற்காக ஓடிக் கொண்டே இருக்கிறார்கள். நம்மோடு வாழ்கிற மற்ற மனிதர்களுக்கு ஏதாவது ஒருவகையில் நாம் செய்யும்பணி உதவிகரமாக இருக்க வேண்டும். நாம் உடன் வாழும் மனித சமுதாயத்திற்குத் தொண்டு செய்ய நாம் கடன்பட்டு இருக்கிறோம். அவர்கள் யார்? அன்றாட வாழ்க்கையில் நாம் சந்திக்கும் யாராக வேண்டுமானாலும் இருக்கலாம் குடும்ப உறுப்பினர்கள், நண்பர்கள், பகைவர்கள் ஆகிய ஒவ்வொருவருக்கும் ஏதோ ஒருவகையில் நாம் கடன்பட்டு இருக்கிறோம். இந்த ஒன்றை நாம் புரிந்து கொள்ள வேண்டும். கொடுப்பதில் தான் இன்பம் இருக்கிறது. பெறுவதில் இல்லை என்ற ஓர் உண்மையை நாம் புரிந்துக் கொண்டால் நாம் வாழ்வின் வறுமையை போக்கி வளம் பெறலாம். உடல் நலம் குன்றிய நிலையில் இருந்து முழு உடல் நலம் பெறலாம் துன்பத்தை இன்பமாக மாற்றலாம். நம்முடைய பிறப்பு விதியால் தீர்மானிக்கப்பட்டாலும் நமது வாழ்வு மூன்று அம்சங்களின் அடிப்படையில் தீர்மானிக்கப்படுகிறது. நம்முடைய எண்ணங்கள், சொற்கள், செயல்கள் ஆகியவற்றால் நாம் வாழ்க்கையில் ஒரு மாற்றத்தை ஏற்படுத்த முடியும்.

நாம் பிறந்த கணத்திலேயே சிசிடிவி நம்மை 24 மணி நேரமும் கண்காணிக்கிறது. ஒரு வங்கி கணக்குப் போல கர்மாவுக்கான கணக்கும் திறக்கப்படுகிறது. நம் எண்ணங்கள்,

சொற்கள், செயல்கள் ஆகியவற்றிலிருந்து வெளியிடும் மின் காந்த அலைகள் ஒவ்வொரு முறையும் பதிவு செய்யப்படுகிறது. எனவே, நல்ல எண்ணங்களை விதைத்தால் நல்ல செயல்களின் பயனைப் பெறலாம். அநேகம் பேர் நேர்மறையாக சிந்திப்பது இல்லை. அவர்களுக்கு பிடிக்காததை பற்றி எப்போதும் எண்ணிக் கொண்டே இருப்பதால் ஈர்ப்பு விசையானது வாழ்க்கையில் நடக்கக் கூடாது என்று நினைப்பதை நடக்க வைத்து விடுகிறது. ஒருவருடைய வாழ்க்கையைப் பற்றி நாம் விசாரிக்கும்போது அவருடைய உடல் நலமின்மை, தவறான பொருத்தமில்லாத வாழ்க்கைத்துணை, வியாபாரம் அவ்வளவு நன்றாக இல்லை என்பனவற்றைப் பற்றி பேசுவதால் அதிலுள்ள எதிர்மறையான சொற்கள் மேலும் எதிர் மறையான மனிதர்கள் இன்னும் நோய்கள் தொழிலில் அதிக இழப்பு ஆகியவற்றைக் கொண்டு வருகிறது. ஏனென்றால் ஈர்ப்பு விதியானது நன்மை தீமை இரண்டையும் வேறுபடுத்தி பார்க்க தெரியாது. நியூட்டன் விதிப்படி செயல்படுகிறது. நேர்மறை சொற்களைப் பேசினால் நேர்மறையான செயல்களை உருவாக்குகிறது. செயல்பாட்டு நிலைக்கு வரும்பொழுது வேறு யாரையோ ஏமாற்றுவதற்கு சிலர் முனைகிறார்கள்.

தவறான வழியில் பணத்தைக் குவிப்பதற்கும் மற்றவரின் சொத்துக்களைக் கவர்வதற்கும் ஆசைப்படுகிறார்கள். மற்றவர்களின் வாழ்க்கை அல்லது வியாபாரத்தைத் தெரிந்தே கெடுக்கும் செயல்களில் ஈடுபடுகிறார்கள். இதுபோன்று மேற்கொள்ளப்படும் ஒவ்வொரு செயலும் நமது கருமவிதி கணக்கில் மின்காந்த ஆற்றலின் மூலமாக பதிவு செய்யப்படுகிறது. நம்மில் அநேகம்பேர் வாழ்க்கையின் நோக்கம் என்ன என்று புரிந்து கொள்ளாமல் இருக்கிறார்கள். வாழ்க்கையின் முக்கிய நோக்கமே பிறருக்குக் கொடுப்பதுதான். ஆனால் பிறரிடம் இருந்து வாங்குவதையும், குவித்துக் கொள்வதையும், நோக்கமாகக் கொண்டு இருக்கிறோம். கொஞ்சம்பேர் கையூட்டு பெறுதல், ஏமாற்றுதல், காட்டிக் கொடுத்தல், பிறரை அழித்தல், செல்வம் குவித்தல் ஆகியவற்றில் சிலர் ஈடுபடுகிறார்கள். அவர்களுக்கு நாம் சொல்ல விரும்புவது என்னவென்றால் மிக மோசமான பிறப்பு அல்லது வாழ்வு உறுதி செய்யப்பட்டுள்ளது.

ஏனெனில் வாழ்க்கையின் முக்கிய நோக்கமே கொடுப்பதில் தான் இருக்கிறது. நாம் கொடுப்பது என்ன என்பது நம்முடைய கணக்கில் குறிக்கப்பெறாமல், தீவினைகளை நம் கணக்கில் சேர்த்துக் கொண்டே வருகிறோம். மறுபிறப்பு அல்லது பிறப்பின் மறு சுழற்சி முடிவடைவதில்லை. தவறான வழியில் அல்லது சிலரை ஏமாற்றிப் பணம் சேர்ப்பவர்களுக்கு நல்ல குடும்ப உறுப்பினர்கள் அமைவதில்லை. நல்ல குடும்பச் சூழல் அமைவதில்லை. தீராத நோய்களால் அவர்கள் துன்புறுகிறார்கள். அவர்களுக்கு பிறக்கும் குழந்தைகள் கடும் ஊனங்களுடன் பிறக்கிறார்கள். அவர்கள் கெட்ட வழியில் சம்பாதித்த பணம் எல்லாம் மருத்துவத்திற்கே செலவாகிறது. இவ்வாறு ஏற்பட்ட தீங்கினை இறை வணக்கத்தின் மூலமும் தேங்காய் உடைப்பதன் மூலமும் பால் அபிசேகம் செய்வதாலும் மட்டுமே வாழ்க்கையில் நன்மை விளைந்து விடப்போவதில்லை. எந்தக் கடவுளும் இவற்றையெல்லாம் தடுப்பதில்லை. பிறருக்குக் கொடுப்பதன் மூலம் தான் இதை சமப்படுத்த முடியும். யாராவது உங்களை ஏமாற்றி இருந்தால் அவர்களை நோக்கி, இறைஞ்சுங்கள் அது அவர்களுக்குக் கொடுக்க வேண்டியது என்பதால் அதனை வட்டியோடு சேர்த்து அவருக்குக் கொடுத்துவிட்டதாகக் கருத வேண்டும்.

எனவே கர்மா என்பது மதம், சாதி, பிறந்த இடம் ஆகிய எல்லாவற்றையும் கடந்து நம் வாழ்வு கர்மாவை சுற்றிச் சுழல்கிறது. குறிப்பாக ஒரு குடும்பத்தில் நாம் பிறந்து இருப்பதற்கான நோக்கம் நம்முடைய பெற்றோர் அண்ணன், தம்பிகள், சகோதரிகள் ஆகியவர்களுக்கு உரிய கடனை நாம் அளிக்க வேண்டும். முந்தைய பிறப்பில் அவர்களிடமிருந்து எடுத்து கொண்டதை நமது கடின உழைப்பு செல்வம் ஆகியவற்றின் மூலம் அவர்களுக்கு உரிய கடனை திருப்பிச் செலுத்துவதற்காக அவருடன் நாம் பிறந்து இருக்கிறோம். ஒரு குருகுலத்தின் கதையை உங்களிடம் பகிர்ந்துக் கொள்ள விரும்புகிறோம்.

ஒரு குருகுலத்தின் 100 சீடர்கள் இருந்தார்கள். அவர்களுடைய கல்வி, மற்றும் அடிப்படைத் தேவைகளை குரு கவனித்துக் கொண்டார். ஒரு நாள் எல்லாச் சீடர்களும் ஊரைச்

சுற்றியுள்ள கோயில்களுக்கு சென்று வருவதற்கு குருவிடம் அனுமதி கேட்டார்கள். அதற்கு குரு அனுமதிக்கவில்லை. ஏனென்றால் கடவுள் எங்கும் நீக்கமற நிறைந்து இருப்பதாக குரு கூறினார். அதனை மறுத்துவிட்டார் இருந்தாலும் சீடர்கள் திரும்ப திரும்ப அதையே கேட்டுக் கொண்டு இருந்தால் ஒரு நிபந்தனை பேரில் அவர்களின் விருப்பத்தின்படி செல்ல அனுமதித்தார். ஒரு சீடனை கையில் ஒரு பாகற்காயை கொடுத்து கோயிலுள்ள ஒவ்வொரு சாமியின் காலடியில் வைத்து அதற்கு பூசை செய்து அதனை திரும்ப கொண்டு வருமாறு பணித்தார். அவர்களும் அதற்கு ஒத்துக் கொண்டு பாகற்காய்க்கு பூசை செய்து விட்டு பத்திரமாக கொண்டு வந்து குருவிடம் கொடுத்தார்கள். அப்போது குருநாதர் அந்த பாகற்காயை சமைத்து தமக்கு உணவு பரிமாறு கேட்டுக் கொண்டார். அப்போது அந்த பாகற்காயை அவர் தின்றுவிட்டு ஏன் பாகற்காய் கசக்கிறது என்றும் இனிப்பாக இல்லையென்றும் கேட்டார். சீடர்கள் எல்லாம் பெரிய குழப்பத்திற்கு ஆளாயினர். அப்போது ஒரு சீடர் குருவிடம் எவ்வாறு ஒரு பாகற்காய் இனிப்பாக முடியும். பாகற்காயின் இயல்பே கசப்புதானே என்று கேட்டார். அதற்கு குரு அமைதியாக பதிலளித்ததார். பாகற்காய் தன்னுடைய கசப்புத் தன்மையை மாற்றிக் கொள்ளாதவரை எதுவும் மாறப்போவதில்லை என்று தெரிவித்தார்.

இதிலிருந்து கிடைக்கும் படிப்பினை என்னவென்றால் எத்தனை கோயில்களுக்கு சென்றாலும் கசப்பான மற்றும் கெட்ட எண்ணங்கள், கசப்பான மற்றும் கெட்ட செயல்களை மாற்றிக் கொள்ளாதவரை நீங்கள் எத்தனை கோயில்களுக்கு சென்றாலும் உங்கள் வாழ்வில் துன்பம் நீடித்து கொண்டே இருக்கும். இருக்கும் இடத்தில் நீங்கள் நிம்மதியாக சந்தோஷமாக இருக்க நினைத்தால் நல்ல எண்ணம் இருத்தல் வேண்டும். உங்கள் வாழ்க்கையில் எந்த மாற்றமும் ஏற்பட போவதில்லை. துன்பமான, மகிழ்ச்சியற்ற, நோய் நொடியுடன் கூடிய வாழ்க்கை ஆகியவை தொடர்ந்து இருக்கும். ஏமாற்றுதல் உங்கள் செயலில் உள்ள கசப்பு மாற வேண்டும், நம்முடைய பிறப்பு விதியால் தீர்மானிக்கப்படுகிறது எனில் நம்முடைய வாழ்க்கை மூன்று கடவுள்களால் தீர்மானிக்கப்படுகிறது.

அவையாவன

எண்ணம்

சொல்

செயல்

ஆகியவையே இம்மூன்று கடவுள்கள். ஒரு படகை ஓட்டத் தெரிந்து இருந்தால் எந்தப் படகையும் நீங்கள் ஓட்டலாம். படகை ஓட்டுவதற்குத் தெரியவில்லையென்றால் படகுகளை மாற்றுவதால் பயனேதும் இல்லை. அதேபோன்று வாழ்வின் ஒரே நோக்கம் என்ன என்பதை நீங்கள் புரிந்து கொண்டால் எந்த சமயத்தைச் சார்ந்தவர்களாக இருந்தாலும் நீங்கள் மகிழ்ச்சியாக வாழலாம். மதத்தையும், சாதியையும் மாற்றிக் கொள்வதால் எந்தப் பயனும் இல்லை. எல்லா மதங்களும் ஒன்றையே போதிக்கின்றன. மின்சாரம் ஒரு மின் விசிறிக்குள் சென்று இயக்குவதால் அதனை மின் விசிறிக்கான மின்சாரம் என்று அதனைத் தனியாக அழைப்பது இல்லை. மின்சாரத்தில் மின்விசிறிக்காக மின்சாரம் அல்லது தொலைக்காட்சிக்கான மின்சாரம், குளிர்பெட்டிக்கான மின்சாரம் அன்று தனித்தனியாக அதனைப் பெயரிட்டு அழைக்க முடியாது. எல்லாவற்றையும் இயக்கும் மின்சாரம் ஒன்றுதான். ஆனால் அவற்றின் உள் அமைப்பைப் பொறுத்து அதன் செயல்பாடு வேறுபடுகிறது. முதல் ஆன்ம விடுதலைக்குரிய பாதையாகும். அந்தப் பாதையை நாம் சண்டை சச்சரவுக்கு உரிய பாதையாக மாற்றாமல் அதனை பயன்படுத்தலாம். மற்ற மதங்களுக்கு மதம் மாற்றம் செய்யத் தேவை இல்லை. எந்த மதத்தைச் சேர்ந்தவராக இருந்தாலும் உங்கள் வாழ்வின் முக்கிய நோக்கமாகக் கொள்ள வேண்டியது. கொடை உணர்வுதான் அதாவது மற்றவர்களுக்கு கொடுக்க நீங்கள் விரும்பவில்லை யென்றால் அது வேறுவழியில் உங்களிடமிருந்து எடுத்துக் கொள்ளப்படும். எனவே கொடுப்பதுதான் மிக முக்கிய கடமையும், அறமுமாகும். நம்மிடம் உள்ள எதுவானாலும், கடும் உழைப்பு, செல்வம் கற்பித்தல் போன்ற நம்மிடம் உள்ளவற்றை நல்ல காரியத்திற்குப் பயன்படுத்த வேண்டும். மற்றவரைத் துன்புறுத்து வதற்கு பயன்படுத்தக்கூடாது.

நம் அன்றாட வாழ்க்கையில் நாம் பேசும் சொற்கள் பிறருடைய உணர்வுகளை புண்படுத்தக்கூடாது. அப்படித் தவறி அவர்களைப் புண்படுத்தி விட்டால் உடனடியாக அவர்களிடம் மன்னிப்பு கூறவேண்டும். இவ்வாறு இத்தகைய புண்படுத்தும் சொற்களை நாம் பேசினால் அது மின்காந்த சக்தியாகப்பதிவாகி வேறு யார் மூலமாகவோ நம்மிடமே திரும்பி வந்து சேரும். அதேபோன்று தீய செயலை செய்தாலும் அதற்கு உரிய வட்டியோடு மீண்டும் நம்மையே வந்தடையும். ஆகவே வாழ்க்கையைக் கட்டுப்படுத்தும் முக்கிய அம்சங்களாக பின்வருவனவற்றை கொள்ள வேண்டும்.

1. எண்ணங்கள் : நல்ல நேர்மறையான சமுதாயத்திற்கும், நம்முடன் வாழ்பவர்க்கும் பயன்படக்கூடிய எண்ணங்கள்

2. சொற்கள் : ஒரு சொல்கூட அடுத்தவரின் உணர்வுகளைப் புண்படுத்தக்கூடாது.

3. செயல்கள் : நல்ல நேர்மறையான உங்களுக்கும்

மற்றவர்களுக்கும் உதவியாக இருக்கக்கூடிய செயல்களையே செய்ய வேண்டும்.

33
கொடையே வாழ்வு

கொடுக்கக் கற்றுக் கொள்ளுங்கள் கொடுங்கள், கொடுத்துக் கொண்டே இருங்கள் கைம்மாறு கருதாமல், அதாவது எந்தப் பயனையும் கருதாமல் எதையும் எதிர்பகபார்க்காமல் நீங்கள் கொடுத்தால் எதிர்பாராத வகையில் எதிர்பார்ப்புக்கு அதிகமாகவே உங்களுக்குக் கிடைக்கும். நேரிய எண்ணங்கள், சொற்கள், செயல்கள் ஆகியவற்றை நீங்கள் பிறருக்கு அன்பாக வழங்கினால் உங்களுக்கு மகிழ்ச்சியான நலம் மிகுந்த அமைதியான வாழ்வு கிட்டும். பெரும்பாலான நேரம் நமது வாழ்க்கையில் கிடைத்த நன்மைகளுக்காக நாம் நன்றி சொல்வதில்லை. ஏதாவது ஒரு நேரத்தில் உடம்பில் எதாவது ஒரு எலும்பில் வலி ஏற்பட்டால் அந்த வலியையே முழுதும் நினைத்துத் துன்பப்படுகிறோம். அந்த ஒரு எலும்பைத் தவிர எஞ்சியுள்ள நூற்றுக்கணக்கான எலும்புகள் நன்றாக உள்ளன என்பதை மறந்து விடுகிறோம். உங்களிடம் இருப்பதை வைத்து மகிழ்ச்சியாக இல்லையென்றால் உங்களுக்கு எவ்வளவு அதிகமாகக் கிடைத்தாலும் அதனால் உங்களுக்கு மகிழ்ச்சி ஏற்படுவதில்லை. முதலில் நாம் உயிருடன் இருப்பதற்காக நன்றி சொல்ல வேண்டும். ஏனென்றால் உயிருடன் இருப்பதே ஒரு வரமாகும். மற்றவர்களுக்கு உதவி செய்து கொடை அளிப்பதற்காக நாம் பிறந்து இருக்கிறோம். நான், எனக்கு என்னுடையது என்று தன் முனைப்பு வாழ்க்கையை வாழக் கூடாது எனது எனக்கு, என்ற எண்ணத்தை விட்டு ஒழிக்க வேண்டும்.

அதே நேரத்தில் நம்முடைய பெற்றோர், ஆசிரியர்கள், குரு ஆகியோரை நாம் எந்த உயர்ந்த நிலையில் இருந்தாலும் நாம் மதித்துப் போற்ற வேண்டும். நான் ஒரு கதை சொல்லப்போகிறேன். ஒரு பள்ளிக் கூடத்தில் ஏழாம் வகுப்புக்கான பாட வேளையில் நீதி நெறி ஆசிரியர் வகுப்புக்குள் நுழைந்து பாடம் நடத்தத்

தொடங்கினார். ஆனால் மாணவர்கள் அவரை பாடம் நடத்த விடாமல் இரைச்சல் போடுகின்றனர். சிலர் பாடி ஆடுகின்றனர். இதனால் அந்த பெண் ஆசிரியர் பாடத்தை விட்டுவிட்டு வேறு ஒரு செயலில் இறங்குகிறார். கரும்பலகையில் பத்து என்று எண்ணை எழுதி, ஒரு மாணவனை பார்த்து இது என்ன என்று கேட்கிறார். அதற்கு அந்த மாணவன் பத்து என்று விடையை உடனே சொன்னாலும் ஏழாம் வகுப்பு மாணவனை பார்த்து இந்த கேள்வியை கேட்கக்கூடாது என்பதுபோல அவன் அதில் அலட்சியம் காட்டினான், பிறகு ஆசிரியை கரும்பலகையில் 100 என்று எழுதி இது என்ன என்று கேட்கிறார். 100 என்று பதில் வருகிறது. மீண்டும் ஒரு சைபரை சேர்த்து அது என்ன என்று கேட்கிறார். 10000 என்று பதில் சரியாக வருகிறது. அதற்குப்பின்னர் இன்னொரு சைபரை சேர்க்கிறார். அதனை 10000 என்று சரியாக சொல்கிறான். மாணவன் இப்போது ஒரு சைபரை 1-க்கு முன்னால் போட்டு 010000 என்று போட்டு அது என்ன என்று கேட்கிறார். அதே 10000 ஆயிரம் தான் என பதில் வருகிறது. எனவே 1 என்ற எண்ணுக்குப் பின்னால் சேர்க்கப்படும் சைபர்களுக்கு மதிப்பு கூடுகிறது. 1 என்ற எண்ணுக்கு முன்னால் சேர்க்கப்படுகிற சைபருக்கு எந்தவித மதிப்பும் இல்லை. அதேபோலத் தான் நம்முடைய பெற்றோர், ஆசிரியர், பெரியவர்கள், குருநாதர்கள் ஆகியோரைப் பின்பற்றிச் சென்றால், அவர்களை மதித்தால் அவர்கள் சொல்படி கேட்டால் எதையும் செய்வதற்கு முன்னர் அவர்களிடம் ஆலோசனை கேட்டால், நம்முடைய மதிப்பு அதிகமாகிறது. ஒன்றுக்கு பின்னால் உள்ள சைபர்களைப் போன்று மதிப்பு கூடுகிறது. ஆனால் ஒன்றுக்கு முன்னால் சைபர்களைப் போட்டால் அது தனது மதிப்பை இழக்கிறது.

எனதருமை சகோதர, சகோதரிகளே! உங்கள் வாழ்வு நலமாகவும், மகிழ்ச்சியாகவும், அமைதியாகவும் இருப்பதற்கு உரிய கண்ணோட்டத்தை இந்த நூல் உங்களுக்கு அளித்து இருக்குமென்று நம்புகிறேன். உங்களுக்கு பயன் தந்தது என்றால் மற்றவர்களிடம் இதைச் சொல்லுங்கள். நாம் கொடுப்பதற்கு தானே இங்கே இருக்கிறோம். இந்த நூலின் மூலம் நான் அனைவருக்கும் கொடுக்க விரும்பியதை ஓரளவுக்குக் கொடுத்துவிட்டேன். நான் யாரையாவது புண்படுத்தி இருந்தால் என்னைப்பொறுத்தருள்க.

34

தின ஆசாரம்

நம் நல வாழ்வைத் தீர்மானிக்கும் முக்கியக் குறிப்புகள்.

முழு உடல் நல பரிசோதனை - கேள்விகள்

1. ஒரு நாளைக்கு 6 மணி முதல் 8 மணி நேரம் வரை ஆழ்ந்த தூக்கத்தைப் பெறுவதற்கு கஷ்டப்படுகிறீர்களா?

2. நீங்கள் குறட்டை விடுகிறீர்களா?

3. மலம் - சிறுநீர் கழிப்பதில் தாமதம் ஏற்படுகிறதா?

4. பசியின்மை, செரிமானமின்மை ஆகியவற்றால் துன்பப் படுகிறார்களா?

5. உங்கள் உணவை விரும்பி உண்பதை நிறுத்தி விட்டீர்களா?

6. உங்களுக்கு உடல்வலி, வீக்கம், களைப்பு, அரிப்பு, தலைவலி, ஆகியவை உண்டா.

7. உங்கள் வயிற்றில் வயிறு உப்புசம், எரிச்சல், வயிற்றுபுண், வாயு கோளாறு ஆகியவை உண்டா?

8. மூலம், சிறுநீர், வியர்வை மூச்சுக்காற்று ஆகியவற்றில் வழக்கத்திற்கு மீறிய கெட்ட நாற்றம் உள்ளதா?

9. காலையில் எழுந்தவுடன் மூக்கு அடைப்பு தொண்டை எரிச்சல் தடும்மன், இருமல், தும்மல், நாக்கு உலர்ந்து போதல் ஆகியவை இருக்கிறதா?

10. உங்கள் அடிவயிறு மார்பைவிடப் பெரியதாக இருக்கிறதா?

11. உங்கள் குடும்பத்தினர் மற்றும் உங்களைச் சுற்றி உள்ளவர்களிடம் நீங்கள் அமைதியாக இருப்பதற்கு நீங்கள் கஷ்டப்படுகிறீர்களா?

12. மேற்கண்ட கேள்விகளுக்கு உங்கள் விடை ஆம் என்று இருந்தால் உங்கள் வாழ்க்கை முறை உணவு, உண்ணும் வழக்கங்கள் ஆகியவற்றில் தவறு உள்ளது என்பதற்கான அடையாளம் இதுதான். உங்கள் உடம்பில் உள்ள நச்சுகள் கவலை அளிக்கக் கூடியதாகவும் உடலின் பல உறுப்புகளின் செயல்பாட்டில் மாற்றம், திருத்தம் செய்யப்பட வேண்டும் என்றும் அதற்கு பொருள்.

13. கீழக்காணும் ஏதாவது நோய்களுக்கான மருந்துகளை நீண்ட காலம் உட்கொண்டு வருகிறீர்கள் என்றால் அந்த நோயின் வீரியத்தை நீங்கள் அறியாமலேயே அதிகரிக்கச் செய்து வருகிறீர்கள்...

தடுமன், இருமல், காற்று அறை சளி, தும்மல், காய்ச்சல், ஒற்றை தலைவலி, முழங்கால் வலி, முதுகுத்தண்டில் வட்ட எலும்பின் பிறளுதல், நீரிழிவு உயர் ரத்த அழுத்தம், பருக்கள், கொப்புளங்கள், மூச்சு இளைப்பு நோய், மூச்சு இரைப்பு நோய், மூட்டுவலி, முழுங்கால் வலி, கைகால் வலி, அடிவயிற்று கோளாறுகள், கருப்பை கட்டிகள், குழந்தைப் பேறு இன்மை, மன நோய்கள், தோல் நோய்கள்

மேற்கூறப்பெற்ற நோய்களுக்கும் இன்னும் அநேக நோய்களுக்கும் மருந்துகள் மாத்திரை சாப்பிட்டு வந்தால் காலம் செல்ல செல்ல மருந்துகளின் அளவும் அதிகரிக்கும் மருந்துகளின் அளவு அதிகரித்தால் நோயின் வீரியமும் அதிகரிக்கும். எனவே மருந்துகள் உங்களைச் கொல்வதற்கு முன் அதனை நிறுத்திவிடுங்கள். மருந்துகள் உங்கள் மூச்சை நிறுத்துவதற்கு முன்னரே அந்த மருந்துகளை நீங்கள் நிறுத்தி விடுங்கள்.

உங்கள் வாழ்க்கை முறையும் அன்றாடப் பழக்க வழக்கங்களும் பின்வருமாறு உள்ளனவா?

- இரவில் நீண்ட நேரம் கழித்து உண்டு விட்டு வயிறு நிரம்பி இருக்கும்போது படுக்க செல்கிறீர்களா?
- சிப்பம் செய்யப்பட்ட உணவுகள், புட்டியில் அடைக்கப்பட்ட பழச்சாறுகள் மென்பானங்கள் ஆகியவற்றை உட் கொள்கிறீர்களா.
- பேக்கரி பண்டங்கள், பீசா, பர்கர்கள், பக்கெட் சிக்கன் ஆகியவற்றை உண்ணுதல் இறைச்சி, புலால் உணவை உண்ணுதல், புகைபிடித்தல் அல்லது மது அருந்துதல்.
- அவசரமாக உணவு உண்ணுதல். சாப்பிடும் பொழுதும் சாப்பிட்ட உடனேயும் தண்ணீர் அருந்துதல்.
- குளிர்பதன அறையில் ஒரு நாளைக்கு ஐந்து மணி நேரம் குளிர்பதன அறையில் இருக்கிறீர்களா?

இந்த கேள்விகளுக்கு 'ஆம்' என்ற விடையை நீங்கள் தருவீர்களானால் வாழ்முறை நோய்களான நீரிழிவு உயர் இரத்த அழுத்தம், மூட்டுவலி, கை, கால் வலி, தோல் நோய்கள், மலச்சிக்கல், வயிற்றுபுண் மற்றும் பல்வேறு நோய்கள் வருவதற்கு நிறைய வாய்ப்புகள் உண்டு. எனவே இவ்வாறான பழக்க வழக்கங்களை மாற்றிக் கொண்டு முழு உடல் நலத்துடன் வாழ தொடங்குங்கள்.

35

நாளும் நலவாழ்வு வாழ

- அதிகாலையில் துயில் எழ வேண்டும் காலை 4.30 மணி முதல் ஆறு மணிக்குள் காலைக் கடன்களை முடிக்க வேண்டும். காலை எழுந்த உடன் 1 லிட்டர் தண்ணீர் குடிக்க வேண்டும்.
- வேதிப் பொருள் சேர்க்கப்படாத பல்பசைகளைப் பயன்படுத்த வேண்டும் நாட்டு மருந்து கடைகளில் கிடைக்கும் பற்பொடிகளை பயன்படுத்துதல் அதிகப் பயனை தரும்.
- பசிக்கும்போது மட்டும் சாப்பிட வேண்டும்.
- அவசர அவசரமாக உணவை உண்ணாமல் வாயில் உணவை அரைத்து சுவையற்ற நீர்மமாக மாற்றி உள்ளே விழுங்கவும். சாப்பிடும்போதும் சாப்பிட்ட பின்பும் தண்ணீர் குடிப்பதைத் தவிர்க்கவும். சாப்பிடுவதற்கு 1/2 மணி நேரம் முன்பாகவும், சாப்பிட்ட பிறகு 1 மணி நேரத்திற்குள்ளும் தண்ணீர் குடிக்காமல் இருப்பது நலம்.
- காலை சிற்றுண்டிக்கு பழங்கள் அல்லது சமைக்காத உணவு வகைகள் உண்ண வேண்டும்.
- இரவு உணவுடன் பச்சைக் காய்கறிகளையும் சேர்த்து உண்ணவேண்டும்.
- இரவில் நீண்ட நேரம் கழித்து சாப்பிடுவதைத் தவிர்க்கவும். கொசுக் கொல்லிகளைப் பயன்படுத்தாதீர்கள். அது கொசுக்களை மட்டும் கொல்வது இல்லை. குளுமை வசதியுள்ள அறையில் தூங்கும்போது சன்னல்களைத் திறந்து வைக்கவும்.

தூங்குவதற்கு முன்பு நல்ல நேரிய எண்ணங்களுடன் உறங்கச்

செல்லவும்.; ஒரு வாரத்தில் குறைந்தது நான்கு நாட்களாவது உடற்பயிற்சி அல்லது யோகப் பயிற்சி செய்யவும். இறைச்சி புலால் உணவுகள் மற்றும் வெண்ணிற உணவுகள் ஆகியவற்றை உடல் நலம் குறையும் போதாவது தவிர்க்கவும்.

மேற்காணும் நெறிகளைப் பின்பற்றி மகிழ்ச்சியான, அருள் நிறைந்த நலமிக்க வாழ்க்கையை வாழுங்கள்.

நன்றாக நினைவில் கொள்க.

தலைவலி என்பது தலையைச் சார்ந்த நோய் அல்ல. வயிற்றில் புளிப்பு அமிலம் கூடுதல், மலச்சிக்கல், தேவையான அளவு தண்ணீர் அருந்தாமை, ஆகியவற்றால் தலைவலி உண்டாகிறது. கதிர்ப் படம் எடுத்தல், நுண்படம் ஆகியவை ஒற்றைத் தலைவலியை நீக்குவதற்குத் தேவையில்லை. இவற்றால் பயனேதும் இல்லை.

பரு, கொப்புளங்கள், கரப்பான், தோல் உதிர்வு நோய் போன்றவவை தோலைச் சார்ந்த நோய்கள் அல்ல. உடம்பில் சேரும் நச்சுகள் இயற்கையாக வெளியேறாவிட்டால் தோல் நோய் வருகிறது. தோலின் வழியாக இவை வெளியேறும். மருந்து, களிம்பு ஏதும் தேவையில்லை. உடல் முழுவதும் உள்ள நச்சுக்களை அப்புறப்படுத்தினால் தோல் நோயும் போய்விடும்.

வலி என்பது உடம்பில் ஏதோ கோளாறு ஏற்பட்டுள்ளது என்பதை அறிவிக்கும் அறிகுறியாகும். இது ஒரு நோய் அல்ல. மருந்துகளைக் கொண்டு வலியைக் கட்டுப்படுத்தினால் நோயின் வீச்சு கூடும். முழங்கால் வலி என்பது முழங்கால் எலும்புகள் தொடர்பானது அல்ல முழங்கால் தசைகள், தசை நார்கள் வலிவிழப்பதால் ஏற்படும் நோய். தசைகளுக்கு வலிவேற்றினால் வலி போய்விடும். முழங்கால் மூட்டு மாற்று சிகிச்சையினால் இந்த வலி நீங்காது, தடுமன், மூக்கு ஒழுகல், இருமல், தும்மல் போன்றவை நோய் அல்ல. மூக்கு உறிஞ்சான்களைக் கொண்டும், சிரப், டானிக் போன்றவற்றாலும் இவற்றைத் தணிக்கக்கூடாது. தேங்காய், நிலக்கடலை, பாதாம்பருப்பு ஆகியவற்றில் நல்ல கொழுப்பு உள்ளது. ஹார்மோன் சுரப்புக்கு இவை தேவை. இவற்றில் கெட்ட கொழுப்பு இல்லை. ஆனால் புலால் உணவு, பால், முட்டை ஆகியவற்றில் நேரடியான கெட்ட கொழுப்பு

உள்ளது. கெட்ட கொழுப்பை கல்லீரல்தான் உருவாக்க முடியும். தாவரங்களில் கல்லீரல் இல்லை. எனவே கவலை வேண்டாம். வயிற்றுப் புண்ணுக்காகத் தரப்படும் சிவப்பு நிற மருந்தில் அலுமினியம் ஹைட்ராக்சைடு உள்ளது. இந்த வேதிப்பொருள் எப்படி செரிமானத்திற்கு உதவும்? உணவை நன்றாக மென்று தின்னுதல், உணவுக்கிடையே தண்ணீர் குடித்தலைத் தவிர்த்தல் ஆகியவை வயிற்றுப்புண், நெஞ்சு எரிச்சல், வயிற்று வலி ஆகியவற்றைப் போக்கும்.

பசியின்மை என்பது செரிமான உறுப்புகளின் மீது அவை செரிமானம் செய்யத் தயாராகும் வரை சுமையை ஏற்றக்கூடாது என்பதற்காக இயற்கை தரும் எச்சரிக்கை.

- புரோட்டீன் சத்துக்காக நாம் சாப்பிடும் முட்டையை இடும் கோழிகள் பருப்புகள், கொட்டைகள், விதைகள், தானியங்களையே தின்கின்றன. இவற்றையே நாமும் உண்டால் மனிதருக்குத் தேவையான புரோட்டீன் கிடைத்து விடும்தானே!.
- உணவே மருந்து, மருந்தே உணவு, உணவை அருந்துக. நீரை உண்ணுக.
- நோய்க்கான காரணம் ஒன்றுதான். அதற்கான தீர்வும் ஒன்றுதான் நச்சுகள் சேர்ந்தால் நோய். அவற்றை நீக்கினால் அதுதான் தீர்வு
- நோய்க்கிருமிகள் நோயை உருவாக்குவதில்லை.
- பசித்தபின் புசித்தால் மரணமிலாப் பெருவாழ்வு வாழலாம். பசியின்றிப் புசித்தால் அதுவே நஞ்சு.
- உணவு உயிரிகளால் ஆனது. எனவே அது நமக்கு உயிர்ப்பாற்றலை அளிக்கிறது.
- கொசுக் கொல்லிகள் கொசுக்களைக் கொல்வதுடன் நம் உடலின் நல்ல அணுக்களையும் கொன்றுவிடும். நாளடைவில் நாமும் அதற்கு பலியாவோம்.
- குளிர்பதன அறையில் தூங்கும்போது சன்னல்களைத் திறந்து வைக்கவும், இதனால் காற்று சுழற்சி ஏற்படும். நல்ல காற்று உள்ளே வரும். இதனால் நோய்கள் வருமுன் தடுக்கப்படும். நோய் வந்தால் எளிதில் குணமாகும்.

- மருந்தின் அளவு அதிகரிக்கப்படும்போது, நோயின் வீரியமும் கூடும். மருந்துகள் நோயைக் குணமாக்காது.
- நவீன மருத்துவ முறையில் ஒருமுறை நோயாளி என்றாகிவிட்டால் என்றும் நோயாளியே.
- இடுப்பு வலி, சவ்வு விலகுதல் *(Disc Prolapse)* ஆகியவை மலச்சிக்கலால் வருகின்றன. தவறான உணவு முறை, பொருந்தா உணவு ஆகியவற்றால் மலச்சிக்கல் ஏற்படுகிறது. நோயின் காரணத்தைக் கண்டறிந்து அதற்குத் தீர்வு காண வேண்டும்.
- தலைமுடி உதிர்தல், ஈறு முதலியவை தலையைச் சார்ந்த நோய்கள் அல்ல. வயிற்றுப்புளிப்பு பெருங்குடலிலும், ரத்தத்திலும் உள்ள நச்சுகள் ஆகியவையே இந்நோய்க்குக் காரணம். எனவே குடல் தூய்மையால் இதனைக் குணமாக்கலாம்.
- நோய் போக்க ஒரே வழி இயற்கை வழியே, அவ்வழியே விரைவில் நோய் தீர்க்கும் வழி.
- ஓட்ஸ் விலங்குகளுக்கான உணவாகும். அதில் சிறிது நார்ச்சத்து உள்ளது. நம் ஊர்ப்பகுதியில் விளையும் கம்பு, கேழ்வரகு சிறு தானியங்கள் ஆகியவற்றை எப்போதும் உண்ணலாம். வெளிநாட்டு உணவுகளை நாட வேண்டாம்.
- ஒரு நோய்க்குப் பத்து மருந்துகள். ஒரு மருந்து பத்து நோய்களை குணமாக்கும். இயற்கை மருத்துவம்தான் அதற்கான வழியாகும்.
- உணவு பொருந்தாவிட்டால் மருந்தால் பயனில்லை. உணவு சீராக இருக்குமானால் மருந்து தேவையில்லை.
- எதை உண்கிறோம், எதை உடம்பிலிருந்து வெளியேற்றாமல் இருக்கிறோம் என்பதைப் பொறுத்து உங்கள் உடல் நலம் அமைகிறது.
- தூக்கம் மூளையோடு மட்டும் தொடர்புடையது அல்ல. வயிறு அமைதியாக இருந்தால் மனமும் அமைதியடையும், வயிற்றில் எரிச்சல் ஏற்பட்டால் மனத்திலும் எரிச்சல் உண்டாகும். தூக்கம் இல்லாவிட்டால் இது ஏற்படும்.
- ஆட்டுத் தொட்டிகள் கண்ணாடி அறைகளுக்குள் இருந்தால் எல்லாரும் சைவ உணவுக்கு மாறிவிடுவார்கள்.

www.ingramcontent.com/pod-product-compliance
Lightning Source LLC
LaVergne TN
LVHW090343051026
849518LV00006B/2030
* 9 7 8 8 1 9 3 5 1 1 4 0 4 *